பேரன்பின் பூக்கள்

மலையாள சிறார் கதைகள்

பேரன்பின் பூக்கள்

மலையாள சிறார் கதைகள்

சுமங்களா

தமிழில்:

யூமா வாசுகி

சித்திரச் செவ்வானம்

இலக்கியம்

இணைந்து

BOOKS FOR CHILDREN

PERANPIN POOKKAL (In Tamil)
Children's Literature
Sumangala
in Tamil: Yuma Vasuki
illustrations: Byjudev & Omanakkuttan
Redrawing: K. Chokkalingam
Originally published in Malayalam under the title MITAYIPOTHI by DC Books.

First Published : November, 2018

CHITHIRA SEVVANAM LITERATURE
40 /99, Labour Colony, Sidco Industrial Estate, Guindy,
Chennai - 600 032
Email: chithirasevvanam@gmail.com | Ph: 9003107012

BOOKS FOR CHILDREN
im print of Bharathi Puthakalayam
7, Elango Salai, Teynampet, Chennai - 600 018
Email: thamizhbooks@gmail.com | www.thamizhbooks.com

பேரன்பின் பூக்கள்

சுமங்களா

மலையாளத்திலிருந்து தமிழில்: **யூமா வாசுகி**
சித்திரங்கள்: பைஜூதேவ், ஓமனக்குட்டன்
மறுவரைவு: கி. சொக்கலிங்கம்
முதல் பதிப்பு: நவம்பர், 2018

வெளியீடு:

சித்திரச் செவ்வானம்
இலக்கியம்

40/99, தொழிலாளர் குடியிருப்பு
திரு.வி.க. தொழிற் பேட்டை, கிண்டி,
சென்னை -600032,
email: chithirasevvanam@gmail.com,
தொ.எண்: 9003107012

BOOKS FOR CHILDREN

7, இளங்கோ சாலை, தேனாம்பேட்டை,
சென்னை - 600 018
தொலைபேசி : 044-24332424, 24332924,

விற்பனை உரிமை

பாரதி புத்தகாலயம்

விற்பனை நிலையங்கள்

திருவல்லிக்கேணி: *48,* தேரடி தெரு | **பெரம்பூர்:** *52,* கூக்ஸ் ரோடு **வடபழனி:** பேருந்து நிலையம் எதிரில் அடையார் ஆனந்தபவன் மாடியில் **ஈரோடு:** *39,* ஸ்டேட் பாங்க் சாலை | **திண்டுக்கல்:** பேருந்து நிலையம் **நாகை:** *1,* ஆரியபத்திரபிள்ளை தெரு | **திருப்பூர்:** *447,* அவினாசி சாலை **திருவாரூர்:** *35,* நேதாஜி சாலை | **சேலம்:** பாலம் *35,* அத்வைத ஆஸ்ரமம் சாலை, **சேலம்:** *15,* வித்யாலயா சாலை | **கரூர்:** நாரத கானசபா அருகில் *(Near TNGEA - Office)* **அருப்புக்கோட்டை:** *97/33,* விருதுநகர் மெயின்ரோடு. **நெய்வேலி:** சி.ஐ.டி.யூ அலுவலகம், பேருந்து நிலையம் அருகில், | **மதுரை:** *37A,* பெரியார் பேருந்து நிலையம் | **மதுரை:** சர்வோதயா மெயின்ரோடு, | **குன்னூர்:** *N.K.N* வணிகவளாகம் பெட்போர்ட் | **செங்கற்பட்டு:** *1* டி., ஜி.எஸ்.டி சாலை | **விழுப்புரம்:** *26/1,* பவானி தெரு | **திருநெல்வேலி:** *25A,* ராஜேந்திரநகர், **பாளையங்கோட்டை** | **விருதுநகர்:** *131,* கச்சேரி சாலை | **கும்பகோணம்:** ரயில் நிலையம் அருகில் | **வேலூர்:** *S.P. Plaza 264,* பேஸ் *II* , **சத்துவாச்சாரி.** | **தஞ்சாவூர்:** காந்திஜி வணிக வளாகம் காந்திஜி சாலை **விருதாசலம்:** *511H,* ஆலடி ரோடு | **திருச்சி:** வெண்மணி இல்லம், கரூர் புறவழிச்சாலை **பழனி:** பேருந்து நிலையம் | **தேனி:** *12H,* மீனாட்சி அம்மாள் சந்து, இடமால் தெரு **கோவை:** *77,* மசக்காளிபாளையம் ரோடு, பீளமேடு | தி.மலை: முத்தம்மாள் நகர், **நாகர்கோவில்:** *699,* கே.பி.ரோடு, ஆர்.வி.புரம், **சிதம்பரம்:** *22A/ 18B* தேரடி கடைத் தெரு, கீழவீதி அருகில் | **கடலூர்:** *55,* பாஷியம் ரெட்டி தெரு, மஞ்சக்குப்பம் | **காரைக்குடி**: 12. 2வது தெரு, கம்பன் மணிமய்டபம் பின்புறம் | **காரைக்குடி:** 12. 2வது தெரு, கம்பன் மணிமண்டபம் பின்புறம்

நினைத்த நூல்கள்... நினைத்த நேரத்தில்...

thamizhbooks.com   9444960935

அச்சு : கணபதி எண்டர்பிரைசஸ், சென்னை - 600 002.

சுமங்களா

திருமதி சுமங்களாவின் இயற்பெயர், லீலா நம்பூதிரிப்பாடு. 16. 05. 1934ல் பாலக்காடு மாவட்டத்திலுள்ள வெள்ளிநேழியில் பிறந்தார். சிறுகதைகளும் நாவல்களும் எழுதியுள்ளார். குழந்தைகளுக்காக ஏராளமான கதைகளும், குறுநாவல்களும் எழுதியிருக்கிறார். மலையாளத்திலிருந்து ஆங்கிலத்துக்கும், சமஸ்கிருதத்திலிருந்து மலையாளத்துக்கும் மொழிபெயர்ப்புகள் செய்திருக்கிறார். சிறார் இலக்கியத்துக்காக கேரள அரசின் சமூக நலத்துறை விருதும் சிறார் இலக்கிய அரசு விருதும் இவர் பெற்ற சிறப்புகள். 'பச்ச மலையாளம்' எனும் பெயரிலான இரண்டு தொகுதிகளுடைய மலையாள அகராதி உருவாக்கியிருக்கிறார். கேரள கலாமண்டலம் விளம்பரப் பிரிவில் பணியாற்றிய காலம் 22 ஆண்டுகள். கணவர், தேசமங்கலம் அஷ்டமூர்த்தி நம்பூதிரிப்பாடு. பிள்ளைகள், டாக்டர் D. உஷா, D. நாராயணன், D. அஷ்டமூர்த்தி.

முன்னுரை

சுமங்களா: மலையாள சிறார் இலக்கியத்தின் இணையற்ற அடையாளம்

முனைவர் பிஜூ விஜயன்

(பிஜூ விஜயன், சென்னை புனித தாமஸ் கலை மற்றும் அறிவியல் கல்லூரியில் மலையாளத்துறை உதவிப் பேராசிரியராக பதினொரு ஆண்டுகள் பணிபுரிந்தார். தற்போது கேரளத்தில் வயநாடு மாவட்டத்தைச் சேர்ந்த நாய்க்கெட்டியில் உயர்நிலைப் பள்ளி ஆசிரியராகப் பணியாற்றுகிறார்.)

'மரம் வரையும் ஓவியன் மரமாக மாறவேண்டும்' என்று ஒரு பொன்மொழி இருக்கிறது. எழுமற்றூர் ராஜராஜவர்மாவின் இந்த வார்த்தைகளை நிரூபிக்கும் மலையாள எழுத்தாளர்தான், 'சுமங்களா' எனும் புனைபெயருடைய 'லீலா நம்பூதிரிப்பாடு.' இலக்கியத்தின் மற்ற துறைகள் மிகவும் வளர்ந்து படர்ந்து நிற்கும்போது, ஒப்பீட்டளவில் யாருமே பொருட்படுத்தாதுபோகும் சிறார் இலக்கியத்தில் தன் களங்கமற்ற படைப்பாக்கத்தால் புகழ் பெற்ற எழுத்தாளர் சுமங்களா.

சிறார் என்றால் யார்? சிறார் இலக்கியம் என்றால் என்ன? எந்த வயதுவரை உள்ள சிறாருக்கானது என்பது குறித்தெல்லாம்

நிச்சயமின்மை இருந்தது. ஆனால் தன் இயல்பான எழுத்தினூடே, எந்த வயதைச் சேர்ந்தவரும் படித்து மகிழக்கூடிய அருமையான கதைகளை இந்த எழுத்தாளர் உருவாக்கியிருக்கிறார். அந்தக் கதைகள், சொல்லாமலேயே குழந்தைகளை வகை பிரித்தறியும் வாய்ப்பையும் கொண்டிருந்தன. சிறார் இலக்கியத்தைப் பொதுவாக மூன்று வகையாகப் பிரிக்கலாம் என்று சிறார் இலக்கியச் செயற்பாட்டாளர்கள் கருதுகிறார்கள். மூன்று வயது முதல் ஐந்து வயதுவரை உள்ள குழந்தைகளுக்கான இலக்கியம் 'குழந்தை இலக்கியம்', ஐந்து முதல் பன்னிரண்டு வயதுவரை 'சிறார் இலக்கியம்', பன்னிரண்டு வயது முதல் பதினாறு வயதுவரை 'இளையோர் இலக்கியம்.' அப்படி ஆகும்போது, பொதுவான நடைமுறையில் இந்த மூன்று வகைகளையும் உட்படுத்தி சிறார் இலக்கியம் எனும் ஒரு குடையின் கீழ் கொண்டு வரலாம். அதுபோல, சிறார் இலக்கியம் என்றால் சிறாருக்காக பெரியவர்கள் எழுதியதா, அல்லது சிறாருக்காக சிறாரே எழுதியதா எனும் ஒரு கேள்வியும் இருந்தது. ஆனால், நவீனத்தின் வரவு, இந்தக் கேள்வியைப் பொருத்தமற்றதாக்கியது. மாறாக, மனிதனின் குறுகிய சிந்தனை உலகத்தின் எல்லைகளைத் தகர்த்து, புதிய கற்பனை உலகங்களையும் கனவுகளையும் நெய்தெடுத்து, புதியதொரு உலகத்தை சாத்தியமாக்கும் சக்தி பெறுவதற்கு குழந்தைகளைத் தகுதி பெறச் செய்வதுதான் சிறார் இலக்கியத்தின் இறுதி இலக்கு எனும் நிலைக்கு மாறியது. இதற்கு ஏற்ற வகையில் நூல்கள் எழுதுபவர்களை சிறார் இலக்கிய எழுத்தாளர் என்று பொதுவாக அழைக்கலாம்.

இலக்கிய இயக்கங்களின் வகைமைகளை சிறார் இலக்கியத்திலும் நாம் பார்க்கலாம். கதை, நாவல், கவிதை, நாடகம், உரை, சரித்திரம், அறிவியல் ஆகியவை இந்தத் துறையிலும் வளர்ந்துவந்தன. மலையாள சிறார் இலக்கியப் படைப்பாளிகளில் முக்கியமானதும் உயர்வானதுமான இடம், கதைப் பாட்டியான சுமங்களாவுக்கு இருக்கிறது. 'நெய்ப் பாயசம்', 'தங்கக் கிங்கிணி', 'குன்றிமணி', 'மிட்டாய்ப்பொதி' (சாக்கலேட் பெட்டி எனும் பொருளுடைய இந்த நூல்தான், 'பேரன்பின் பூக்கள்' என்று தமிழில் மாற்றப்பட்டிருக்கிறது), 'முத்துப்பை', 'ஒருகூடைப் பழங்கள்' ஆகிய அவரது ஆரம்ப கால நூல்களை, குழந்தைகள் தங்கள் இதயத்தோடு சேர்த்து அணைத்துக்கொண்டார்கள். அதன் பிறகு

புராண இதிகாசங்களின் அடிப்படையில் நிறைய நூல்கள் எழுதியும் அவர் மலையாள சிறார் இலக்கியத்தில் என்றென்றுமாக நிலைபெற்றார்.

சுமங்களாவின் ஆரம்பகால நூல்களில், பல்வேறுபட்ட கருப்பொருளின் காரணத்தாலும் பாத்திரச் சித்திரிப்பின் காரணத்தாலும் முக்கிய கவனம் பெற்றது, 'மிட்டாய்ப்பொதி.' பெயர்குறிப்பிடுவதுபோன்று, ஒவ்வொரு கதையும் எக்காலத்திலும் நம் நெஞ்சில் இனித்திருக்கும். இந்தத் தொகுப்பில் இருபத்து ஒன்பது கதைகள் இருக்கின்றன. எல்லாம், ஒன்றைவிட ஒன்று சிறப்புப் பொருந்தியவை. குழந்தைகளின் மனதை ஆழமாகப் புரிந்துகொண்டுள்ள இந்த எழுத்தாளர், பிராணிகளைக் கொண்டு எப்படியெல்லாம் பேசவைக்கலாம், சிந்திக்கவைக்கலாம் என்று துல்லியமாகத் தெரிந்திருக்கிறார். தவிர, சிறார் இலக்கியத்தைப் பொறுத்தவரை தர்க்கத்துக்கு (Logic) அல்ல, அதர்க்கத்துக்குதான் முக்கியத்துவம் என்றும், வியப்புதான் சிறார் இலக்கிய நூல்களின் அடையாளம் என்றும் இவர் தெளிவுபடுத்துகிறார். 'விருந்தாளி' முதல் 'பொம்மை வீடு' வரையிலான கதைகள் உண்மையிலேயே, குழந்தைகளிடத்தில் பேரன்புகொண்ட ஒரு பாட்டி, அவர்களை மடியில் இருத்தி ஊட்டும் இனிப்புகள்தான்.

இந்தத் தொகுப்பில் உள்ள எல்லாக் கதைகளும் வீட்டுச்சூழலில் உருவானவை. அதனால், இந்தக்கதைகளின் உலகம் குழந்தைகளுக்கு அந்நியமாவதில்லை. இந்தத் தொகுப்பில் உள்ள கதைகளை வாசிக்கும் ஒவ்வொரு சிறுவரும் தன் வீட்டில் நடக்கும் கதைகளாகத்தான் இவற்றைக் காண்பார். இவை அந்தளவுக்கு குடும்பத்துடனும் குழந்தைகளுடனும் பிணைந்த கதைகள். முதல் கதையான 'விருந்தாளி', வெண்ணெய் திருடித் தின்ற புள்ளிப்பூனையை விரட்டாத காரணத்தால், வீட்டு எஜமானியிடம் தண்டனை பெறும் பூனையம்மாவின் கதை. நாய், பசு, காகம், அணில் ஆகியவையும் இந்தக் கதையில் கதாபாத்திரங்களாக இருக்கின்றன. ஆனால், வீட்டில் இருப்பவர்களைப்போலவே இவையும் வீட்டில் நடக்கும் ஒவ்வொரு விஷயத்திலும் ஆர்வமும் கவனமும் கொள்கின்றன. எழுத்தாளர் அவ்வளவு பொருத்தமாக பிராணிகளைக் கதாபாத்திரங்களாக்கியிருக்கிறார். அடுத்தடுத்து வரும் எல்லாக் கதைகளிலும் மிகுந்த சுவாரஸ்யத்துடன் இந்தப்

பிராணிகளைக் கதாபாத்திரங்களாக்கியபடி கதை சொல்லிச் செல்கிறார் இந்தப் பாட்டி.

குழந்தைகளிடத்தில், ஒட்டுமொத்த உலகமும் ஒரு குடும்பம்தான் எனும் கருத்தை வளர்ப்பதுதான் சுமங்களாவின் நோக்கம். காந்திஜியின் உலகப் பார்வையைப் பற்றி கவிஞர் வள்ளத்தோல் நாராயணமேனோன், 'என் குருநாதர்' எனும் கவிதையில் இப்படிச் சொல்கிறார்,

"உலகமே வீடு உனக்கிந்த, செடிகளும்

புற்களும் பழங்களும் சேர்ந்து உன் குடும்பத்தார்."

இந்தக் கருத்தை அப்படியே சுமங்களா தன் கதைகளில் வெளிப்படுத்துகிறார்; முக்கியமாக இந்தத் தொகுப்பில். சுமங்களாவின் இந்த தரிசனம், குழந்தைகளிடத்தில், பிராணிகளெல்லாம் நமக்கு அந்நியப்பட்டவை அல்ல, என்றும் நம்முடன் இருப்பவை, நம்மைப்போல அன்புக்கும் அக்கறைக்கும் உரியவை எனும் எண்ணத்தைப் பதிய வைக்கிறது.

அம்மா, இப்படிப்பட்ட விலங்குகளைக் காட்டியும் அவற்றைப் பற்றிக் கதைகள் சொல்லியும்தான் சின்னஞ்சிறு குழந்தைகளிடம் பேசுகிறார், சோறு ஊட்டுகிறார். எனவே குழந்தைகளுக்கு இந்தப் பிராணிகள், வாழ்க்கையின் பகுதியாக மாறுகின்றன. 'காக்கையன்', 'சர்க்கஸ்காரன்', 'அணிலுக்கு வயிற்றுவலி', 'முழுச்சோம்பேறி', 'மாடப்புறா' முதலிய கதைகளிலெல்லாம், வீட்டுக்காரர்களுக்கு இணையான முக்கியத்துவம் பிராணிகளுக்கும் இருப்பதைக் காணலாம்.

இந்தத் தொகுப்பில் மிகவும் வித்தியாசமான அனுபவத்தைத் தருவது, 'விலங்குகளின் கிராமம்' எனும் கதை. இன்று ஒவ்வொரு பிராணிக்கும் நாம் கற்பித்திருக்கும் வேலை, ஆரம்பத்தில் எப்படி ஏற்பட்டது எனும் கற்பனைப் பயணம் இது. சிறார் மனங்களில் என்றென்றும் நிலைத்திருக்கக்கூடிய கதை. உரையாடல், விவரிப்பு ஆகியவற்றை ஒரு கிராமத்துக்கான எல்லா அம்சங்களுடனும் நேர்த்தியாகவும் பொருத்தமாகவும் உருவாக்கியிருக்கிறார் சுமங்களா. மனிதர்கள் எப்படி பரஸ்பர நம்பிக்கையை இழந்தார்கள் என்று விலங்குகளின் வாயிலாகச் சொல்கிறார். இந்தத் தொகுப்பில் உள்ள எல்லாக் கதையையும்போலவே இந்தக் கதையையும்,

பெரியவர்களும் மிக விரும்பிப் படிப்பார்கள் என்று சொல்வதில் எந்த மிகையும் இல்லை. நடப்புக் காலச் சூழலுடன் அவ்வளவு அதிகமாக ஒப்புமை கொண்டிருக்கிறது இந்தக் கதை.

குழந்தைகளின் வாழ்க்கையுடன் பிராணிகளை ஐக்கியப்படுத்தியதாலும், கேரள கலாசார அம்சங்களை சிறார் இலக்கியத்தில் உட்படுத்தியதாலும் சுமங்களா, மற்ற சிறார் இலக்கியவாதிகளிடமிருந்து தனித்து நிற்கிறார். இந்த அம்சம்தான், முனைவர் பட்ட ஆய்வுக்கான பொருளாக, சிறார் இலக்கியத்தைத் தேர்ந்தெடுக்க என்னைத் தூண்டியது. சுமங்களாவின் நூல்கள் குறித்து நான் விரிவாக ஆய்வு செய்ய முடிவு செய்ததற்கான காரணமும் இதுதான். நாம் வளர்ந்துவரும் சுற்றுச்சூழல் நம்மை எப்படி உருவாக்குகிறது என்றும் கலாசாரம் குழந்தைகளின் மனதில் எப்படிப் பிரவேசிக்கிறது என்றும் அறிந்துகொள்வதற்காக, நான் 'மிட்டாய்ப்பொதி'யில் உள்ள கதைகளை மையமாக வைத்து ஆய்வு செய்தேன்.

'பஞ்சதந்திரம்' (மறுகூறல்), 'தங்கக் கிங்கிணி', 'குன்றிமணி', 'ஒருகூடைப் பழங்கள்', 'நெய்ப் பாயசம்', 'பூனைச்சியும் நண்பர்களும்' முதலிய கதைத் தொகுப்புகளில் பரந்து விரிந்திருக்கும் அவரது இலக்கிய அற்புதங்கள், புதிய தலைமுறைக்கு முற்றிலும் அந்நியமானவை. அத்துடன், 'இந்தக் கதை கேட்டிருக்கிறீர்களா?', 'கதை கேட்டுத் தூங்கலாம்', 'கதை கதை கஸ்தூரி', 'கதை கதை பைங்கிளி' முதலிய நூல்களில் சுமங்களா, புராண இதிகாசங்களில் மறைந்திருக்கும் நிறைய கதைகளைச் சொல்லியிருப்பதும் புதிய தலைமுறை அறியாதவை.

□

மிட்டாய்ப்பொதி தமிழுக்கு வரும்போது...

மலையாளம் – தமிழ் இலக்கியங்களிலிருந்து நிறைய நூல்கள் பரஸ்பரம் மொழிமாற்றப்படும்போது, அனேகர் தொடாது போகும் வகைப்பாடு சிறார் இலக்கியம்தான். சிறார் இலக்கியத்துக்கு ஏன் இப்படி ஒரு நிலை ஏற்பட்டது எனும் கேள்விக்கு நிறைய பதில்கள் இருக்கின்றன. இதற்கான வாசகர்கள் மிகவும் குறைவு, விற்பனையாவதில்லை, சிறார் இலக்கியம் குறித்தான ஆழ்ந்த அக்கறையற்ற சூழல், நவீன ஊடகங்களின் பெருவியாபகம் ஆகியவையும் காரணங்களாகின்றன.

*1979*ல் கேரள அரசின் இலக்கிய விருது பெற்ற ‘மிட்டாய்ப்பொதி’, *2018*ல் தமிழில் வெளிவரும்போது, சிறார் இலக்கியத்துக்கும் அதனுடன் சுமங்களாவுக்கும் முக்கியத்துவம் அதிகரிக்கிறது. நண்பர் யூமா வாசுகி, சுமங்களா கதைகளைத் தமிழாக்கம் செய்திருக்கிறார் எனும்போது, ‘மிட்டாய்ப்பொதி’க்குத் தமிழிலும் நிறைய வாசகர்கள் ஏற்படுவார்கள் என்பது நிச்சயம். சமகால மலையாள சிறார் இலக்கியத்தில் நிறையப் படைப்புகள் இருக்கும்போது, மொழிபெயர்ப்புக்காக இந்த நூலைத் தேர்ந்தெடுத்ததற்காக இவர் பாராட்டுக்குரியவராகிறார். மலையாளத்திலிருந்து ஏறத்தாழ நூற்றுக்கும் மேற்பட்ட நூல்களைத் தமிழாக்கிய இவரது புதிய செயல்பாடுதான், ‘மிட்டாய்ப்பொதி’யின் தமிழ் மொழிபெயர்ப்பான ‘பேரன்பின் பூக்கள்’. படிக்குந்தோறும் இனிக்கும் கதைகள் எனும் பொருளில்தான் ‘மிட்டாய்ப்பொதி’ என்று மூல நூலுக்குத் தலைப்பிடப்பட்டிருக்கிறது. இதை மொழிபெயர்ப்பாளர் தமிழில், ‘பேரன்பின் பூக்கள்’ என்று மாற்றியமைத்திருக்கிறார். ஒவ்வொரு கதையும் மகத்தான அன்பைப் பொழிவது எனும் பொருளில்தான் அவர் இந்தப் பெயரைச் சூட்டியிருக்கிறார்.

மூல நூலுக்கு முற்றிலும் நியாயம் செய்யும் இந்தக் கதைகளை வாசிக்கும்போது, இவை மொழிபெயர்ப்புக் கதைகளாகவே தோன்றவில்லை, ஒவ்வொன்றும் சுதந்திரமான கதைகள் என்ற எண்ணமே ஏற்படுகிறது. கேரள கலாசாரத்தின் அம்சங்களும் இந்தக் கதைகள் வழியே கடந்து வந்திருக்கின்றன. திராவிட மொழிகளான தமிழும் மலையாளமும், ஆரம்பத்திலிருந்தே தமக்குள் கலை இலக்கிய கலாசாரப் பரிவர்த்தனைகள் கொண்டிருந்தன. இது நவீன காலத்திலும் தொடர்கிறது. அந்த வகையில், மலையாள சிறார் இலக்கியத்தின் மகுடமான இது, உங்களுக்கு அன்பளிக்கப்பட்டிருக்கிறது.

‘விலங்குகளின் கிராமம்’ கதை, பரஸ்பர நம்பிக்கை இழந்த காரணத்தால் அழிந்த கிராமத்தை சித்திரிக்கிறது. அதில் உள்ள உரையாடல்களையும் பரஸ்பர அடைமொழிகளையும் அப்படியே மொழிபெயர்ப்பாளர் கதையின் உணர்வெழுச்சி கெடாமல் கடைப்பிடிக்கிறார். பிராணிகளின் பெயர்கள் தமிழ்த் தன்மையுடனே பிரயோகிக்கப்பட்டிருக்கின்றன. மூல நூலில், ‘விலங்குகளின்

கிராமம்' கதையில் வரும் காகம், 'கரும்பிக் காக்கை' என்று இருக்கிறது. அது தமிழில் 'காகம் கண்ணம்மா'வாக ஆகியிருக்கிறது. 'வெள்ளப்பன் குதிரை' தமிழில், 'குதிரை நல்லிதய'னாக ஆகிறது. இது குழந்தைகளின் வாசிப்பார்வத்தை மேலும் தீவிரப்படுத்தும்.

ஏறத்தாழ நாற்பதாண்டுகளுக்கு முன்பான மலையாள சிறார் இலக்கிய நூலொன்று, இன்று மொழிபெயர்ப்பின் வழியாக தமிழுக்கு வருவதற்கான காரணம் என்ன? வேறொன்றுமில்லை. 'மிட்டாய்ப்பொதி' எனும் நூலின், காலத்தால் அழியாத பெருமையின் காரணத்தாலும் சிறப்பின் காரணத்தாலும்தான் அது இந்த நேரத்தில் தமிழுக்கு வருகிறது. இந்த நூல், தமிழ்ச்சிறாருக்கும், தமிழ் சமூகத்துக்கும் நேசத்திற்குரிய நூலாக இருக்கும் என்று உறுதியாக நம்புகிறேன்.

□

இலக்கிய வாசிப்புக்கான திறவுகோல் கதைகள்

யெஸ். பாலபாரதி

சிறுவர் இலக்கிய உலகம் அற்புதங்கள் நிறைந்தது. குழந்தைகளுக்கு என்று ஆயிரக்கணக்கான கதைகள் உலகம் முழுவதும் எழுதப்பட்டுக்கொண்டே இருக்கின்றன. இருந்தாலும் அக்கதைகளைப் படிக்கும் பிள்ளைகள் தங்களது மத்திய வயதில் பால்யத்தை நினைவுகூரும்போது, அந்தக் கதைகள் நினைவுக்கு வந்தால் அதுவே அப்படைப்பின் வெற்றி என நம்புகிறேன்.

என் சிறுவயதில் எனக்குத் தேவையான நூற்களை நானே பைசா பைசாவாக சேர்த்துவைத்து, வாங்கிக்கொள்வேன். ஆனால் இன்று காலம் மாறிவிட்டது. குழந்தைகள் தங்களுக்கான நூல்களை தாங்களே நேரடியாக வாங்குவதில்லை. அவர்தம் பெற்றோர் விரும்பும், விரும்பி வாங்கிக் கொடுக்கும் புத்தகங்களையே படிக்கிறார்கள். இந்நிலை மாறவேண்டும். மாறும்போது மட்டுமே நல்ல படைப்புகளுக்கு உரிய சரியான அங்கீகாரம் இங்கே கிடைக்கும்.

சிறுவர்களுக்கான கதைகளை எழுதுகிறவர், தாம் கற்றுக்கொண்ட அனைத்தையும் குழந்தைகள் மேல் திணிப்பது அல்ல - நல்ல குழந்தை இலக்கியம். குழந்தைகளுக்காக எழுதுகின்றவர்கள் குழந்தையாகவே சிந்திக்கவேண்டியிருக்கிறது. அவர்களின் மனநிலைக்கு மாறி, அவர்களாகவே சிந்திக்கும்போது அப்படைப்பு சிறப்பானதாக மிளிர்கிறது. இத்தொகுப்பில் இருக்கும் எல்லா கதைகளுமே அப்படி மிளிரும் ரகம்தான்.

'பேரன்பின் பூக்கள்' எனும் இத்தொகுப்பு சற்றே பெரியது. இக்கதைகள் பத்து வயதிற்கு மேற்பட்ட குழந்தைகள், இன்னும் சரியாகச் சொல்வதானால் பதின்ம வயதைத் தொடங்கும்

குழந்தைகளும் படித்துப் புரிந்துகொள்ளக்கூடிய மொழியில் எழுதப்பட்டிருக்கின்றன.

வழக்கமாக சிறுவர் கதைகளில் வரும் பேசும் விலங்குகள் வாழுமிடம் வனமாக இருக்கும். சிங்கம் புலி கரடி என, காட்டுக்குள் நடப்பதான சம்பவங்களை படைப்பாக மாற்றும் வழக்கம் இங்கே உள்ளது. இத்தொகுப்பில் அது மாறுபட்டிருக்கிறது. ஆம்! வீடுகளில் வளர்க்கப்படும், பூனை, நாய், அங்கே சுற்றித்திரியும் எலி, காகம், அணில் என, வீட்டையும் மனிதர்களையும் சுற்றி இருக்கும் விலங்குகள் பேசிக்கொள்கின்றன. இடையிடையே மனிதர்களும் பேசிக்கொள்கிறார்கள். இன்னுமொரு சுவாரஸ்யம் என்னவெனில், அவை எல்லாம் மனிதர்களைப்போலவே சிந்திக்கின்றன. நட்பு பாராட்டுகின்றன. சண்டை போட்டுக்கொள்கின்றன. பொறாமை கொள்கின்றன.

எனது சிறுவயதில் எங்கள் வீட்டில் வளர்க்கப்பட்ட ஜம்பு என்ற நாய்க்குட்டி எனக்கு மிகவும் பிடித்தமான தோழனாக இருந்தது. அதற்கு கொடுக்காமல் நான் எதையாவது சாப்பிட்டால், 'பார்க்கவச்சு தின்னுறியே.. உனக்கு வவுறு வலிக்கும் பார்' என்று அது மனதிற்குள் என்னை திட்டுவதாக கற்பனை செய்துகொள்வேன். சில நாட்கள் ஜம்புவும் எதிர் வீட்டில் வளர்க்கப்பட்ட பூனையும் என் கனவில் வந்து பேசியதும் உண்டு. இப்படி அந்த வயதில், எல்லா விலங்குகளும் நம்மைப்போலவே சிந்திக்கும் என்று நம்பியதுண்டு. இக்கதைகளில் வரும் பாத்திரங்களைப் படித்ததும் எனக்குள் நீறுபூத்த நெருப்பாக இருந்த என் சிறுவயது ஞாபகங்கள் எல்லாம் கிளறிவிடப்பட்டதுபோல இருக்கிறது.

பிள்ளைகளின் வாசிப்பு, சிறுவர் இலக்கிய வகைக் கதைகளில் இருந்து அடுத்த கட்டத்துக்கு நகரும் தருணம் மிக முக்கியமானது. ஏனெனில் பொதுவாக அக்கட்டத்தில் குழந்தைகள் வெகுஜன எழுத்தின் பக்கமே அதிகம் ஈர்க்கப்படுவர். இதற்கு முக்கிய காரணமே சிறுவர் இலக்கியத்தில் இருந்து, தீவிர இலக்கியத்திற்குள் வருபவர்களுக்கு உதவக்கூடிய பாலம் இங்கே சரியாக இல்லாததுதான் என்பது எனது நீண்ட நாள் எண்ணம். ஆனால் இத்தொகுதி அந்த எண்ணத்தை தவிடுபொடியாக்கியது.

காட்சி விவரிப்புகள், நுட்பமான அவதானிப்புகள், வாசகனே இட்டு நிரப்பிக்கொள்ள ஆங்காங்கே இடைவெளிகள், மனவோட்டத்தை தடையின்றி குதிரைப்பாய்ச்சலில் செலுத்தும்படியான நகர்வுகள் என, இத்தொகுப்பில் உள்ள எல்லா கதைகளும் அடுத்த கட்டத்திற்கு வாசகனை நகர்த்துகின்றன.

இலக்கிய வாசிப்பை யாரும் இன்னொருவருக்கு கற்றுக் கொடுக்க முடியாது. ஆனால் வாசிப்பின் வழியாக குழந்தைகளை வழிநடத்தி இலக்கியத்தின் சுவையை அறிமுகப்படுத்திவிட முடியும். குழந்தைகளுக்கான கதைகளில் சுவாரசியம், மற்றவர்களின் உணர்வுகளைப் புரிந்துகொள்ள வைப்பது, நியாய அநியாயங்களுக்கு இடையிலான எல்லைக் கோடுகளை உணர்த்துவது போன்றவற்றை மட்டுமே செய்வோம். இலக்கியத்திற்கோ, சுவாரசியத்தையும் தாண்டிய விஷயங்களைப் படிக்கும் பொறுமை வேண்டும்.

நமது தினசரி வாழ்வில் நேரடியாக எதிர்கொள்ளும் சம்பவங்கள், அதே போன்ற பேச்சு மொழி போன்றவற்றை மட்டுமே கொண்ட வெகுஜன இலக்கியப் பிரதிகள் சுலபமாக வாசகனை ஈர்க்கும். ஆனால் இலக்கிய வாசிப்பிற்கோ, சற்று பொறுமையும் பக்குவமும் உள்ள வாசிப்பு தேவையாகிறது. மொழியறிந்த காலம் முதல் இன்று வரையிலான ஒட்டு மொத்த மனித வாழ்வின் தொடர்ச்சியைப் பேசும் இலக்கியத்தைப் புரிந்துகொள்ள, இளம் வாசகர்களை தயாரிக்கும் பணியைச் செய்யும் வகைமையைச் சேர்ந்தவை இத்தொகுப்பில் உள்ள படைப்புகள் என்றால் அது மிகையல்ல.

நூலின் தலைப்புக்குரிய கதை, அன்பை அற்புதமாக விதைக்கிறது. படிக்கும் வாசக நெஞ்சத்தில் விழுமியங்களை கதைகளின் ஊடாகவே விதைக்கும் வித்தை தெரிந்திருக்கிறது ஆசிரியருக்கு. ஒரு கதை மட்டுமல்ல, இத்தொகுப்பில் உள்ள எல்லாக் கதைகளுமே குறிப்பிட்டுச் சொல்லும்படியானவையே!

சிறுவர் இலக்கியத்தில் யானைக்கு ஏன் தும்பிக்கை நீளமாக உள்ளது, ஆட்டுக்கு ஏன் வால் குட்டையாக இருக்கிறது போன்ற காரணக்கதைகள் உலகம் முழுவதுமே பிரபலம். ஆப்பிரிக்க பழங்குடி கதைகளிலும் இப்படியான உருவகக் கதைகள் உலா வருகின்றன. சுவாரஸ்யம் குன்றாத அவ்வகைமைக் கதைகளை எப்போது படித்தாலும் ரசிக்க முடியும். இத்தொகுப்பிலும் 'விலங்குகளின் கிராமம்' என்றொரு காரணக்கதை இருக்கிறது. இதுவும் ஏமாற்றாத வாசிப்பனுபவத்தைக் கொடுக்கிறது.

மனிதர்களின் நயவஞ்சக துரோகத்தை சொல்லும் கதையாக, 'தோழன்' கதையைக் குறிப்பிடலாம். அந்த மான்குட்டியின் நிலையை நினைக்கும்போதே நமக்குள் ஒரு வலி தோன்றுகிறது.

குழந்தைகளுக்கான எளிய மிகை யதார்த்தவாதத்தில்(*fantasy*) இருந்து, மாய யதார்த்தவாதம் (*Magical Realism*) வகைமையை அறிமுகப்படுத்தும் கதையாக இத்தொகுப்பில் வரும் 'பொம்மை வீடு' கதையைச் சொல்லலாம்.

இப்படியாக இத்தொகுப்பின் கதைகள், குழந்தைகளை அடுத்த நிலையில் உள்ள வாசிப்புக்கு நகர்த்தும் பணியை நுட்பமாகச் செய்கின்றன. மொழிபெயர்ப்பு என்ற எண்ணமே ஏற்படாதவாறு மிகவும் ரசித்து, இதனை தமிழில் தந்திருக்கிறார், அண்ணன் யூமா வாசுகி. இதற்காக அவரை எவ்வளவு பாராட்டினாலும் தகும்.

பதின் பருவத்தில் இருக்கும் பிள்ளைகளும், தீவிர வாசிப்புக்குள் நுழைய நினைப்பவர்களுக்கும் இந்நூல் ஒரு திறவுகோல். ஒவ்வொரு கதைக்கும் வரையப்பட்டிருக்கும் ஓவியங்கள் கூடுதல் அழகு.

இத்தொகுப்பில் இருக்கும் எந்தக் கதையையும் விவரிக்காமல் இதனை எழுதுவது என்பது மிகப்பெரிய சவாலாகவே எனக்கு இருக்கிறது. ஏனெனில் ஒவ்வொரு கதையும் அதனளவில் நிறைவாக உள்ளது. எதையாவது குறிப்பிட்டுச் சொல்ல வேண்டும் என்று நினைத்தால், எல்லாக் கதைகளையுமே குறிப்பிட்டுச் சொல்லும்படி ஆகிவிடும் என்பதால், மிகுந்த கவனத்துடன் அதைத் தவிர்த்துள்ளேன்.

பதின்ம வயதுடையவர்களுக்கான இளையோர் இலக்கிய படைப்புகள் இங்கே குறைவு. அதை இத்தொகுப்பு போக்குகிறது. தமிழ்ச் சமூகமும் சிறுவர் இலக்கிய ஆர்வலர்களும் இத்தொகுப்பினை கொண்டாடுவார்கள் என்றே நான் நம்புகிறேன்.

தோழன்

சாரல் தூவும் பின்னிரவு
22.10.2018

- யெஸ்.பாலபாரதி
சிறார் இலக்கியப் படைப்பாளர்

கதைகள்

விருந்தாளி

எங்கும் அமைதி நிலவியது. எஜமான் அலுவலகத்துக்குச் சென்றிருக்கிறார். சுமதிக்குட்டியும் ரவியும் பள்ளிக்குச் சென்றிருக்கிறார்கள். எஜமானி சின்னம்மா, வேணுவை பக்கத்தில் கிடத்தித் தூங்கவைத்துவிட்டு செய்தித்தாள் படிக்கிறார்.

பணிப்பெண் மாலு, மதியம் செய்ய வேண்டிய வேலைகளையெல்லாம் முடித்துவிட்டு பக்கத்து வீட்டுக்கு அரட்டையடிக்கச் சென்றிருக்கிறாள். வெளியே லேசாக மழை தூறிக்கொண்டிருந்தது. அதனால் வாசலுக்குச் சென்று அரணையோ, பூச்சியோ பிடிப்பதற்கு இது ஏற்ற சமயம் அல்ல. எனவே தன் குட்டிகளை அணைத்துப் படுத்தபடி பூனையம்மா சற்றுத் தூங்கியது.

ஏதோ ஒரு சத்தம் கேட்டுத்தான் அது திடுக்கிட்டு விழித்தது. 'கடவுளே, வரிப்பூனை வந்திருக்குமோ?' அது பயந்துவிட்டது. கண்ணன் பூனைக்கும் பொன்னன் பூனைக்கும் வரிப்பூனைதான் அப்பா. அதன் மீது பூனையம்மாவுக்குச் சற்று பயம். வரிப்பூனைக்கு தன் இரண்டு குட்டிகள் மீதும் கொஞ்சம்கூடப் பாசம் இல்லை. பூனையம்மா, குட்டிபோட்ட மூன்றாம் நாளில் கொஞ்சம் பால் கிடைக்குமா என்று சமையலறைக்குச் சென்றது. அந்த நேரம் பார்த்து வரிப்பூனை யாருக்கும் தெரியாமல் பரணுக்கு ஏறி வந்தது. ஒரு எலியைக் கடிப்பதுபோல கண்ணன் பூனையைக் கடித்து உதறியது.

அதிர்ஷ்டவசமாக அந்த நேரத்தில் பூனையம்மா திரும்பி வந்துவிட்டது. உடனே வரிப்பூனை மீது பாய்ந்து கடித்து விரட்டிவிட்டது. இல்லையென்றால் இன்று இந்த செல்லமான கண்ணன் பூனை உயிருடன் இருக்குமா?

அதன் பிறகு பூனையம்மா தன் குட்டிகளை மிகவும் கவனமாகப் பாதுகாத்து வந்தது. கண்ணன் பூனையும் பொன்னன் பூனையும் குட்டிப்பூனைகளாக இருக்கின்றன. இன்னும் கொஞ்சம் வளர வேண்டும். அதன் பிறகு அப்பா வரிப்பூனை கடிக்க வந்தால், அவையே எச்சரித்துத் துரத்திவிடும். இரண்டும், அழகும் பலமும் கொண்ட தங்கமான பூனைக்குட்டிகள்.

சன்னல் படியின் மீது, கம்பிகளின் இடையில் புகுந்து நிற்கும் குண்டுப்பூனையை பூனையம்மா உற்றுப் பார்த்தது. அது வரிப்பூனை அல்ல. ஆனால், அடிக்கடி பார்த்த முகமாய்த் தெரிகிறது. யார் இது? சட்டென்று அதற்குப் புரிந்துவிட்டது: புள்ளிப்பூனை! அதன்

அன்பிற்குரிய அண்ணன் புள்ளிப்பூனை! புள்ளிப்பூனையைப் பார்த்து எவ்வளவு காலமாகிறது! பூனையம்மாவும் புள்ளிப்பூனையும் ஒரு அம்மாவின் பிள்ளைகளாக இதே வீட்டில் ஒன்றாக விளையாடி வளர்ந்தவை. ஆனால், கொஞ்சம் வளர்ந்த பிறகு புள்ளிப்பூனை எப்போதும் வீட்டை விட்டு வெளியே செல்லத் தொடங்கியது. எப்போதாவதுதான் வீட்டுக்குத் திரும்பி வரும்.

கொஞ்சம் காலம் முன்பு நடந்த சம்பவம் இது. சுமதிக்குட்டி ஒரு பச்சைக்கிளியை செல்லமாக வளர்த்துவந்தாள். அதை புள்ளிப்பூனை கொன்றுவிட்டது. இதனால் ரவியும் வேணுவும் புள்ளிப்பூனையை அடித்துக் காயப்படுத்தி துரத்திவிட்டார்கள். அதன் பிறகு புள்ளிப்பூனை இங்கே வருவதில்லை. நீண்ட காலத்துக்குப் பிறகு தன் அண்ணனைப் பார்ப்பதால் பூனையம்மாவுக்கு மிகவும் மகிழ்ச்சி ஏற்பட்டது.

"நீதானா, அண்ணே! எனக்கு அடையாளமே தெரியவில்லை. உன்னைப் பார்த்து எவ்வளவு காலமாகிறது. இவ்வளவு நாள் நீ எங்கே இருந்தாய்? நன்றாக இருக்கிறாயா?" பூனையம்மா ஒரே மூச்சில் பேசியது.

பூனையம்மாவின் பேச்சு பிடிக்காததுபோன்று புள்ளிப்பூனை சற்று உறுமியது. அது இறங்கி வந்து கேட்டது:

"இவை இரண்டும் உன் குட்டிகள்தானா?"

"ஆமாம், அண்ணே. கறுப்புப் புள்ளிகளும் பெரிய கண்களுமுள்ள குட்டியின் பெயர் கண்ணன். தங்க நிறத்தில் வெள்ளைக் கோடுகளுடன் இருக்கும் இந்தக் குட்டியின் பெயர் பொன்னன்."

"இரண்டும் ஆண் குட்டிகள்தானே?"

பூனையம்மா சற்று வருத்தத்துடன் சொன்னது:

"ஆமாம்."

புள்ளிப்பூனை, தூங்கிக்கொண்டிருக்கும் தன் மருமகன்களை பக்கத்தில் வந்து பார்த்தது. பூனையம்மா, தன் குட்டிகளைப்

பாதுகாப்பதுபோல எச்சரிக்கையாக நின்றிருந்தது. புள்ளிப்பூனையையும் நம்ப முடியாது. என்னதான் இருந்தாலும் அது காட்டுப்பூனையல்லவா? குட்டிகளைக் கடிக்கவேண்டும் என்ற எண்ணம் இல்லாமலிருக்காது. மாமா பூனையாக இருந்தாலும் சரி, அப்பா பூனையாக இருந்தாலும் சரி.

"நல்ல குட்டிகள். உன்னைப்போன்றே இருக்கின்றன" என்றது புள்ளிப்பூனை.

தாய்ப்பூனை மகிழ்ச்சியுடன் சிரித்தது:

"அண்ணே, நீ இவ்வளவு காலம் எங்கே இருந்தாய் என்று சொல்லவே இல்லையே."

"இந்தப் பகுதிகளில்தான் இருந்தேன். யார் வீட்டுப்பூனையாகவும் இல்லை. ஒரு சுதந்திரப் பூனையாக வாழ்ந்தேன்" என்றது புள்ளிப்பூனை.

"பாலும் நெய்யும் மீனுமெல்லாம் கிடைத்ததா?" பூனையம்மா ஆர்வத்துடன் விசாரித்தது. புள்ளிப்பூனை நலமாகத்தான் இருக்கிறது என்பது உறுதியாகத் தெரிந்தது. அது பருத்து உருண்டு பந்துபோல இருக்கிறது.

"யாரும் எதையும் என் முன்னால் கொண்டுவந்து வைக்கவில்லை. நான் சென்று எனக்கு வேண்டியதை எடுத்துத் தின்பேன்." புள்ளிப்பூனை கேலியான குரலில் சொன்னது.

"அடக் கடவுளே, திருடுவாயா!" வியப்பால் விரிந்த விழிகளுடன் பார்த்தது பூனையம்மா.

“என்ன, அப்படிப் பார்க்கிறாய்? திருடினால் என்ன? வாய்ப்புக் கிடைத்தால் திருடுவதில் எந்தத் தவறும் இல்லை. நாம் பூனைகள்தானே? மனிதர்கள் அல்லவே.”

“இருந்தாலும்...”

“நீ தூங்கு. நான் சும்மா உன்னைப் பார்க்கத்தான் வந்தேன். நான் புறப்படுகிறேன். நிற்பதற்கு நேரமில்லை.”

பூனையம்மாவின் அறிவுரை பிடிக்காதது போன்று புள்ளிப்பூனை புறப்பட்டது. அது சன்னல் படியில் ஏறி கம்பிகளுக்கிடையில் நுழைந்து ஓசையின்றி மறுபுறம் தாவியது.

பூனையம்மா மீண்டும் படுத்தது. அது நிச்சயம் சற்றுத் தூங்கியிருக்க வேண்டும். அப்போது அது ஒரு கனவு கண்டது. கனவில், புள்ளிப்பூனையும் வரிப்பூனையும் அதன் குட்டிகளை கடித்து எடுத்துக்கொண்டு செல்கின்றன! பதறி விழித்தது பூனையம்மா. பக்கத்தில் குட்டிகளைக் காணவில்லை. அது கதிகலங்கி பாய்ந்தோடியது.

குழந்தைகளின் படிப்பறையில் தரையில் உருளும் ஒரு பந்தின் பின்னால் ஓடும் தன் குட்டிகளைப் பார்த்தபோதுதான் அதற்கு மூச்சே வந்தது. கடவுள் அருளால் அவற்றிற்கு எந்த ஆபத்தும் ஏற்படவில்லை. பூனைக்குட்டிகள் பந்து முழுதையும் கடித்துக் கிழித்து நாசமாக்கியிருந்தன. அதைப் பார்த்தபோது பூனையம்மாவுக்கு வருத்தம் ஏற்பட்டது. ரவி நேற்று வாங்கிய புது பந்து அது. கண்ணன் பூனையும் பொன்னன் பூனையும் சேர்ந்துதான் இப்படிச் செய்திருக்கின்றன என்று அவர்களுக்குத் தெரிந்தால், தேவையில்லாத பிரச்சினைகள் ஏற்படும். பூனையம்மா தன் குட்டிகளைத் தூக்கிக்கொண்டு உணவுக்கூடத்துக்குச் சென்றது.

நாய் சிவப்பன், கம்பிக் கதவுக்கு வெளியே நின்று சமையலறைக்குள் பார்த்து பயங்கரமாகக் குரைக்கிறது. சமையலறையின் கம்பிக் கதவு சாத்தப்பட்டிருப்பதால் அது உள்ளே வர முடியாது. அது வந்து கதவின் மீது கீறியது; மீண்டும் கம்பியின் மீது கால் வைத்து குரைத்தது. சமையலறைக்குள் யாரோ திருடன் நுழைந்திருக்கிறான், நிச்சயம்.

"என்ன சிவப்பா, சமையலறையில் யார்?" பூனையம்மா கேட்டது.

சிவப்பன் பதில் சொல்லாமல் குரைத்தது. பூனையம்மா சமையலறைக்குள் சென்று பார்த்தது.

வெண்ணெய் வைக்கும் பெரிய கண்ணாடிச்சாடியின் மூடி கீழே விழுந்து உடைந்து கிடக்கிறது. சாடியில் இருந்த தண்ணீர் முழுதும் தரையில் தேங்கியிருக்கிறது. புள்ளிப்பூனை சாடிக்குள் தலை நுழைத்து வெண்ணெயை நக்கி நக்கித் தின்கிறது. பெரியதொரு மாம்பழம் அளவு உருட்டி வைத்திருந்த வெண்ணெயில் முக்கால் பங்கும் புள்ளிப்பூனையின் வயிற்றுக்குள் போய்விட்டது. கத்தக்கூட மறந்து பூனையம்மா அப்படியே ஸ்தம்பித்து நின்றது.

சிவப்பனின் இடைவிடாத குரைப்பு கேட்டு, சின்னம்மா செய்தித்தாளை கையில் பிடித்துக்கொண்டு ஓடி வந்தார். என்ன நடக்கிறது என்று புரிந்துகொண்ட உடனே அவர், "ச்சே! திருட்டுப் பூனையே!" என்று கத்திக்கொண்டு ஒரு விறகை எடுத்து புள்ளிப்பூனையின் மீது எறிந்தார். அது புள்ளிப்பூனையின் மீது படவில்லை. அதற்கு முன்பு அது மின்னல் வேகத்தில் ஓடி மறைந்தது. விறகு சாடியின் மீது விழுந்து சாடி உடைந்தது. மிச்சமிருந்த வெண்ணெய், கண்ணாடித் துண்டுகளுக்கும் தரையில் கிடந்த அழுக்கு நீருக்கும் நடுவே உருகத் தொடங்கியது.

சின்னம்மா தலையில் கைவைத்து அப்படியே அமர்ந்துவிட்டார். சிவப்பன் குரைப்பதை நிறுத்தியது. பூனையம்மாவுக்குக் கவலையாக இருந்தது. புள்ளிப்பூனை செய்தது பெரிய தவறு. கொஞ்சம் பாலோ மோரோ குடிந்திருந்தாலோ, இரண்டு மூன்று பொரித்த அப்பளத்தை தின்றிருந்தாலோ இவ்வளவு கஷ்டமாக ஆகியிருக்காது. அது ஒரு வாரத்துக்குப் பயன்படக்கூடிய வெண்ணெய் முழுதும் தின்றுவிட்டதே. அது இதற்குத்தான் வந்திருக்கிறது என்று முன்பே தெரிந்திருந்தால், அது சமையலறையில் கால் வைப்பதற்கு பூனையம்மா விட்டிருக்காது. சின்னம்மா அப்படி அமர்ந்திருப்பதைப் பார்த்தபோது அதற்கு மிகவும் இரக்கமாக இருந்தது. அது மெதுவாக கத்திக்கொண்டு சின்னம்மாவின் காலில் உரசி நின்றது.

சின்னம்மா சட்டென்று துள்ளி எழுந்தார்: "திருட்டுப் பூனை வெண்ணெய் தின்பதைப் பார்த்து நீ இளித்துக்கொண்டிருந்தாயா? நீ போய் கடித்து விரட்டியிருக்கலாமே? நன்றிகெட்ட உனக்கு சோறும் பாலும் கொடுத்து வளர்க்கிறேனே, என்னைத்தான் குற்றம் சொல்ல வேண்டும்."

சின்னம்மா விறகை எடுத்து பூனையம்மாவின் தலையில் ஒரு அடி அடித்தார்கள்! புள்ளிப்பூனை செய்த குற்றத்துக்கு தன்னை இப்படித் தண்டிப்பார்கள் என்று பூனையம்மா எதிர்பார்க்கவே இல்லை. அது குமுறி அழுதுகொண்டு ஓடியது.

இந்தக் கொடுமையை யாரிடம் சொல்வது? சிவப்பன் இயல்பாக நல்ல நாய்தான். ஆயினும் சிறிது காலமாக பூனையம்மாவுடன் அப்படியொன்றும் நெருக்கமாக இல்லை. பூவாலன் அணில்

கூட்டில் அகப்பட்டுக்கொண்டபோது பூனையம்மா உதவி செய்யவில்லை. அதனால் அந்த அணிலும் இப்போது பூனையம்மாவைப் பார்த்தால் பேசுவதில்லை. பசு வெள்ளையம்மா வாழைக்குலை தின்று மாட்டிக்கொண்டபோது பூனையம்மா அதன் சார்பாகப் பேசவில்லை. எனவே அதுவும் எரிச்சல்கொண்டிருக்கிறது. காகம் காக்கையனுக்கு, காகம் காக்கச்சி மனைவியாக வந்ததிலிருந்து, காக்கையன் பழைய நண்பர்கள் யாரையும் பார்ப்பதில்லை. அதற்கு இரண்டு மூன்று குஞ்சுகள் இருக்கின்றன என்று கேள்வி. எப்படியானாலும் அது இப்போது யாருடனும் நெருக்கமாக இல்லை. தான் உண்டு தன் வேலை உண்டு என்று காக்கையன் இருக்கிறது.

குஞ்சுகள் என்று நினைத்தபோது பூனையம்மாவுக்கு தன் சொந்தக் குட்டிகளைப் பற்றிய நினைவு வந்தது. தனக்கு யார் இல்லையென்றாலும் அவை இருக்கின்றனவே என்ற ஆறுதலுடன் அவற்றைத் தேடிச் சென்றது. தூறல் நின்றிருந்தது. கண்ணன் பூனையும் பொன்னன் பூனையும் வாசலில்

விளையாடிக்கொண்டிருந்தன. ஒன்றின் மீது ஒன்று தாவி விழுந்தும், கடித்துக்கொண்டும், ஒன்றின் வாலை மற்றொன்று பிடித்து இழுத்தவாறும் அவை விளையாடிக்கொண்டிருந்தன. அவை விளையாடுவதை கண் குளிரப் பார்த்து நின்றிருந்தது பூனையம்மா.

புள்ளிப்பூனை விருந்தாளியாக வந்ததால் ஏற்பட்ட ஆபத்துகளை அது மறந்துவிட்டது. தன் குட்டிகளுடன் விளையாடவும் அவற்றுக்குத் தேவையான விஷயங்களைக் கற்றுக்கொடுக்கவும் அது வாசலுக்குச் சென்றது. கண்ணன் பூனையும் பொன்னன் பூனையும் தங்கள் அம்மாவைப் பார்த்துவிட்டு மகிழ்ச்சியுடன் பாய்ந்து வந்தன.

●

காக்கையன்

காகம் காக்கையன் மிகவும் சோர்வுடன் இருந்தது. சில நாட்களாக அதற்கு சரியாக உணவு கிடைக்கவில்லை. எங்கும் ஏதோ பஞ்சம் வந்துவிட்டதைப்போன்று தோன்றுகிறது. எங்கு சென்றாலும் எதுவும் கிடைக்கவில்லை. காக்கையனுக்கோ, எவ்வளவு கிடைத்தாலும் போதாத காலம் இது! கூட்டில் வளரும் குஞ்சுகள் எப்போதும் ஏதாவது தின்றுகொண்டிருக்க விரும்புகின்றன. காக்கையனும் அதன் மனைவி காக்கச்சியும் பல இடங்களுக்குப் பறந்து சென்று கிடைப்பதையெல்லாம் அலகில் கொண்டு வருவதுண்டு. ஆயினும் போதவில்லை.

காக்கையன் குப்பை மேட்டின் மீது களைப்புடன் அமர்ந்தது. இவ்வளவு நேரமான பிறகும் சொல்லும்படி எதுவும் கிடைக்கவில்லை. குஞ்சுகள் இப்போதும் பசியுடன் இருக்கும். மீண்டும் மீண்டும் வாய் பிளந்து அழுதுகொண்டிருக்கும் தன் அருமையான குஞ்சுகளைப் பற்றி யோசித்தபோது அதற்கு மிகவும் துயரமாக இருந்தது. அது வராந்தாவில் இறங்கி உணவுக்கூடத்தை தலை சாய்த்துப் பார்த்தது.

சுமதிக்குட்டியும் ரவியும் வேணுவும் தரையில் அமர்ந்து நன்றாகச் சாப்பிட்டுக்கொண்டிருக்கிறார்கள். சின்னம்மா பரிமாறுகிறார். பருப்பும் நெய்யும் அப்பளமும் சாம்பாரும்

பொரியலும் தயிரும் இருக்கின்றன. காக்கையனுக்கு ஆசையை அடக்க முடியவில்லை. அது ஒரே தாவாகத் தாவி சோற்றுப் பானைக்குப் பக்கத்தில் வந்தது. அதன் கழுத்து மணி கிலுகிலுத்து மிகவும் ஓசை எழுப்பியது. சுமதிக்குட்டி சத்தமாகச் சொன்னாள்:

"அம்மா, காக்கா!"

சின்னம்மா, "ச்சூ!" என்று சொல்லி காக்கையனை விரட்டிவிட்டு கதவைச் சாத்தினார். காக்கையன் ஏமாற்றமடைந்தது.

அப்போது பூவாலன் அணில் அழைத்தது:

"காக்கையா!"

காக்கையன் அதைக் கேட்காமல், தலையைத் தொங்கப்போட்டு அமர்ந்திருந்தது.

"காக்கையா, சமையலறைக் கதவு திறந்து கிடக்கிறது. தேங்காய் துருவி அம்மி மீது வைத்திருக்கிறார்கள். போய் எடுத்துச் சாப்பிடு."

காக்கையனுக்கு நம்பிக்கை வரவில்லை. பூவாலன் ஏமாற்றுவதற்காகச் சொல்கிறது. சமையல் வேலையெல்லாம் முடிந்துவிட்டது. இந்த நேரத்தில் எதற்கு தேங்காய் துருவி வைக்கிறார்கள்?

காக்கையனின் மனதைப் புரிந்துகொண்டதுபோல பூவாலன் மீண்டும் சொன்னது:

"அவர்கள் ஏதோ பலகாரம் செய்யப்போவதாக பேசிக்கொண்டதை நான் கேட்டேன்."

அப்படியென்றால் சரியாக இருக்கும். ஆனால் சமையலறையில் யாரும் இருக்கக் கூடாதே.

காக்கையன் கேட்டது:

"பூவாலா, சமையலறையில் மாலு இருப்பாளே?"

"இல்லை. அவள் நெய் பாத்திரத்துடன் பக்கத்து வீட்டுக்குச் செல்வதைப் பார்த்தேன். இதுதான் சரியான சந்தர்ப்பம். நீ போய் சாப்பிடு."

காக்கையன் ஓசையற்றுப் பறந்து சமையலறைக் கதவருகில் சென்றது. பூவாலன் சொன்னதுபோன்றுதான், சமையலறையில் யாருமில்லை. ஆனால், அம்மி மீது எதுவுமே இல்லை. இந்தப் பூவாலன் அணில் இப்படி ஏமாற்றிவிட்டதே.

அப்போதுதான் காக்கையன், அம்மியின் பக்கத்தில் சிறிய கிண்ணத்தில் வெள்ளை வெளேரென்ற தேங்காய் துருவல் இருப்பதைப் பார்த்தது. நொடி நேரமாயினும் பூவாலனைத் தவறாக நினைத்துவிட்டோமே என்று வருந்தி, அது தாவித் தாவி கிண்ணத்தின் அருகே வந்தது. அலகு நிறைய அள்ளி எடுத்தது.

“ஐயோ! இந்தக் காக்கைக் தொல்லை தாங்க முடியவில்லையே! இப்படியும் ஒரு போக்கிரிக் காகம் இருக்குமா!” என்று கத்திக்கொண்டே சின்னம்மா ஓடி வந்தார். காக்கையன் வெகுவிரைவாகத் வெளியே தாவி சற்றுத் திரும்பிப் பார்த்தது. சின்னம்மா வியப்புடன் பார்த்து நின்றார்.

“அடடா! இந்தக் காகம் எதை வேண்டுமானாலும் தின்னும்போலிருக்கிறதே! இந்த உப்பைக்கூட!” என்று முணுமுணுத்துக்கொண்டு அவர் உள்ளே சென்றார்.

அப்போதுதான் காக்கையன் தன் வாயில் தாங்க முடியாத கரிப்பை உணர்ந்தது. அதற்கு அந்தளவு பசி இருந்ததால், கிடைத்த பொருளை சுவைத்துப் பார்க்காமலேயே பாதிக்கும் மேல் விழுங்கிவிட்டது. அதற்கு சோர்வும் தலைசுற்றலும் ஏற்பட்டது. உப்பின் பாதிப்பு அதன் உடல் முழுதும் பரவியது. உப்பு சேர்த்த உணவுப் பொருட்கள் அதற்கு மிகவும் பிடிக்கும் என்றாலும், இவ்வளவு அதிகமாக தனி உப்பை அது ஒருபோதும் விழுங்கியதில்லை. அது எப்படியோ குப்பைமேட்டுக்கு வந்து அங்கேயே துவண்டு விழுந்தது.

அறைகுறைப் பிரக்ஞையுடன் அப்படிக் கிடக்கும்போது, அதன் ஆழ்மனதிலிருந்து ஒரு பயம் எழுந்தது. இப்போது கரிமிக் காகமோ, ஒற்றைக்கண் காகமோ, நொண்டிக் காகமோ மற்ற காகங்களோ அதைப் பார்த்தால் பெரிய பிரச்சினை ஏற்பட்டுவிடும். காக்கை உடம்புக்கு முடியாமல் கிடக்கிறது என்று அவற்றுக்குப் புரிந்துவிடும். உடனே அவை காக்கையனைக் கொத்திக் கொல்ல முயலும். இப்படி முடியாமல் கிடப்பவை மற்றவற்றுக்கு ஒரு பாரமாகும் என்பதால், காக்கைகள் ஒருபோதும் அவற்றை விட்டுவைப்பதில்லை. “கடவுளே! இப்போது எந்தக் காகமும் இந்தப் பக்கம் வரக் கூடாது” என்று காக்கையன் வேண்டிக்கொண்டது.

உச்சி வெயிலின் கடுமை அதிகரித்துவந்தது. காக்கையன் அப்படியே தளர்ந்து தலை தொங்க அமர்ந்திருந்தது. குடிப்பதற்குக் கொஞ்சம் தண்ணீர் கிடைத்தால் நன்றாக இருக்கும் என்று அதற்குத் தெரியும். ஆனால் ஊர்ந்து சென்று தண்ணீர் தேடிக் குடிக்க முடியாது. அதனால் அது அசையவில்லை.

"காக்கையா, காக்கையா!" யாரோ அழைப்பதைக் கேட்டு அது மெல்லத் தலை தூக்கிப் பார்த்தது. நாய் சிவப்பன் இரக்கத்துடன் பார்த்து நிற்கிறது.

"உனக்கு என்ன ஆயிற்று காக்கையா?"

"உப்பைத் தின்றுவிட்டேன்." காக்கையன் பலவீனமான குரலில் முனகியது.

"உப்பா?" சிவப்பன் குபீரென்று சிரித்துவிட்டது. "நீ எதற்கடா முட்டாளே உப்பைத் தின்றாய்?"

"தெரியாமல் இப்படி நடந்துவிட்டது..."

சிவப்பன் சற்று நேரம் ஏதும் பேசாமல் நின்றது. பிறகு வராந்தாவுக்கு ஏறி குப்பையின் ஓரத்தில் வைக்கப்பட்டிருக்கும் தண்ணீர்க் குடத்தை குப்பையின் மீது சாய்த்தது. குளிர்ந்த நீரில்

காக்கையன் முங்கிக் குளித்தது. அது முதலில் சற்று நடுங்கியது என்றாலும் பிறகு மிகவும் நன்றாக இருந்தது. இறக்கைகளில் பற்றிக்கொண்டிருக்கும் நீர்த் துளிகளை உதறிவிட்டுக்கொண்டு அது குப்பையில் ஓடும் தண்ணீரைக் குடித்தது.

குடம் சாய்ந்து விழுந்த சத்தம் கேட்டிருக்க வேண்டும், சுமதிக்குட்டியும் சின்னம்மாவும் ஓடி வந்தார்கள்.

"கடவுளே! குடம் விரிசல்விட்டுவிட்டதே. நல்ல வெண்கலக் குடம், என்ன ஆபத்து வரப்போகிறதோ தெரியவில்லையே! குடம் உடைவது கெட்ட சகுனமாயிற்றே." சின்னம்மா அழப்போவதைப் போலச் சொன்னார்.

காக்கையனும் சிவப்பனும் ஒன்றை ஒன்று பார்த்துக்கொண்டன. வெண்கலக் குடம் உடைவது கெட்ட சகுனம் என்று அவற்றுக்குத் தெரியாது. காக்கையனுக்கு மயக்கம் தெளியவைப்பதற்காக

குடத்தை சாய்க்கும்போது, அது உடையும் என்று சிவப்பன் எதிர்பார்க்கவில்லை. அது வருத்தமுற்றது.

காக்கையனின் உடல்நிலை பெரும்பாலும் சீராகிவிட்டது. பறப்பதற்கு சிரமமாக இருந்தாலும் அது மெல்லப் பறந்து சென்றது.

கண்ணன்பூனை, பொன்னன்பூனையுடன்வாசலில்பூனையம்மா நிற்கிறது. அது, எப்படி எலி பிடிக்க வேண்டும் என்று தன் குட்டிகளுக்கு கற்றுக்கொடுத்துக்கொண்டிருக்கிறது. கண்ணன் பூனை தன் கால்களில், மெலிந்த ஒரு எலிக்குஞ்சைப் பிடித்துக்கொண்டு நிற்கிறது.

"ஓ, கண்ணன் கெட்டிக்காரப் பூனைக்குட்டியாகிவிட்டதே! எலி பிடிக்கவெல்லாம் தெரியும், அப்படித்தானே? இது எங்கிருந்து கிடைத்தது?" என்றபடியே காக்கையன் பக்கத்தில் சென்று அமர்ந்தது. கண்ணன் பூனை, காக்கையனை சந்தேகத்துடன் பார்த்தது. எலிக்குஞ்சு சற்றுத் துடித்தது.

பூனையம்மா சொன்னது:

"நாங்கள் இப்போது மதியத்திலும் இரவிலும் களஞ்சிய அறையில்தான்படுக்கிறோம். அரிசியையும்மற்ற பொருட்களையும் தின்பதற்கு நிறைய எலிகளும் பூச்சிகளும் வெளியே வரும். கண்ணனும் பொன்னனும் இப்போது பெரிய எலிகளைக்கூட பிடித்துவிடுவார்கள். நான் எல்லாவற்றையும் சொல்லிக்கொடுத்திருக்கிறேன். இதெல்லாம் அவசியம் தெரிந்து வைத்திருக்க வேண்டும் அல்லவா. எப்படியெல்லாம் வாழ வேண்டியிருக்கும் என்று சொல்ல முடியாதே. என்றும் பாலும் தயிரும் நெய்யும் கிடைத்துக்கொண்டிருக்கும் என்று நம்ப முடியுமா?"

பூனையம்மாவின் அறிவையும் தைரியத்தையும் பார்த்து காக்கையனுக்கு வியப்பாக இருந்தது. அத்துடன், இன்னும் பறக்கத் தெரியாத தன் குஞ்சுகளை நினைத்துப்பார்த்தது. அவற்றுக்குப் பசிக்குமே என்று கவலைப்பட்டது.

எலிக்குஞ்சு இப்போது துடிக்கவில்லை. அது, கண்ணன் பூனையின் கூர்மையான நகங்களால் அடிபட்டு செத்துவிட்டது.

கண்ணன் பூனை தன் முன்கால்களை எலியின் உடலிலிருந்து எடுத்து நக்கித் துடைத்து சுத்தமாக்கத் தொடங்கியது.

அப்போதுதான் காக்கையனுக்கு திடீரென்று அந்த தந்திரம் தோன்றியது. அது மேற்கொண்டு எதுவும் யோசிக்கவில்லை. எலிக்குஞ்சை அப்படியே லாவிக்கொண்டு பறந்தது. பூனையம்மாவும் அதன் குட்டிகளும் துடித்தெழுந்தன. ஆனால், அப்போது காக்கையன் வெகு உயரத்துக்குப் பறந்துவிட்டது.

எலிக்குஞ்சை சிறுசிறு துண்டுகளாக்கி தன் செல்லக் குழந்தைகளின் சிவந்த வாயில் ஊட்டும்போது காக்கையன் யோசித்தது:

"பூனையம்மாவும் அதன் குழந்தைகளும் என்றென்றும் எனக்கு எதிரிகளாகிவிட்டார்கள். ஆயினும் என் குழந்தைகளுக்கு ஒருவேளை உணவாவது கிடைத்ததே அது போதும்."

●

சர்க்கஸ்காரன்

புள்ளிப்பூனை மிகவும் கஷ்டப்பட்டுவிட்டது என்றுதான் சொல்ல வேண்டும். அக்கம்பக்கம் இருக்கும் வீட்டுக்காரர்களெல்லாம் இப்போது மிகவும் கவனமாக இருக்கிறார்கள். பாலையும் மோரையும் வெண்ணெயையும் பூட்டி வைக்கிறார்கள். அது மட்டுமல்ல, ஏதேனும் சத்தம் கேட்கிறதா என்று எப்போதும் கவனிக்கிறார்கள். ஏதாவது மெல்லிய சத்தம் கேட்டாலும் போதும், உடனே கையில் கிடைத்த பொருளை எடுத்து எறிகிறார்கள். அந்தப் புள்ளிப்பூனை பலமுறை நிறைய அடி உதை வாங்கியிருக்கிறது. இதுபோன்று ஒரு முறை அடி வாங்கிய புள்ளிப்பூனை, தன் எலும்புகளெல்லாம் உடைந்து நொறுங்கிவிட்டனவோ என்று பயந்துபோனது. இதற்கும் அதிகமாக ஏதும் நடக்காதது அதிர்ஷ்டம்தான்.

தன் தங்கை பூனையம்மாவைப்போல யார் வீட்டுப் பூனையாகவோ இருப்பதற்கு புள்ளிப்பூனைக்கு விருப்பமில்லை. வீட்டுப் பூனையாக ஆகிவிட்டால் சுதந்திரம் போய்விட்டது என்று அர்த்தம். வீட்டுக்காரர்களுக்கு விருப்பமானபோது செல்லம் கொஞ்சுவார்கள், தின்பதற்குத் தருவார்கள். ஆனால் அவர்கள் சொல்வதையெல்லாம் கேட்டு நடந்து ஒரு அடிமையைப்போலக் கிடக்க வேண்டும். அதெல்லாம் புள்ளிப்பூனையால் முடியாது.

புள்ளிப்பூனை சந்து வழியே நடந்து சாலைக்கு வந்தது. எவ்வளவு கார்களும் பேருந்துகளும் லாரிகளும் போகின்றன! இந்த

விரைவான போக்குவரத்தில் சாலையைக் குறுக்கே கடப்பதற்கு புள்ளிப்பூனை பயந்தது. பாய்ந்து வரும் இதுபோன்ற வாகனங்களில் அடிபட்டு அதைப்போன்ற பூனைகள் மட்டுமல்ல, நாய்களும் பசுக்களும்கூட நசுங்கிச் செத்திருப்பதை அது பார்த்திருக்கிறது. அதனால், என்ன செய்வது என்று தெரியாமல் அது ஒரு மைல் கல்லின் மீது ஏறி அமர்ந்துகொண்டது.

சொல்லி முடிக்கவில்லை, அதோ பார்த்தீர்களா? ஒரு சேவல் காரில் அடிபட்டுவிட்டது. சேவல், தாங்க முடியாத வலியுடன் சிறகுகளைப்போட்டு அடித்துக்கொண்டு சாலை ஓரத்துக்குச் சென்றது. அங்கே கிடந்து செத்துவிட்டது. புள்ளிப்பூனை மெதுவாக சேவலிடம் சென்றது. பக்கத்தில் பார்த்தபோதுதான், அது தையல்காரர் சுப்பிரமணி வளர்க்கும் நீலச் சேவல் என்று அதற்குத் தெரிந்தது. நேற்று புள்ளிப்பூனைக்கு நீலச் சேவலுடன் ஒரு மோதல் ஏற்பட்டது. எவ்வளவு பகட்டாகவும் மிடுக்காகவும் இருந்தது நீலச் சேவல்! புள்ளிப்பூனை பக்கத்தில் சென்றபோது, அது கோழிக்குஞ்சுகளைப் பிடிக்கத்தான் வருகிறது என்று சந்தேகப்பட்டு சேவல் அதன் மூக்கிலேயே கொத்தி விரட்டியது.

புள்ளிப்பூனை சேவலை நோக்கி வருவதை தையல்காரர் சுப்பிரமணி பார்த்துவிட்டார். அவர் வீட்டுக்குள்ளிருந்து தாவி இறங்கி ஓடி வந்தார். புள்ளிப்பூனையை உதைத்துத் தள்ளிவிட்டு சேவலைத் தூக்கிக்கொண்டு வீட்டுக்குள் போனார்.

புள்ளிப்பூனைக்கு மிகவும் வலித்தது. சுவை பார்க்க சேவலும் கிடைக்கவில்லை, உதைதான் கிடைத்தது! அது சாலை ஓரமாக துயரத்துடன் நடந்து சென்றது.

மைதானத்துக்குப் பக்கத்தில் வந்தபோது அது ஒரு காட்சியைப் பார்த்தது. பருத்துக் கொழுத்த மூன்று நான்கு குதிரைகள் புல் தின்றுகொண்டிருந்தன. இரண்டு மூன்று பெரிய யானைகளும் இருக்கின்றன. அடடா, இது என்ன பிராணி? ஒட்டகமோ? நாய்களும் இருக்கின்றனவே! தாடையைத் தரையில் வைத்துப் படுத்து இளம் வெயில்காயும் ஒரு கறுப்பு நாயின் அருகே புள்ளிப்பூனை சென்றது.

“இது என்ன?” புள்ளிப்பூனை ஆர்வத்துடன் கேட்டது.

கறுப்பு நாய் அதை அலட்சியமாகப் பார்த்துச் சொன்னது, "சர்க்கஸ்!"

புள்ளிப்பூனைக்குப் புரிந்துவிட்டது. அது சர்க்கஸைப் பற்றி நிறையக் கேள்விப்பட்டிருக்கிறது. சர்க்கஸ் பூனையாக இருந்த சின்னனிடம் அதற்கு நேரடிப் பழக்கம் உண்டு. சின்னன் பூனைக்கு பல வித்தைகள் தெரியும். எல்லோருக்கும் அதன் மீது எவ்வளவு மரியாதை!

"அண்ணே, நீங்கள் சர்க்கஸ் நாயா? உங்களுக்கு என்னென்ன வித்தைகள் தெரியும்?" புள்ளிப்பூனை கேட்டது.

"கம்பி மேல் நடப்பது, மோட்டார் சைக்கிள் ஓட்டுவது, வெடி வெடிப்பது, கணக்கு கூட்டுவது – இவையெல்லாம் எனக்குத் தெரியும், தம்பி." நாய் பெருமையுடன் சொன்னது.

"இவையெல்லாம் செய்தால் உங்களுக்கு என்ன தருவார்கள் அண்ணே?"

“வயிறு நிறையப் பாலும் மாமிசமும் நெய்யில் பொரித்த ரொட்டியும் தருவார்கள்.”

புள்ளிப்பூனையின் வாயில் நீர் ஊறியது. ‘கடவுளே! இதுதான் சொர்க்கம்! இவ்வளவு சுகபோக வாழ்க்கையாக இருந்தும் சின்னன் பூனை ஏன் சர்க்கஸிலிருந்து தப்பிச் சென்றதோ தெரியவில்லை.’

“நீ எங்கள் சர்க்கஸில் சேர விரும்புகிறாயா, தம்பி?” கறுப்பு நாய் கேட்டது.

“என்னை சேர்த்துக்கொள்வார்களா, அண்ணே?” புள்ளிப்பூனை ஆசையுடன் நாயைப் பார்த்தது.

“சேர்க்கக்கூடும். எங்களிடம் ஒரு பூனை இருந்தது. நேற்று அது திடீரென்று இறந்துவிட்டது. இப்போது எங்களுக்கு ஒரு பூனை தேவைப்படுகிறது.”

“அண்ணே, நான் என்னென்ன வேலைகள் செய்ய வேண்டும்?”

“இரண்டு காலில் நடப்பது, கால்களை மேலே தூக்கிக்கொண்டு கம்பி மேல் மல்லாந்து படுத்திருப்பது, கிளியை முதுகில் வைத்துக்கொண்டு ஊஞ்சலாடுவது, தீ எரியும் வளையத்தினுள்ளே தாவுவது... நீ இவ்வளவு வேலைகள் செய்ய வேண்டியிருக்கும், தம்பி.”

“இதெல்லாம் என்னால் செய்ய முடியும் என்று தோன்றவில்லை, அண்ணே.” புள்ளிப்பூனை ஏமாற்றத்துடன் சொன்னது.

“நீ நினைப்பதுபோல இந்த விஷயங்களெல்லாம் கஷ்டம் இல்லை. மிக விரைவில் கற்றுக்கொள்ளலாம். கற்றுக்கொண்டால் பிறகு சுலபம்தான்.”

புள்ளிப்பூனை சந்தேகத்துடன் கூடாரத்தினுள் எட்டிப் பார்த்தது. அவற்றையெல்லாம் பார்த்தபோதே அதற்குப் பயமாக இருந்தது.

ரயில் பெட்டிகளைப்போன்ற பெரிய கூண்டுகளில் உறுமிக்கொண்டிருக்கும் சிங்கம், புலி, கரடி ஆகியவற்றைப் பார்த்து அது நடுங்கியது. கூண்டுகளில் இருக்கும் கிளிகளைப் பார்த்தபோது அதற்கு வாயில் நீர் ஊறியது. அது ஒரு பறவைக் கூண்டுக்குக் கீழே சென்று நின்று மேலே பார்த்துக்கொண்டிருந்தது. கிளிகள் 'காக்கிலி பூக்கிலி' என்று கத்தின.

கிளிகள் கத்தும் ஓசையைக் கேட்டு, கறுப்பான ஒரு குண்டு மனிதன் வந்தான். புள்ளிப்பூனையைப் பார்த்தபோது அவன் மகிழ்ச்சியடைந்தான். உடனே உள்ளே சென்றான்.

புள்ளிப்பூனை குறிபார்த்து கிளிக் கூண்டின் மீது தாவத் தயாரானது. அந்த நேரத்தில் குண்டன் அதை நோக்கி சுருக்கு வீசிவிட்டான். புள்ளிப்பூனையின் கழுத்தில், உறுதியான மெல்லிய கயிறால் ஆன சுருக்கு விழுந்து இறுகிவிட்டது.

புள்ளிப்பூனை அலறியது. குண்டன் பக்கத்தில் வந்தபோது உறுமிக்கொண்டு பிறாண்ட முற்பட்டது. வாய் திறந்து சீறி கடிக்கச் சென்றது. ஆனால் அவன் புலிகள், சிங்கங்களின் சீறலுக்கும் பிராண்டலுக்கும்கூட பயப்பட மாட்டான்; ஒரு சாதாரண பூனைக்குப் பயப்படுவானா? சற்று நேரத்துக்குப் பிறகு புள்ளிப்பூனைதான் களைப்படைந்ததே தவிர, அவன் புத்துணர்ச்சியுடன் இருந்தான்.

அதற்குப் பிறகுதான் புள்ளிப்பூனையின் கஷ்டகாலம் ஆரம்பித்தது. குண்டன் அதை ஒரு ஊஞ்சலின் மீது உட்கார வைத்து ஆட்டத் தொடங்கினான். புள்ளிப்பூனை மிகவும் அச்சமடைந்தது. ஊஞ்சலை ஆட்டத் தொடங்கினால் அது பயந்து தரைக்குத் தாவும். அப்போது அவன் சிறிய சாட்டையால் அதை அடிப்பான். அப்படி ஐந்தாறு முறை அடி வாங்கிய பிறகு, ஊஞ்சலிலிருந்து தரைக்குத் தாவக் கூடாது என்று அதற்குப் புரிந்தது.

அதற்குப் பிறகு, எரியும் வளையத்தினுள் அதைத் தாவச் செய்வதற்கு குண்டன் முயன்றான். எவ்வளவுதான் அடி வாங்கினாலும் புள்ளிப்பூனை அந்த சாகசத்தைச் செய்வதற்குத் தயாராக இல்லை. சுற்றிலும் எரிந்துகொண்டிருக்கும் பிழம்புகளின் நடுவில் எப்படித் தாவ முடியும்? சுட்டுவிடாதா? அடி வாங்கி தாங்க

முடியாத வலி ஏற்படும்போது அது தாவ முற்படும். ஆனால், தீயின் அருகே சென்றவுடன் தைரியம் வராமல் பின்வாங்கிவிடும்.

ஆனால், குண்டன் விடுவதாகத் தெரியவில்லை. அவன் புள்ளிப்பூனையை அடித்தும் குத்தியும் கடைசியில் நெருப்பு வளையத்தினுள் தாவும்படிச் செய்தான். புள்ளிப்பூனை உரக்க அலறிக்கொண்டு வளையத்தினுள் வேகமாகத் தாவியது.

முதல் முறை தாவி முடித்தபோது அதன் பயம் குறைந்தது. உண்மையில், நினைத்ததுபோல இதில் பயப்படுவதற்கு ஒன்றுமில்லை. தீயின் வெப்பம் அதன் உடலில் படவே இல்லை என்று சொல்லலாம். அப்புறம் அப்புறம் அது தயக்கம் ஏதுமின்றி தாவத் தொடங்கியது.

சற்று நேரத்துக்குப் பிறகு குண்டன் விளையாட்டை நிறுத்திவிட்டு மகிழ்ச்சியுடன் புள்ளிப்பூனையைத் தடவினான். கொஞ்சம் பாலும் ரொட்டியும் கொண்டு வந்து கொடுத்தான்.

புள்ளிப்பூனை மிகவும் பெருமையுடன் அதையெல்லாம் சாப்பிட்டது. இனி புள்ளிப்பூனையின் புகழ் பரவும். எத்தனை ஆயிரம் மக்கள் அதன் வித்தைகளைப் பார்க்க வருவார்கள்! சர்க்கஸ் பூனையாக ஆவது இவ்வளவு சுலபம் என்று அது நினைத்துப் பார்க்கவில்லை. இந்த விவரங்களையெல்லாம் தன் நண்பர்களிடம் சொல்வதற்காக அது கூடாரத்துக்கு வெளியே செல்ல முயன்றது. ஆனால், குண்டன் அனுமதிக்கவில்லை. அவன் அதைப் பிடித்து கிளிக்கூண்டுபோன்ற சிறிய கூண்டில் அடைத்தான்.

அப்போதுதான் புள்ளிப்பூனைக்கு, ஒரு வீட்டுப் பூனைக்கு இருக்கும் சுதந்திரம்கூட தனக்கு இல்லையென்று புரிந்தது.

●

யார் திருடன்?

வீட்டில் பெரிய களேபரம். தினமும் பெரிய அளவில் பொருட்கள் திருட்டுப்போகின்றன. யார் திருடிச் செல்கிறார்கள் என்று தெரியவே இல்லை! காலையில் எழுந்து பார்க்கும்போதுதான், முதல் நாள் இரவு உறையூற்றி வைத்திருந்த கட்டித் தயிரை யாரோ துளிகூட மிச்சம் வைக்காமல் குடித்துச் சென்றிருப்பது தெரியும். உறியில்* மூடி வைத்த பானையில் இருந்த சோறு கொஞ்சம்கூட மிச்சமிருக்காது. சில சமயம், பரணில் பரப்பி பழுக்க வைக்கப்பட்டிருந்த மாங்காய்களின் கொட்டைகள் மட்டும்தான் மிச்சமிருக்கும். இந்த திருட்டு வேலைகளையெல்லாம் செய்வது யார்? சின்னம்மாவும் எஜமானும் – பூனையம்மாவையும் சிவப்பனையும் தொழுவத்தில் கட்டிக் கிடக்கும் பசு வெள்ளையம்மாவைக்கூட மாறிமாறி குற்றம் சாட்டுகிறார்கள். பூனையம்மாவுக்கும் சிவப்பனுக்கும் வெள்ளையம்மாவுக்கும் மிகவும் கஷ்டமாகப்போய்விட்டது. எப்படியாவது திருடனைப் பிடிக்கவில்லை என்றால் தங்கள் பெயர் கெட்டுவிடும் என்று அவை புரிந்துகொண்டன.

மதியப்பொழுது கடந்த நேரம். வெள்ளையம்மா தொழுவத்தில் படுத்து அசைபோட்டுக்கொண்டிருக்கிறது. அதுவும் அதன்

---

* **உறி:** உத்தரத்திலிருந்து தொங்கவிடப்பட்டிருக்கும், கயிற்றால் ஆன கூம்பு வடிவ அமைப்புதான் உறி. உணவுப் பொருட்கள் இருக்கும் பானைகளை, நாய், பூனைபோன்ற பிராணிகளுக்கு எட்டாதபடி இந்த உறியில் வைத்திருப்பார்கள்.

கன்றுக்குட்டி பொன்னுமணியும்தான் மாங்காய்களைத் தின்கின்றன என்று பலரும் சொல்லிக்கொண்டு அலைகிறார்களாம்! வீட்டுக்கு உள்ளே சமையலறைக்கு மேலே உள்ள பரணில் பரப்பிய மாங்காய்களை, தொழுவத்தில் வரிந்து கட்டப்பட்டுக் கிடக்கும் வெள்ளையம்மா எப்படித் தின்ன முடியும்? அதுவும் வாழ்க்கையில் ஒருமுறைகூட வீட்டுக்குள் காலடி எடுத்து வைத்திராத வெள்ளையம்மா.

சிவப்பன் மெதுவாக வந்து தொழுவத்தின் முன்னால் வாசலில் அமர்ந்தது. பிறகு மிகவும் துயரத்துடன் ஆகாயத்தைப் பார்த்து நீட்டி முழக்கி குரைத்தது.

“என்ன ஆயிற்று சிவப்பா?” வெள்ளையம்மா கேட்டது.

“என்னத்தைச் சொல்வது வெள்ளையம்மா. உன் மீது குற்றம் சொல்வதுபோன்றுதான் என்னையும் திட்டுகிறார்கள். அடுப்பு மேடையின் மீது நேற்று இரவு மூடி வைத்திருந்த பழைய சோறு இன்று காணவில்லையாம். நான்தான் தின்றேன் என்றும் என் வயிறு பத்தாயம்போன்று பருத்திருக்கிறது என்றும் நான் இன்று காலையில் சாப்பிடாததற்குக்காரணம் இதுதான்என்றும் பேசிக்கொள்கிறார்கள்” என்றது சிவப்பன்.

“நீ ஏன் காலையில் சாப்பிடவில்லை?”

“எனக்கு ஏதோ நான்கு நாட்களாக நாக்கு சரியில்லை. வயிற்றில் ஏதாவது நாக்குப்பூச்சி தொந்தரவோ என்னமோ. இவர்கள் வழக்கமாகத் தரும் சோறும் மாமிசமுமே எனக்குத் தேவைப்படவில்லை. அப்புறம் எங்கே நான் குளிர்ந்த பழைய சோற்றைத் திருடித் தின்னப்போகிறேன்.”

வெள்ளையம்மா எழுந்து நின்றது: “யார் திருடன் என்று கண்டுபிடிக்காவிட்டால் நமக்கெல்லாம் கெட்ட பெயர் வந்துவிடுமே.”

“எப்படிக் கண்டுபிடிப்பது?” பூனையம்மா இப்படிக் கேட்டுக்கொண்டு வைக்கோல் குவியலிலிருந்து இறங்கி வந்தது. வெள்ளையம்மா எரிச்சலுடன் அதைப் பார்த்தது. இந்தப் பூனை எப்போதும் வைக்கோலில்தான் வந்து படுத்துத் தூங்குகிறது.

வைக்கோலின் மீது அதன் சிறுசிறு ரோமங்கள் கிடக்கும். சொல்லி என்ன பயன்? எத்தனை முறைதான் சொன்னாலும் பூனையம்மா மீண்டும் மீண்டும் அப்படித்தான் செய்கிறது.

“உன் மீதும் குற்றம் சொல்கிறார்களா பூனையம்மா?” சிவப்பன் கேட்டது.

“அப்புறம் என்ன? உறியிலிருந்து பால் பாத்திரத்தைத் தட்டிவிட்டு நான்தான் பால் முழுவதையும் குடித்தேனாம்! எனக்குத் தெரியவே தெரியாது. என் பிள்ளைகள் கண்ணனையும் பொன்னனையும் ஆட்கள் வந்து கொண்டுபோன பிறகு எனக்கு அந்தளவு பால் தேவைப்படவில்லை. ஆயினும், பாலைத் திருடிக் குடிக்கும் பழக்கமே எனக்கு இல்லை.”

“அடடே! நீ ரொம்ப நல்ல பூனைதான்” மரத்தின் மேலிருந்து பூவாலன் அணில் சிரித்தது. அதன் பக்கத்தில் காக்கையனும்

இருந்தது. பூனையம்மாவுக்கு மிகவும் அவமானமாகப்போய்விட்டது. அது பூவாலனையும் காக்கையனையும் பார்த்து உறுமியது.

"அதெல்லாம் இருக்கட்டும். இப்படித் திருடுவது யார் என்று கண்டுபிடிக்காமல் இருக்க முடியாதே." சிவப்பன் சொன்னது.

"புள்ளிப்பூனையாகவோ வரிப்பூனையாகவோ இருக்குமோ?" வெள்ளையம்மா சந்தேகப்பட்டது.

“நிச்சயமாக இல்லை.” காக்கையன் சொன்னது: “வரிப்பூனை லாரியில் அடிபட்டு செத்துக் கிடப்பதை நான் பார்த்தேனே. புள்ளிப்பூனையை சமீபத்தில் இந்தப் பக்கமே பார்க்கவில்லை.”

“புள்ளிப்பூனை ஒரு சர்க்கஸில் சேர்ந்திருக்கிறது. அது மிகவும் நன்றாக இருக்கிறதாம். என்னையும் கூப்பிட்டது. ஆனால், நான் போகவில்லை. புள்ளிப்பூனையை நம்ப முடியாது. அது எப்போதும் பொய்தான் சொல்லும்.” பூவாலன் அணில் சொன்னது.

“அப்புறம் யாராக இருக்கும்? சக்கி நாய் இங்கே வருவதுண்டா சிவப்பா?” பூனையம்மா கேட்டது. சக்கி நாய், சிவப்பனின் தங்கை. ஒரு கூலித் தொழிலாளிதான் அதன் எஜமான்.

“அது இப்போது ஊரிலேயே இல்லையே.” சிவப்பன் பிடிக்காததுபோன்று சொன்னது.

“இருந்தாலும் மாங்காய் தின்பது அதுவாக இருக்காது, நிச்சயம்.” பூவாலன் சிரிக்கத் தொடங்கியது: “நாய்கள் எங்காவது மாங்காய் தின்பதுண்டா?”

“கோல்வால் எலியாக இருக்குமோ, என்னமோ.” காக்கையன் ஆலோசனை சொன்னது.

“நான் உயிருடன் இருக்கும்போது கோல்வால் எலி வீட்டுக்குள் வந்துவிடுமா என்ன?” பூனையம்மா பெருமையுடன் சொன்னது.

“யாராக இருந்தாலும் நாம் கண்டுபிடித்தே தீரவேண்டும்!” சிவப்பன் உறுதியுடன் சொன்னது.

எப்படிக் கண்டுபிடிப்பது? எல்லாம் சேர்ந்து யோசித்தன. தூங்காமல் விழித்திருந்து காவலிருப்பதால் பயன் ஒன்றும் இல்லை என்று தெரிந்துவிட்டது. அப்படி காவல் காக்கும் நாட்களில் திருடன் வருவதே இல்லை. சில நாட்கள் கழித்து தூக்கக் கலக்கத்தால் சற்று கண்ணசந்தால் போதும், அன்றே அந்த திருட்டுப் பிராணி வந்து எல்லாவற்றையும் திருடித் தின்றுவிட்டுப் போய்விடும். ஆயினும் அந்த ஒரு வழியைத்தான் முயற்சி செய்துபார்க்க வேண்டும். நீண்ட நேரம் யோசித்தும் யாருக்கும் வேறு வழி எதுவும் தெரியவில்லை. மாலை நேரமானதால் காக்கையனும் பூவாலனும் போய்விட்டன.

பூனையம்மா வீட்டுக்குள்ளும் சிவப்பன் வாசலுக்கும் திரும்பிச் சென்றன. வெள்ளையம்மா வைக்கோலைக் கொறித்தபடி யோசித்துக்கொண்டு படுத்திருந்தது.

வீட்டில் உள்ளவர்களெல்லாம் இரவில் படுத்துவிட்ட பிறகு, சிவப்பன் ஓசையெழுப்பாமல் சென்று சமையலறை வராந்தாவில் படுத்தது. எலியாக இருந்தாலும் பெருச்சாளியாக இருந்தாலும் அசைந்தால் தெரிந்துவிடும் என்ற நம்பிக்கை அதற்கு.

சற்று நேரம் சென்றது. ஒவ்வொரு இலை அசையும்போதும் சிவப்பனுக்கு குரைக்காமல் இருக்க முடியாது என்று தோன்றியது. ஆனால் அது கஷ்டப்பட்டு தன்னைக் கட்டுப்படுத்திக்கொண்டது. குரைத்துக்கொண்டே இருந்தால் அந்த திருட்டு விலங்கு வராது. பிறகு எப்படி அதைப் பிடிக்க முடியும்? எனவே அது மூச்சை அடக்கிக்கொண்டு படுத்திருந்தது.

திடீரென்று சமையலறையில் பயங்கர ஓசையுடன் பாத்திரங்கள் விழுவதை சிவப்பன் கேட்டது. அப்போது சமையலறை விளக்குகள் பிரகாசித்தன. சிவப்பன் குரைத்துக்கொண்டு சமையலறைப் படியில் கால் வைத்து நின்றிருந்தது.

சிவப்பன் அளவு பருமனுடைய பெரியதொரு மரநாய் பரணிலிருந்து தாவி வாசலில் இறங்கிப் பாய்ந்தோடியது. "பிடி சிவப்பா, பிடி அதை!" என்று கத்திக்கொண்டே சின்னம்மா சிவப்பனின் அருகே வந்தார்கள். சிவப்பன் மரநாய் சென்ற வழியில் பாய்ந்தோடியது. ஆனால், அப்போது அந்த மரநாய் மந்திரவாதியைப்போல பார்வையிலிருந்து மறைந்துவிட்டது.

"நான் எத்தனை நாட்கள் பதுங்கியிருந்து பார்க்கிறேன்! இன்றுதான் கண்டுபிடித்தேன். புலிபோன்ற ஒரு மரநாய்!" சின்னம்மா எஜமானிடம் சொன்னார்கள்.

"இனி சமையலறையில் எதுவும் வைக்க வேண்டாம். எல்லாவற்றையும் களஞ்சிய அறையில் வைத்துப் பூட்டு." எஜமான் சொன்னார்.

"அப்படித்தான் செய்ய வேண்டும். இவ்வளவு காலம் மரநாயின் தொந்தரவு இல்லை. நாயும் பூனையும் காக்கையும் அணிலும்

எலியுமெல்லாம்தான் இருந்தன. இப்போது இன்னும் ஒன்று வந்து சேர்ந்திருக்கிறது.'' சின்னம்மா கதவைச் சாத்தினார்.

அந்த திருட்டு மரநாயால் வந்த கெட்ட பெயரைப் பற்றி யோசித்தபடியே சிவப்பன் வராந்தாவில் வந்து படுத்தது. “கேட்டாயா? யார் என்ன செய்தாலும் குற்றம் நம் மீதுதான்!'' பூனையம்மா பக்கத்தில் வந்து மெதுவாகச் சொன்னது.

சிவப்பன் முனகியது, அவ்வளவுதான். பூனையம்மா சொன்னது சரிதான் என்றாலும், அதை நினைத்துக் கவலைப்பட்டு என்ன ஆகப்போகிறது?

•

அணிலுக்கு வயிற்றுவலி

பூவாலன் அணிலுக்கு கொஞ்சம் நாட்களாக உடல்நிலை சரியில்லை. அடிக்கடி வயிறு வலிக்கிறது. கொஞ்சம் துள்ளித் தாவி ஓடினால் களைப்பாக இருக்கிறது. வால் ரோமங்கள் சற்று உதிர்கின்றனவோ என்றும் ஒரு சந்தேகம். என்னென்னமோ செய்து பார்த்தும் குணமாகவில்லை. என்ன செய்வது என்று தெரியாமல் அது நெல்லி மரத்தின் மீது அமர்ந்து யோசித்துக்கொண்டிருந்தது.

வாசலில் நந்தியாவட்டைச் செடியின் நிழலில் பூனையம்மா கைகால்களை நீட்டி ஓய்வாகப் படுத்துக் கிடக்கிறது. அது கண்களை மூடித்தான் படுத்திருக்கிறது என்றாலும் அது தூங்கவில்லை என்று பூவாலனுக்குத் தெரியும். அது மெதுவாக பூனையம்மாவின் பக்கத்தில் சென்று கத்தியது.

"என்ன வேண்டும் பூவாலா? எங்காவது படுத்துக் கொஞ்சம் களைப்பைப் போக்கிக்கொள்ளலாம் என்று வந்தால், யாருக்கும் அது பிடிக்கவில்லை. அடுப்பு மேடையில் படுத்தால் வீட்டுக்காரர்கள் திட்டித் துரத்துவார்கள். திண்ணையில் இருக்கும் கயிற்று மெத்தையில் படுப்பதற்கு சிவப்பனின் அனுமதி வேண்டும். குப்பைமேட்டில் படுக்கலாம் என்று நினைத்தால், தன் பிள்ளைகளுடன் சேர்ந்து கத்திக்கொண்டிருக்கும் காக்கையனின் ஓசையைக் கேட்டு யாராவது தூங்க முடியுமா? வைக்கோல் குவியல் பக்கம் இனி எட்டிப் பார்த்தால்கூட குத்திச் சாய்த்துவிடுவேன் என்று

வெள்ளையம்மா பயமுறுத்தியிருக்கிறது. சரியென்று இங்கே வந்து படுத்தேன், என் தூக்கத்தைக் கெடுக்க நீயும் வந்துவிட்டாய்! உனக்கு என்ன வேண்டும்? இந்த நந்தியாவட்டைச் செடி உன்னுடையதா?'' பூனையம்மா கோபம் கொண்டு அலறியது.

பூவாலன் திகைத்துப்போனது: ''ஓ, என் பூனையம்மா! நீ இவ்வளவு கோபப்படும்படி நான் என்ன செய்துவிட்டேன்? இங்கே படுக்காதே என்று சொல்வதற்காக நான் இங்கே வரவில்லை. உன்னிடம் ஒரு சந்தேகம் கேட்க வேண்டும்.''

''உன் சந்தேகத்தையெல்லாம் நீயே வைத்துக்கொள். என்னிடம் சொல்லாதே. பால்பாயசம் சுவையாக இருக்குமா , எலிக்குஞ்சு சுவையாக இருக்குமா என்பதுபோன்றுதானே இருக்கும் உன் சந்தேகங்கள்? என்னை எவ்வளவு கேலி செய்தாலும் உனக்கு திருப்தி ஏற்படுவதில்லை. நான் மிகவும் பொறுமையாக இருப்பதால்தான் நீ என் தலையில் ஏறுகிறாய். ஓடிப் போய்விடு. இல்லையென்றால் உன்னை அப்படியே கவ்விவிடுவேன்.''

பூவாலன் அணில் திரும்பி நடந்தது. பூனையம்மா இன்று காலையில் யார் முகத்தில் விழித்ததோ தெரியவில்லை. என்ன சொன்னாலும் பாய்ந்து கடிக்க வந்தால் பிறகு என்ன செய்வது?''

"பூவாலா, நில். உனக்கு என்ன வேண்டும்? சொல்." பூனையம்மா பின்னிலிருந்து உரக்கச் சொன்னது: "எனக்கு உன் மீது தனிப்பட்ட முறையில் கோபம் ஒன்றுமில்லை. ஆகமொத்தம் என் மனது கொஞ்சம் சரியில்லை, அவ்வளவுதான். நீ என்னைக் கேலி செய்ய வரவில்லை என்று, உன் சோர்ந்த முகத்தைப் பார்த்த பிறகுதான் புரிந்துகொண்டேன்."

பூவாலன் திரும்பி வந்து தன் நோய் விவரங்களையெல்லாம் எடுத்துச் சொன்னது.

பூனையம்மா குபீரென்று சிரித்தது: "அட பூவாலா, நீ இவ்வளவு முட்டாளாக இருக்கிறாயே! முந்திரிப் பருப்பும் மாம்பழமும் கணக்குவழக்கு இல்லாமல் வாரித் தின்னும்போது, உடம்புக்கு முடியாமல்போகும் என்று நீ யோசித்திருக்க வேண்டாமா? நீ எல்லா அணில்களையும்போல அல்ல. நீ எப்போதும் வீட்டிலும் வாசலிலும் அலைந்துதிரிவதால் தின்பதற்கு உனக்கு நிறையக் கிடைக்கும். பார்த்ததையெல்லாம் நீ வயிறு நிறையும்வரை தின்றுவைப்பாய். நீ கொஞ்சம் கவனமாக இருந்தால் என்ன?"

பூனையம்மாவின் அறிவுரைகள் பூவாலனுக்குப் பிடிக்கவில்லை: "நீ எனக்கு அறிவுரை ஒன்றும் சொல்ல வேண்டாம், பூனையம்மா. என் வேலையை நான் பார்த்துக்கொள்கிறேன். ஏதாவது மருந்து தெரிந்தால் சொல்."

"கோபித்துக்கொள்ளாதே, பூவாலா. நான் உனக்கு நல்லது சொன்னேன், அவ்வளவுதான். கொஞ்சம் பச்சைப் புல்லை மென்று தின்றுபார். நல்ல துளிர் புல் வேண்டும். எனக்கு நேற்று முன் தினம்தான் கடும் வயிற்று வலி இருந்தது. பச்சைப் புல்லைத் தின்றேன். அதன் பிறகு சரியாகிவிட்டது. நீயும் அப்படிச் செய்துபார்."

பூவாலன் மகிழ்ச்சியுடன் வளாகத்தின் தெற்கு வேலியை நோக்கிச் சென்றது. அங்கே ஒரு மூலையில் நிறைய பசும் புற்கள் வளர்ந்திருக்கின்றன. அது ஒரு புல்லைப் பிடுங்கி வாயில் வைத்து மெல்லத் தொடங்கியது. அந்தப் புல் மிகவும் கசப்பாக இருந்தது. கசப்பாக இருந்தாலும் இருக்கட்டும் என்று அது மீண்டும் ஒரு புல்லைக் கடித்து எடுத்தது. அப்போது அதற்கு வாந்தி வந்துவிட்டது.

முன்பைவிட சோர்ந்துவிட்டது பூவாலன். பூனையம்மாவைத் திட்டிக்கொண்டே அது அங்கிருந்து நடந்தது.

மண்ணில் முன் கால்களால் குழி தோண்டி நிற்கும் நாய் சிவப்பனிடம் சென்றது பூவாலன்.

“ஓ, பூவாலனா? மிகவும் வெப்பமாக இருக்கிறது, அல்லவா? இந்த மண்ணில் படுக்கக் கூடாது. உடல் கொதித்துப்போகிறது. கொஞ்சம் தோண்டினால் ஒருக்கால், ஈரம் கிடைக்குமா என்று நினைத்து நான் வெகுநேரமாகப் பாடுபட்டுக்கொண்டிருக்கிறேன். எந்தப் பயனும் இல்லை.” சிவப்பன் சொன்னது.

பூவாலன் எதுவும் பேசவில்லை.

“உனக்கு என்ன ஆயிற்று பூவாலா? நீ ஏன் என்னிடம் எதுவும் பேசாமல் நிற்கிறாய்? என் மீது உனக்குக் கோபமா?” சிவப்பன் கவலையுடன் கேட்டது.

“எனக்குக் கோபம் ஒன்றுமில்லை சிவப்பா. களைப்பின் காரணமாக என்னால் பேச முடியவில்லை.” பூவாலன் துவண்டுபோய் அமர்ந்துவிட்டது.

“என்ன விஷயமாக இருந்தாலும் என்னிடம் சொல். நான் நல்ல வழி காட்டுகிறேன்.”

பூவாலன் தன் நோயைப் பற்றி எடுத்துச் சொன்னது.

சிவப்பன் சிரித்தது. வயிற்றுவலி வரும்படி நீ அவ்வளவு அதிகமாக என்ன தின்றாய்? ஏதாவது சிறப்பான உணவுப் பொருளை எங்கள் யாருக்கும் தராமல் நீ மட்டும் வயிறு வெடிக்கும் அளவு தின்றிருப்பாய். அப்புறம் இப்படி ஓடி வருவதில் ஏதும் அர்த்தம் இருக்கிறதா?”

பூவாலனுக்குக் கோபம் வந்தது. கடவுளே! பூனையம்மாவின் அறிவுரையைக் கேட்டு ஏற்பட்ட காதுவலியே இன்னும் போகவில்லை. இப்போது இதோ சிவப்பனும் ஆரம்பித்துவிட்டது! அது திரும்பி நடந்தது.

“கோபப்படாதே, பூவாலா நில். நான் மருந்து சொல்லிக் கொடுக்கிறேன். இளம் புற்களைத் தின்றுபார். அருகம்புல்லாக இருந்தால் நல்லது, உன் நோயெல்லாம் பட்டென்று பறந்துவிடும்.”

அவ்வளவு களைப்பாக இருந்தாலும் பூவாலன் சிரித்துவிட்டது: "சிவப்பா, இதைத்தான் பூனையம்மாவும் சொன்னது. நான் அப்படியே செய்தும்பார்த்தேன். என்ன விளைவு ஏற்பட்டது தெரியுமா? முதலில் இருந்த வயிற்றுவலிக்கு மேல் இப்போது வாந்தியும் வந்துவிட்டது. இப்போது நீயும் அதே சிகிச்சை சொன்னால் என்ன செய்வது?"

பூவாலன் மெதுவாக நடந்தது. சற்று தூரம் சென்று திரும்பிப் பார்த்தது. பாவம், சிவப்பன் வெட்கத்துடன் மேலே பார்த்துக்கொண்டு நிற்கிறது.

காக்கையன் குப்பைமேட்டின் மீதிருந்து, காக்கச்சியின் இறகுகளை அலகால் சீவி சிங்காரித்துக்கொண்டிருக்கிறது. பூவாலன் பக்கத்தில் சென்றபோது காக்கையன் சற்றுப் பார்த்ததே தவிர ஏதுவும் பேசவில்லை. பூவாலனுக்குத் துயரமும் கோபமும் ஏற்பட்டது. காக்கையன் கொஞ்சம் காலமாகத்தான் இப்படி இருக்கிறது. இப்போதெல்லாம் அதற்கு தன் சொந்த வேலைகளைத் தவிர வேறு எதைப் பற்றியும் எண்ணமில்லை. அனைவரிடமும் அன்புகொண்டிருந்த காக்கையன் இப்போது வெள்ளையம்மாவிடம்கூட அவ்வளவு நெருக்கமாக இல்லை என்று பேசிக்கொள்கிறார்கள்.

"காக்கையா?" பூவாலன் அழைத்தது.

"என்ன வேண்டும்? உன் வெட்டிப் பேச்சைக் கேட்பதற்கெல்லாம் எனக்கு இப்போது நேரமில்லை. எனக்கு ஆயிரத்தெட்டு வேலைகள் இருக்கின்றன." காக்கையன் கரைந்தது.

"நான் ஒன்றும் வெட்டிப் பேச்சு பேச வரவில்லை, காக்கையா. ஒரு விஷயம் கேட்பதற்காகத்தான் வந்தேன். உனக்கு விருப்பமிருந்தால் சொல். இல்லையென்றால் பேச வேண்டாம். அனாவசியமாக சண்டை போடாதே."

"இப்போது நீ எதற்கு துள்ளிக் குதிக்கிறாய்? விஷயம் என்னவென்று சொல்."

பூவாலன் தன் நோய் பற்றிய விவரங்களை எடுத்துச் சொன்னது.

காக்கையனும் காக்கச்சியும் சிரிக்கத் தொடங்கின. அடக்க முடியாமல் விழுந்து புரண்டு சிரித்தன. வயிறே வலியெடுக்கும்

அளவுக்குச் சிரித்தன. பூவாலனால் இதைச் சகித்துக்கொள்ளவே முடியவில்லை. எல்லோரும் இவ்வளவு ஏளனமாகச் சிரிக்கக்கூடிய ஒரு நோயா எனக்கு வந்திருக்கிறது?

"கோபப்படாதே பூவாலா. நீ சொன்னதைக் கேட்டவுடன் சிரிப்பு வந்துவிட்டது, அவ்வளவுதான். கொஞ்சம் காலமாக எங்களுக்கெல்லாம் வயிறு நிறைய உணவு கிடைக்கவில்லை. அவ்வளவு கடும் பஞ்சமாக இருக்கிறது. அதே நேரத்தில் நீ அளவுக்கு அதிகமாகத் தின்று வயிற்றுவலி வந்துவிட்டது! நீயே சொல், எப்படி சிரிக்காமல் இருப்பது? உனக்கு மருந்து சொல்வதற்கு எனக்கு மனமில்லை. இந்த அனுபவம் உனக்கு தேவைதான். அப்போதுதான் மிதமாகச் சாப்பிட வேண்டும் என்று உனக்கு அறிவு வரும்" என்று சொன்ன காக்கையன் மீண்டும் சிரிக்கத் தொடங்கியது.

"நீ இப்படியெல்லாம் சிரிக்காதே, காக்கையா. எனக்குக் கஷ்டமாக இருக்கிறது. அதிகமாகச் சாப்பிட்டு எனக்கு வயிற்றுவலி வரவில்லை. எனக்கு நேரம் சரியில்லை. அதனால்தான் வயிற்றுவலி வந்தது. உனக்கும்கூட வயிற்றுவலி வரலாம். ஜாக்கிரதையாக இருந்துகொள்" என்று சொன்ன பூவாலன் போக முற்பட்டது.

"ஐயோ, போகாதே பூவாலா. நான் சும்மா தமாஷுக்குச் சொன்னேன், அவ்வளவுதான். மருந்தெல்லாம் நான் சொல்லித் தருகிறேன். வேண்டுமென்றால் கொண்டு வந்தும் தருகிறேன். நல்ல கருவாட்டை நெருப்பில் சுட்டு இரண்டு துண்டு தின்றால் போதும். அப்புறம் வாழ்க்கை முழுதும் உனக்கு வயிற்றுவலியே வராது."

"நீ என்ன இப்படிச் சொல்கிறாய், காக்கையா? நான் மீன் தின்பதா? உன்னைப்போல என்னையும் நினைத்துவிட்டாயா?" பூவாலன் எரிச்சலுடன் சொன்னது.

"அது சரிதான். நீ மீனும் மாமிசமும் சாப்பிட மாட்டாயல்லவா. நான் அதை மறந்துவிட்டேன். ஆனால், இதைத் தவிர எனக்கு வேறு மருந்து எதுவும் தெரியாது பூவாலா. நான் என்ன செய்வது?"

"சரி, பரவாயில்லை." பூவாலன் அங்கிருந்து நடந்தது. அதற்கு அடி வயிற்றில் 'சுருக் சுருக்' என்று குத்துவதுபோன்று இருந்தது. கடவுளே, வயிற்றுவலி அதிகமாகப்போகிறதா?

தொழுவத்தில் வெள்ளையம்மாவும் அதன் கன்றுக்குட்டி பொன்னுமணியும் பேசிக்கொண்டே அசைபோட்டுப் படுத்திருக்கின்றன. பூவாலனைப் பார்த்ததும் இரண்டும் மிகவும் நட்புடன் சிரித்தன. பூவாலன் மகிழ்ந்தது.

"என்ன, பூவாலா? நீ மிகவும் சோர்வாக இருக்கிறாயே. உனக்கு என்ன ஆயிற்று?"

பூவாலன் தன் வயிற்று வலியைப் பற்றி விரிவாக எடுத்துச் சொன்னது.

வெள்ளையம்மா யோசனையுடன் சொன்னது: “பூவாலா, எனக்கு ஒரு மருந்து தெரியும். அது உனக்கு சரிப்பட்டு வருமா என்று தெரியவில்லை. அன்று ஒரு நாள் நான் பலாச்சக்கை தின்று வயிற்றுக்கு ஒத்துக்கொள்ளாதபோது, சின்னம்மா அரைத்துக் கொண்டுவந்து தந்தார்கள். அது சாப்பிட்டால் உடனே வயிற்று வலி சரியாகிவிடும் என்பது என் அனுபவம்.”

“அது என்ன மருந்து?” பூவாலன் ஆர்வத்துடன் கேட்டது.

“கொஞ்சம் சுக்கும்* ஜீரகமும் மிளகும் கரிவேப்பிலையும் ஒரு துண்டு பச்சை மஞ்சளும் சேர்த்து அரைத்த மருந்தைத்தான் நான் சாப்பிட்டேன். ஆனால், உனக்கு இதெல்லாம் அரைத்துக் கொண்டு வந்து கொடுக்க யார் இருக்கிறார்கள்? அதனால் நீ இவற்றையெல்லாம் எங்கிருந்தாவது சேகரித்துத் தின்றால் போதும். எல்லாம் சரியாகிவிடும்.”

பூவாலன் நன்றி சொல்லி நடந்தது. வெள்ளையம்மா சொன்ன மருந்து வேறு யார் சொன்ன மருந்துபோலவும் அல்ல. வெள்ளையம்மாவின் மருந்தில் பூவாலனுக்கு நம்பிக்கை இருந்தது. எல்லோரும் நன்றாக இருக்க வேண்டும் என்று நினைக்கும் நல்ல குணம் வெள்ளையம்மாவுக்கு உண்டு. ஆனால், அது சொன்ன மருந்துகளெல்லாம் எங்கே கிடைக்கும்?

சமையலறை வாசலில் நிற்கும் கரிவேப்பிலை மரத்தை நோக்கி பூவாலன் பாய்ந்து சென்றது. வீட்டுக்காரர்கள் நாள்தோறும் நிறைய இலைகளைப் பறித்தெடுப்பதால் அந்த மரம் சூம்பிப்போய் வளைந்திருக்கிறது. நான்கைந்து மெலிந்த கிளைகளில் பத்துப் பதினைந்து இலைகள்தான் இருக்கும். பூவாலன் ஒரு கரிவேப்பிலைக் கொத்தை எடுத்து தின்னத் தொடங்கியது.

அப்போதுதான் அங்கே பணிப்பெண் மாலு வந்தாள். “ச்சூ! அணில்! அணில் இதோ கரிவேப்பிலை தின்கிறது! இந்தப் பிராணிகளால் எவ்வளவு தொல்லை! ச்சூ, ச்சூ!” அவள் கையிலிருந்த விறகால் மரத்தின் மீது தட்டினாள்.

---

* **சுக்கு** - உலர்ந்த இஞ்சி

பூவாலன் தாவிக் குதித்து ஓடியது. ஒரே ஒரு இலையைத் தின்பதற்கு மட்டுமே அதற்கு வாய்ப்புக் கிடைத்தது. இப்போதைக்கு இது போதும் என்று நினைப்பதைத் தவிர வேறு என்ன செய்வது?

மாமரத்தின் அடியில் இருக்கும் நீண்ட பொந்தில்தான் கூர்முகன் எனும் பெருச்சாளி வாழ்ந்துவருகிறது. பூவாலன் அணில் பொந்தின் வாயிலுக்குச் சென்று இரண்டு மூ0ன்று கல் எடுத்து உள்ளே போட்டது. அப்போது உள்ளிருந்து கூர்முகன் உரக்கக் கேட்டது: "யார் அது?"

"நான்தான், பூவாலன்."

"ஓஹோ? நீதானா? உனக்கு என்ன வேண்டும்?" கூர்முகன் வெளியே எட்டிப் பார்த்தது.

"கூர்முகா, நீ எப்படியாவது எனக்கு உதவி செய்ய வேண்டும். எனக்கு உடம்புக்கு மிகவும் முடியவில்லை. வயிற்றுவலி. ஒரு துண்டு பச்சை மஞ்சள் கிடைத்தால் பெரிய உதவியாக இருக்கும். நீ ஒரு துண்டு பச்சை மஞ்சள் தோண்டி எடுத்துக் கொண்டுவந்து தருவாயா?"

கூர்முகன் நெற்றியை சுளித்தது: "பூவாலா, நீ என்னை ஒரு முறை, கிழங்கு முழுவதையும் திருடித் தின்கிற திருட்டுப் பெருச்சாளி என்று சொன்னாயே, அதை நீ மறந்திருக்கலாம். ஆனால், நான் இன்னும் மறக்கவில்லை."

"அதெல்லாம் நான் ஒரு பொழுதுபோக்குக்காகச் சொன்னது, கூர்முகா. நீ என்னை மன்னித்து இந்த முறை எனக்கு உதவ வேண்டும். இந்த உதவியை நான் ஒருபோதும் மறக்க மாட்டேன். வயிற்றுவலியால் நான் மிகவும் கஷ்டப்படுகிறேன்." பூவாலன் மிகவும் பணிவுடன் கேட்டுக்கொண்டது. பழைய பகையை மனதில் வைத்துக்கொண்டு கூர்முகன் உதவி செய்யாவிட்டால் வேறு வழி இல்லையே.

சற்று நேரம் யோசித்த பிறகு கூர்முகன் முனகியது. வளாகத்தின் மேற்கு மூலையில் கிளை பரப்பியிருக்கும் வேறொரு மாமரத்தை நோக்கிச் சென்றது. அதன் அடியில் வளர்ந்திருக்கும் மஞ்சள் செடிகள் ஒன்றின் வேரைத் தோண்டி, ஒரு பெரிய மஞ்சளை எடுத்து

பூவாலனிடம் கொடுத்தது. பூவாலன் மகிழ்ச்சியுடன் அதில் ஒரு சிறு துண்டை உடைத்துத் தின்றது. கூர்முகனுக்கு நன்றி சொல்லிப் புறப்பட்டது.

வாசலில் இருக்கும் பலா மரத்தின் மீது மிளகுக் கொடி படர்ந்திருக்கிறது. பச்சை முத்துக்கள்போன்று நிறைய மிளகு மணிகள் தொங்கிக்கொண்டிருக்கின்றன. பூவாலன் கொடிகளின் இடையே தலை நீட்டியது.

கொடிகளுக்கு இடையில் மரக்கிளையில் சுற்றிப் பிணைந்து தூங்கிக்கொண்டிருந்தது ஒரு சாரைப்பாம்பு. அதன் தலையில்தான் பூவாலனின் மூக்கு மோதியது. சாரைப்பாம்பும் பூவாலனும் திடுக்கிட்டு ஒன்றை ஒன்று பார்த்துக்கொண்டன. சாரைப்பாம்பு, பூவாலனை நோக்கி வளைந்து நெளிந்து வரும் முன்பு, பூவாலன் மரத்தின் மீது தாவி ஏறிவிட்டது. சாரைப்பாம்பு கீழே இறங்கி வாசலில் மெதுவாக ஊர்ந்தது.

"ஐயய்யோ! பார்த்தீர்களா! எவ்வளவு பெரிய சாரைப்பாம்பு!" வாசலில் பந்து விளையாடிக்கொண்டிருந்த ரவி, பாம்பின் மீது மீண்டும் மீண்டும் கல் வீசத் தொடங்கினான். பாம்பு விரைந்து சென்று வளாகத்தின் ஓரத்தில் அடர்ந்திருந்த புதரில் மறைந்துவிட்டது.

பூவாலன் ஒரே ஒரு மிளகுதான் தின்றது. அத்துடன் அதற்கு 'போதுமடா சாமி' என்றாகிவிட்டது. உடல் முழுதும் ஒரே எரிச்சல். கண்களிலிருந்து கடகடவென்று கண்ணீர் கொட்டுகிறது. வாயெல்லாம் வெந்து எரிகிறது. வயிற்றுவலி போகவில்லை என்றாலும் பரவாயில்லை, இந்த மருந்து வேண்டாம் என்று அதற்குத் தோன்றிவிட்டது.

இனி சுக்கும் ஜீரகமும் வேண்டும். அதை வீட்டுக்கு உள்ளேயிருந்துதான் எடுக்க வேண்டும். வேறு வழில்லை. பூவாலன் ஓசை எழுப்பாமல் உள்ளே சென்றது.

முன் வராந்தாவில் இருக்கும் நாற்காலி மேசைகளின் இடையிலெல்லாம் அது தேடியது. அது தெரியாமல், மேசை மீது இருந்த பூக்குவளையைத் தட்டிவிட்டது. குவளை சாய்ந்ததே தவிர கீழே விழவில்லை.

ரவியின் புத்தகங்களுக்கு இடையிலும் சுமதிக்குட்டியின் வளையல் பெட்டியிலும் அது தேடிப்பார்த்தது. சுக்கும் ஜீரகமும் எங்குமே கிடைக்கவில்லை.

பூவாலன் அச்சத்துடன் சமையலறைக்குச் சென்றது. சின்னம்மா எண்ணெய்ச் சட்டியில் எதையோ கிண்டிக்கொண்டு இருக்கிறார்கள். திறந்திருக்கும் சுவர் அலமாரியில் சுக்கும் ஜீரகமும் உள்ள கண்ணாடிப் புட்டிகள் இருப்பதை பூவாலன் பார்த்தது.

பிறகு அது தயங்கவில்லை. ஒரே தாவு. ஜீரகம் வைத்திருந்த புட்டி தரையில் விழுந்து உடைந்தது. சுக்கு வைத்திருந்த புட்டி உருண்டு விளிம்புக்கு வந்து விழாமல் நின்றது.

சின்னம்மா திடீரென்று திரும்பிப் பார்த்தார்கள்: "அணிலா? வரவர இந்தப் பிராணிகளின் அட்டூழியம் தாங்க முடியவில்லை. வீட்டுக்கு உள்ளேயே வர ஆரம்பித்துவிட்டால் பிறகு எப்படித்தான் வீட்டில் இருக்க முடியும்? இதெல்லாம் ரவியின் வேலைதான்.

கண்டகண்ட பிராணிகளையெல்லாம் வீட்டுக்குக் கொண்டு வந்து இரை போடுகிறான். அப்புறம் அவை இங்கிருந்து போகுமா?"

சின்னம்மா, பூவாலனைப் பார்த்து கரண்டியை ஓங்கினார்கள். பூவாலன் பயந்துவிட்டது. ஜீரகமும் சுக்கும் எடுக்க முயற்சி செய்யாமல் ஓடி, நெல்லி மரத்தின் உச்சிக்குச் சென்று தப்பியது.

வெள்ளையம்மா சொன்ன மருந்துகள் அனைத்தையும் தின்ன முடியவில்லை என்றாலும், இதுவரை தின்றதே அதிகம்தான். இப்போது வயிற்றுவலி முற்றிலும் சரியாகிவிட்டதுபோலத் தோன்றுகிறது. இனி கொஞ்சம் படுத்து ஓய்வெடுத்தால் இந்தக் களைப்பும் நீங்கிவிடும்.

பூவாலன் படுத்தது.

●

மதம்கொண்ட யானை

பத்மநாபன் எனும் யானை, மணலும் கல்லும் கலந்த மண்ணை தும்பிக்கையால் அள்ளி தன் உடலின் மீது போட்டுக்கொண்டபடி யோசித்தது: 'எவ்வளவு அசுத்தமான மண்! நல்ல மணமும் நிறமும் உள்ள மணலைப் போட்டுக்கொண்ட காலமும் மறந்துவிட்டது.'

சற்று தூரத்தில், கரும்பாறைகளும் பச்சை வயலும் சேர்ந்த ஒரு இடத்தில் நல்ல மண் இருக்கிறது. ஆனால், காலில் இந்த கனமான சங்கிலி கட்டப்பட்டிருப்பதால் அங்கே செல்ல முடியாது. குளிப்பாட்டுவதற்காக பாகன் வேலாயுதன் அந்த வழியாகத்தானே அழைத்துச் செல்வார், அப்போது அந்த மண்ணை வாரி மேலே போட்டுக்கொள்ள வேண்டும். வேலாயுதன் அதற்கு அனுமதிக்கவில்லையென்றால் என்ன செய்வது? அதை அப்போது பார்த்துக்கொள்ளலாம். அதற்கு வழி இருக்கிறது.

துணி துவைக்கும் தொழில் புரியும் பொன்னியும் அவள் கணவன் கண்ணனும் ஒரு மூட்டை ஈரத் துணிகளுடன் அந்த பாறைகளுக்கு வந்தார்கள். அவர்களுடன் அவர்களின் நாய் கறுப்பனும் வந்தது. அவர்கள் ஒவ்வொரு துணியாக எடுத்து அந்தப் பாறைகளின் மீது விரித்துக் காயவைக்கத் தொடங்கினார்கள். பத்மநாபனுக்குக் கோபம் வந்தது. அந்தப் பாறைகளின் அழகு

அப்படியே மறைந்துவிட்டது! அறிவற்ற மனிதர்கள்! ஆயினும் பத்மநாபனுக்கு பொன்னியைப் பிடிக்காது. அவளது கொஞ்சல் பேச்சும் குங்குமப் பொட்டும் தங்கச் சங்கிலியும்! நான்கைந்து வருடங்களுக்கு முன்பு அவள் ஒரு கொட்டாங்கச்சி துண்டு எடுத்து தன் தும்பிக்கையில் கொடுத்ததை அது இப்போதும் மறந்துவிடவில்லை. அப்போது அவள் குபீரென்று சிரித்துக்கொண்டு விலகிப் போயிருக்காவிட்டால் என்ன நடந்திருக்கும் தெரியுமா? யானை தூக்கி அடித்திருக்கும்! அதன் பிறகு அவளுக்கும் பத்மநாபனின் கோபம் புரிந்துவிட்டது என்று தோன்றுகிறது. இப்போதெல்லாம் பார்த்தால் தூரத்தில்தான் நிற்கிறாள்.

பத்மநாபன் சீறிக்கொண்டு தும்பிக்கை நிறைய மண் எடுத்து பாறை மீது வீசியெறிந்தது. பொன்னி திட்டத் தொடங்கினாள்: "இப்படியும் ஒரு வீணாய்ப்போன யானை இருக்குமா! இந்தப் பாறைகள் மீது அல்லாமல் வேறு எங்கே துணி காயப்போடுவது? இந்த தடிமாட்டு யானை தடுக்கிறதே. இங்கே வந்தாலே கல்லையும் மண்ணையும் தூக்கி எறிய ஆரம்பித்துவிடுகிறது."

கல் என்று கேட்டபோதுதான் நினைவு வந்தது. பத்மநாபன் ஒரு கல்லை எடுத்து பொன்னியைக் குறிபார்த்து வீசியது. துணி எடுக்க குனிந்த பொன்னியின் மீது கல் படவில்லை. இளம் வெயில் காய்ந்தவாறு தூங்கிக்கொண்டிருந்த கறுப்பனின் மூக்கில்தான் கல் சென்று விழுந்தது. அது பதறித் துடித்து எழுந்து, "லொள்! லொள்!" என்று குரைப்பதைக் கேட்டபோது பத்மநாபனுக்குச் சிரிப்பு வந்தது.

ஆனால், அடுத்த நொடியில் பொன்னி, "கறுப்பா, போய்ப் பிடி, பிடி!" என்று நாயை ஏவினாள். அது குரைத்தபடி தன்னை நோக்கி ஓடி வருவதைப் பார்த்து பத்மநாபன் பயந்தது. பத்மநாபனுக்கு நாய்கள் மீது பெரிய பயம். அம்மாவிடம் பால் குடிக்கும் சிறு குட்டியாக அடர்ந்த காட்டில் வளர்ந்த காலம் அதற்கு நினைவு வந்தது. அந்தப் பழைய சம்பவங்கள் எல்லாம் பயங்கரமான கெட்ட கனவுகள்போன்று அதை அச்சுறுத்தும். நாய்களின் குரைப்பொலி, மனிதர்களின் பேச்சுக் குரல்கள், விளக்குகள், தவறுதலாகக் கூட்டத்திலிருந்து பிரிந்துவிட்ட அம்மாவும் பத்மநாபனும் மரண பயத்துடன் கண்மண் தெரியாமல் ஓடியது, ஆழமான குழியில்

பத்மநாபன் தலைகீழாக விழுந்தது, பாதி முளைத்த அதன் தந்தங்களில் ஒன்று அடியோடு முறிந்துபோனது, குழியில் விழுந்த தன்னை மேலே ஏற்ற அம்மா எவ்வளவோ பாடுபட்டும் முடியாதுபோனது, நிறைய மனிதர்கள் சேர்ந்து வெடிவெடித்து அம்மாவை அச்சுறுத்தி விரட்டிவிட்டு தன்னை மேலே ஏற்றியது... இன்னும் இன்னும்! அது கலக்கத்துடன் ஒரு முறை பிளிறிவிட்டு பலா மரத்தைச் சுற்றி வந்தது.

வேலாயுதன் பனை மட்டை எடுத்துக்கொண்டு வருகிறார். பத்மநாபனின் பிளிறல் கேட்டு அவர் திகைத்துப்போனார். "என்ன, மகனே?" என்று உரத்துக் கேட்டவாறே ஓடி வந்தார். கறுப்பனைப் பார்த்தபோது மிகவும் எரிச்சலடைந்தார். அவர் கற்களை எடுத்து நாயை நோக்கி மீண்டும் மீண்டும் வீசினார். ஆனால் நாயின் மீது ஒரு கல்கூட படவில்லை.

"இதோ பார் பொன்னி, நீ என்ன பெரிய மகாராணி என்று நினைத்துக்கொண்டிருக்கிறாயா? மரியாதையாக இந்த நாயை

அடக்கி வைத்துக்கொள். இல்லையென்றால் நான் உன்னைச் சும்மா விடமாட்டேன். ஏன் என் பத்மநாபனைப் பயமுறுத்துகிறாய்?"

"இது என்ன உங்கள் பத்மநாபனா? பெரிய வீட்டு எஜமானின் யானை என்றைக்கு உங்கள் யானை ஆனது?"

"இது எஜமானின் யானைதான். ஆயினும் இது என் கண்ணின் மணிபோன்றது. என் தங்கம், செல்லம்! இதனிடம் ஜாக்கிரதையாக நடந்துகொள்ளுங்கள்! கோபம் வந்தால் உங்களையெல்லாம் அப்பளம்போல நொறுக்கிவிடும், தெரியுமா?"

பத்மநாபன் தும்பிக்கையால் வேலாயுதனைத் தடவியது.

“கண்மணி, என் மேலெல்லாம் மண்ணாக்காதே. வா, நாம் குளிக்கப் போவோம்.”

வேலாயுதன் தன் மீது ஏறுவதற்கு வசதியாக பத்மநாபன் பின் காலைத் தூக்கிக் காட்டியது. வேலாயுதன் ஏறி அமர்ந்தார். போகும் வழியில் பத்மநாபன் ஒரு கல் எடுத்து பொன்னியின் மீது வீச வாய்ப்புத் தேடியது என்றாலும் வேலாயுதன் சம்மதிக்கவில்லை: “ஏன் உனக்கு இந்த குறும்புத்தனமெல்லாம்!”

நதியில் பாதியளவு வெண்ணிற மணல்தான். நடுவில் கொஞ்சம் இடத்தில்தான் தண்ணீர் இருக்கிறது. அதுவும் அதிக ஆழம் இல்லை. ஆட்கள் வேட்டியை உயர்த்திக் கட்டிக்கொண்டு நதியைக் கடந்து செல்கிறார்கள். கண்ணாடிபோன்று தெளிந்த நீர். பத்மநாபன் தண்ணீரில் சாய்ந்து படுத்தது. முங்கிக் குளிக்கக்கூடிய அளவு தண்ணீர் இல்லை. அது தும்பிக்கையால் தண்ணீரை உறிஞ்சி தன் மீது ஊற்றிக்கொண்டது. குளிர்ந்த நீர் அதன் உடலிலிருந்த மண்ணையும் அழுக்கையும் மட்டுமல்ல, சோர்வையும் அகற்றிவிட்டது. வேலாயுதன் தேங்காய் நாரால் அதன் உடலைத் தேய்த்துக் குளிப்பாட்டினார். யானை குளிப்பதைப் பார்க்க சுற்றிலும் சிறுவர்கள் வந்து கூடினார்கள். அவர்கள் மீதெல்லாம் அது தண்ணீரைப் பீய்ச்சியடித்து நனைத்தது.

குளித்து முடித்தவுடன் எஜமான் வீட்டுக்குச் செல்ல வேண்டும். அது பத்மநாபனுக்குத் தெரியும். சர்க்கரைப் பாயசமும் தேங்காயும் வைத்துக்கொண்டு, அழகான எஜமானி வடக்கு தாழ்வாரத்தில் காத்திருப்பார்.

பாயசம், தேங்காய் தவிர, பத்மநாபனுக்கு ஒரு அடையும் கிடைத்தது.

“இன்று விநாயகருக்கு ஏற்ற நாள் அல்லவா. கணபதிக்கு அடை தராமல் இருக்க முடியுமா? விக்னேஷ்வரா! காப்பாற்ற வேண்டும்!” என்று எஜமானி எல்லாவற்றையும் பத்மநாபனின் வாயில் ஊட்டினார். பிறகு பூவன்பழம்போன்ற தன் கையை நீட்டி, பத்மநாபனின் மூக்கிலிருக்கும் வெண்தடத்தில் தொட்டு தலையில் வைத்துக்கொண்டார்.

குழந்தைகள் சொன்னார்கள்: "அம்மா, நானும் தொட வேண்டும். தொட்டு தலையில் வைத்துக்கொள்ள வேண்டும்." எஜமானியம்மா அவர்கள் ஒவ்வொருவரையும் தூக்கி பத்மநாபனைத் தொடவைத்தார். கரும்புத்துண்டுபோன்ற செல்லக் குழந்தைகள்.

"இனி ஒன்றும் இல்லை. முடிந்துவிட்டது. போய் நாளை வா." என்ற வார்த்தைகளைக் கேட்டவுடன் பத்மநாபன் திரும்பி நடந்தது.

எஜமான் திண்ணையில் அமர்ந்திருந்தார். பத்மநாபனைப் பார்த்தபோது சிரித்தார்: "வேலாயுதா, அந்த ஹமீது சாயபு சொன்னார், பத்மநாபனை அவர் எடுத்துக்கொள்கிறாராம். ஒற்றைத் தந்த யானையாக இருப்பதால் கோயில் விழாக்களுக்கு அனுப்ப முடியாது; வேலை செய்யவைக்கவும் முடியாது. ஆசைக்கு யானை வளர்ப்பவர்களுக்குப் பரவாயில்லை. ஆசைக்காக யானை வளர்ப்பதற்கு இப்போது நமக்கு காலச்சூழல் சரியாக இல்லை. யானை வளர்க்க வேண்டும் என்ற ஆசை ஹமீது சாயபுவுக்கு நிறைய இருக்கிறது. என்ன வேலாயுதா?"

பத்மநாபன், தரையில் ஊர்ந்து சென்றுகொண்டிருக்கும் ஒரு கட்டெறும்பை மிதித்துக் கொல்லும் வேலையில் ஈடுபட்டு நின்றிருந்தது. கட்டெறும்புகளை விடக் கூடாது. தும்பிக்கையில் புகுந்துவிட்டால் பிறகு சாகவேண்டியதுதான்.

வேலாயுதன், பத்மநாபனின் ஒற்றைத் தந்தத்தின் மீது சாய்ந்து நின்றார். 'ஏன் இப்போது இவ்வளவு கவலையுடன் இருக்கிறீர்கள். இப்படிக் கவலைப்படும் அளவு என்ன நடந்துவிட்டது' என்று நினைத்த பத்பநாபன் அவரை தும்பிக்கையால் தடவியது.

வழக்கம்போன்று பத்மநாபனை பலாமரத்தில் கட்டினார் வேலாயுதன். பலாமரத்தில் சிறுசிறு பலாப் பிஞ்சுகள் நிறையக் காய்த்திருந்தன. பத்மநாபன் தும்பிக்கை நீட்டி ஒரு பிஞ்சைப் பறிக்க முற்பட்டது. உடனே அதற்கு நினைவு வந்தது, 'இந்த மரத்துப் பலாப்பழம் தேன்போன்று இனிக்கும். இந்த பிஞ்சைப் பறித்து வீணாக்க வேண்டாம். மரத்திலேயே நன்றாகப் பழுக்கட்டும்.' அது பனை ஓலைகளை மென்றுகொண்டு நின்றிருந்தது.

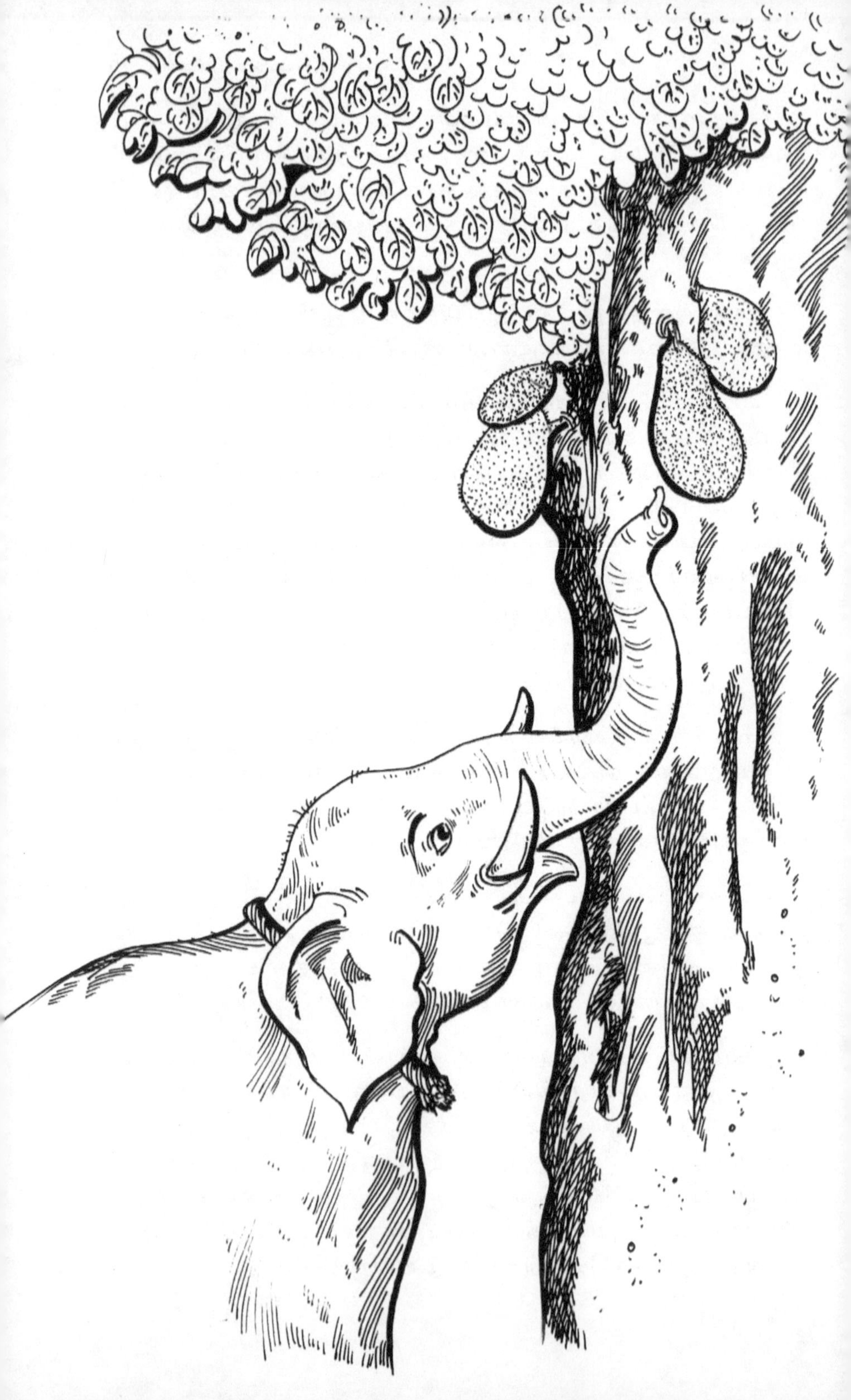

மதிய வெயிலின் வெப்பம் அதிகரித்தது. பொன்னியும் அவள் கணவனும் காய்ந்த துணிகளை மூட்டை கட்டி எடுத்துக்கொண்டு புறப்பட்டார்கள். அவர்கள் பின்னால் வாலாட்டிக்கொண்டு கறுப்பனும் சென்றது. பொன்னியின் முதுகில் ஒரு கல் எறிய வேண்டும் என்ற ஆசையை பத்மநாபன் கஷ்டப்பட்டு அடக்கிக்கொண்டது. அப்படியெல்லாம் செய்யக் கூடாது என்று வேலாயுதன் சொல்லியிருக்கிறாரே.

பலாமரத்துக்குப் பக்கத்தில் உள்ள சாலையில் ஒரு கறுப்புக் கார் பாய்ந்து செல்கிறது. அதில் கறுப்புக் கோட்டும் சிவப்புத் தொப்பியும் அணிந்த ஒருவர் அமர்ந்திருக்கிறார்.

வேலாயுதன் சாப்பிட்டு வந்து பத்மநாபனை சாப்பிட அழைத்தார். சோற்றை பெரிய பெரிய உருண்டைகளாக உருட்டி தனக்கு ஊட்டும்போது வேலாயுதன் ஏன் அழுதார் என்று அதற்குத் தெரியவில்லை.

அதன் பிறகு வேலாயுதன், குண்டான ஒரு கறுப்பு மனிதனை அழைத்துக்கொண்டு பலாமரத்துக்கு வந்தார்.

“என் பத்மநாபன் ஆட்டுக்குட்டியைப்போன்று பாவமானது. தயவு செய்து இதை ஒருபோதும் அடிக்காதீர்கள். குத்தாதீர்கள். நாம் சொன்னால் இது புரிந்துகொண்டுவிடும்.” வேலாயுதன் பத்மநாபனைத் தடவினார். அருகிலிருந்த குண்டு மனிதன், ‘ம்...’ என்று முனகினான், அவ்வளவுதான்.

“புறப்பட வேண்டும், கண்மணி! வா, நாம் எஜமானியிடம் சொல்லிவிட்டு வருவோம்.” பத்மநாபன் காலைத் தூக்கிக் காட்டியது. ஆனால், வேலாயுதன் ஏறவில்லை. அதன் தந்தத்தைப் பிடித்துக்கொண்டு உடன் நடந்தார்.

“எனக்கு திருப்தி ஏற்படும் அளவு நான் இன்னும் பத்மநாபனுக்கு சாப்பாடு கொடுக்கவில்லையே. இனி ஒருபோதும் நான் இதற்கு உணவு கொடுக்க முடியாதே” என்றபடி எஜமானி ஒரு சீப்பு வாழைப்பழத்தை அதன் வாயில் வைத்தார். ஏதோ பிரச்சினை இருக்கிறது என்று பத்மநாபனுக்கு தோன்றத் தொடங்கியது. உணவு நேரம் அல்லாத இந்த சமயத்தில் எஜமானி அம்மா ஏதும் கொடுக்க மாட்டாரே! அது மட்டுமல்ல, எஜமானி அழுகிறார். முந்திரிப்பழம்போன்று சிவந்த அவரது கன்னங்களில் கண்ணீர்

வழிகிறது. வேலாயுதனும் அழுகிறார். பத்மநாபனின் கண்களிலும் நீர் நிறைந்தது.

திரும்பி நடந்தபோது பின்னிருந்து யாரோ வேலாயுதனை அழைத்தார்கள். ஐந்தாறு பெண்கள். புன்னகைத்துப் பணிவுடன் நின்றிருந்தார்கள்.

ஒருத்தி சொன்னாள்: "இதோ பாருங்கள் வேலாயுதன் அண்ணே, யானையைக் கொண்டு போகப்போகிறார்கள் என்று கேள்விப்பட்டேன். இனியாவது ஒரு யானை முடி கொடுங்களேன். சங்கரனுக்கு தினமும் இரவில் காய்ச்சல் வருகிறது."

"இங்கிருந்து போ, பெண்ணே." வேலாயுதனுக்குக் கோபம் வந்தது: "யானை முடி வேண்டுமாம், யானை முடி. பத்மநாபனின் ஒரு முடியைக்கூட தொட அனுமதிக்க மாட்டேன்."

மேற்கு வாசலுக்கு வந்தபோது, வேலாயுதன் பத்மநாபனை அந்த குண்டனிடம் ஒப்படைத்தார். பத்மநாபனுக்கு அது பிடிக்கவில்லை. அது சீறியது.

"நான் உடனே வருவேன் கண்மணி, நீ இவருடன் போ!" என்று வேலாயுதன் சொன்னபோது பத்மநாபனுக்கு சந்தேகம் எதுவும் ஏற்படவில்லை. வேலாயுதன் தன் நன்மைக்காகத்தான் சொல்வார் என்று அதற்குத் தெரியும்.

அறியாத வழிகளில் வேலாயுதன் இல்லாமல் நடக்கும்போது, பத்மநாபனுக்கு அச்சமாக இருந்தது. இவர்கள் எங்கே அழைத்துச் செல்கிறார்கள்? வேலாயுதன் பின்னால் வருகிறாரா? 'கண்மணி' என்ற அழைப்பு கேட்கிறதா? அது அடிக்கடி திரும்பிப் பார்த்தது.

திடீரென்று அதற்கு, வேலாயுதன் வெகு தூரம் பின்தங்கிவிட்டதாகத் தோன்றியது. அது திரும்பி நடந்தது. அதன் மேலே அமர்ந்திருந்த குண்டனும் பக்கத்தில் நடந்து வந்துகொண்டிருந்த முறுக்குமீசைக்காரனும் அதைத் தடுத்தார்கள். பத்மநாபன் அவர்களைப் பொருட்படுத்தாமல் நடந்தது.

சற்றும் எதிர்பாராத வகையில், கூர்மையான முனைகொண்ட ஈட்டி பத்மநாபனின் காலில் குத்தியது. இதுவரை வேலாயுதன் அதைத் தொந்தரவு செய்ததில்லை. இப்போது யாரோ ஒருவனால்

ஏற்பட்ட இந்த வலியைத் தாங்க முடியவில்லை. அது பேரோசையுடன் பிளிறிக்கொண்டு திரும்பியது. முறுக்குமீசைக்காரன் விழுந்துவிட்டான். பத்மநாபன் அவனை ஒரு நொடி முறைத்துவிட்டுத் திரும்பி, முடிந்தவரை வேகமாக வந்த வழியில் ஓடியது. மேலே அமர்ந்திருந்த குண்டன் அலறிக்கொண்டு கீழே விழுந்தான். பத்மநாபனுக்கு அது ஒன்றும் தெரியவில்லை. அது ஓடிக்கொண்டே இருந்தது. வழியில் பார்த்த ஆட்களெல்லாம் தன்னைத் திரும்பித் திரும்பி பார்த்தவாறே பயந்து ஓடுவதை அது கவனிக்கவில்லை. போக வேண்டிய இடத்துக்குப் போய்ச் சேர்ந்தால்தான் பத்மநாபனால் இனி ஓய்வெடுக்க முடியும்.

ஓடி ஓடி கரும்பாறைகளுக்கு அருகே வந்தபோது, பத்மநாபன் நின்றது. அங்கே பொன்னி இல்லை. ஆனால், அவள் விரித்து உலரப்போட்டிருந்த வெள்ளைத் துணிகள் வரிசையாகக் கிடக்கின்றன. அதற்கு ஒரு குறும்பு தோன்றியது. அது மண்ணை வாரி அள்ளி அந்தத் துணிகளிலெல்லாம் போட்டது. பிறகு, மனதுக்குள் சிரித்துக்கொண்டு வேலாயுதனைத் தேடிச் சென்றது.

‘மதம்பிடித்த அபாயகரமான யானை ஒன்று ஊருக்குள் ஓடிக்கொண்டிருக்கிறது’ என்ற செய்தி எங்கும் பரவியது. அதைச் சுட்டுக் கொல்ல ஆட்கள் துப்பாக்கியுடன் விரைந்து வந்துகொண்டிருக்கிறார்கள். அந்தப் பரிதாபமான பத்மநாபனுக்கு அப்போது இதெல்லாம் தெரியவில்லை.

•

முழுச்சோம்பேறி

அண்ணன் சிங்கமும் அக்கா சிங்கமும் சண்டை போட்டு கட்டிப்புரண்டு விளையாடுகின்றன. தங்கப்பன் எனும் பெயருடைய சிங்கக்குட்டி அதைப் பார்த்துக்கொண்டு சோம்பலாகப் படுத்திருந்தது. அது இயல்பாகவே தன் கற்பனை உலகில் வாழ்ந்துகொண்டிருக்கும். எதையாவது யோசித்தவாறு படுத்திருப்பதுதான், சுவையான பச்சை மாமிசம் தின்பதைவிட அதற்கு விருப்பமானது.

இதனுடைய இந்தக் குணம் அம்மா சிங்கத்துக்கு முற்றிலும் பிடிக்கவில்லை. அம்மா சிங்கமோ, அப்பா சிங்கமோ ஒரு விலங்கைக் கொன்று இழுத்துக்கொண்டு வரும்போது, மூத்த குட்டிகள் இரண்டும் பாய்ந்து வந்து வேண்டுமளவு தின்னும். ஆனால், தங்கப்பனோ, படுத்த இடத்திலிருந்தே பெரிய ஆர்வம் ஏதும் இல்லாததுபோன்று பார்த்துக்கொண்டிருக்கும். அம்மா, மாமிசத்தைப் பிய்த்து எடுத்து வந்து முன்னால் வைத்தால்தான் ஏதோ அம்மாவுக்காகச் சாப்பிடுவதுபோன்று கவ்வித் தின்னும். இந்த குணத்துடன் காட்டில் எப்படி வாழ முடியும் என்பதுதான் அம்மா சிங்கத்தின் கேள்வி. இப்போது அதற்கு வேண்டியதைத் தேடிக் கொடுப்பதற்கு அம்மா சிங்கமும் அப்பா சிங்கமும் இருக்கின்றன. அவற்றின் காலத்துக்குப் பிறகு என்ன ஆகும். இந்த முழுச்சோம்பேறியை யார் பார்த்துக்கொள்வார்கள்? சோம்பலையும்

கற்பனையில் திளைப்பதையும் நோயையும் பலவீனத்தையும் விலங்குகள் ஒருபோதும் அனுமதிக்காது. அவையெல்லாம் மனிதர்களுக்கு விதிக்கப்பட்டுள்ள அதிர்ஷ்டங்கள்.

அம்மாவின் மனக்குறைகள் எதையும் தங்கப்பன் பொருட்படுத்துவதில்லை. அப்பா சிங்கம் சொல்லும் பழைய கதைகளைக் கேட்பதுதான் அதற்கு மிகவும் விருப்பமானது. கண்ணுக்குஎட்டியதூரமெல்லாம்பரந்திருக்கும்இந்தபுதர்க்காடுகள் முழுதும் பழைய காலத்தில், அழகும் ஆற்றலும் கொண்ட வீரசிங்கங்கள் இருந்தன. ஆனால், கருணையற்ற மனிதர்கள் அவற்றையெல்லாம் ஈட்டியால் குத்தியும் துப்பாக்கியால் சுட்டும் வலை வைத்துப் பிடித்தும் கொன்று அழித்துவிட்டார்கள். அவ்வாறு சிங்கத்தின் ரோமம்கூட இந்தக் காட்டில் இல்லாதுபோன பிறகு, மனிதர்களுக்குப் பயம் ஏற்பட்டது: “சிங்கம் என்ற விலங்கினம் முற்றிலும் அழிந்துவிட்டால் என்ன செய்வது?” எனவே மனிதர்கள் ஒரு தொலைதூர நாட்டின் காடுகளில் சிங்கக் குடும்பங்கள் சிலவற்றைப் பிடித்தார்கள். அவற்றை கூண்டுகளில் அடைத்துக் கொண்டு வந்து இங்கே விட்டார்கள். பரந்து விரிந்த இந்தப் பூமியில் இப்போது சிங்கங்கள் தங்கள் விருப்பப்படி அலைந்துதிரியலாம். சிங்கங்களைக் கொல்லக் கூடாது என்று மனிதர்களின் ராஜா சட்டம் போட்டிருக்கிறாராம். (இங்குள்ள மனிதர்களுக்கு ராஜா இல்லை என்றும் மந்திரி மட்டுமே இருக்கிறார் என்றும் யாரோ சொல்வது கேட்கிறது. ‘என்ன முட்டாள்தனம்! ராஜா இல்லாமல் மந்திரி மட்டும் எப்படி இருக்க முடியும்’ என்று இளவரசனான தங்கப்பன் நினைப்பதுண்டு.) அப்படிக் கொண்டு வந்து விடப்பட்ட பரம்பரையைச் சேர்ந்தவர்கள்தான் நாமெல்லாம் என்று அப்பா சிங்கம் எப்போதும் சொல்லும்.

“இரை தேடிக் கொண்டு வரவேண்டிய பிரதேசத்தின் நில அமைப்பையும் இயற்கையையும்தான் குட்டிகளுக்குச் சொல்லிக்கொடுக்க வேண்டுமே தவிர, பழைய கதைகளைச் சொல்லிக்கொடுக்க வேண்டிய அவசியம் இல்லை” என்று அம்மா சிங்கம் தடுப்பதுவரை, அப்பா சிங்கம் சொல்லிக்கொண்டே இருக்கும்.

அப்பா சிங்கமும் அம்மா சிங்கமும் நேற்று ஒரு காட்டெருமையைக் கொன்று பாதி மாமிசத்தை மட்டும் எடுத்து

வந்தன. மிச்ச மாமிசத்தை எடுத்து வருவதற்காக இன்று சென்றிருக்கின்றன. அவை மதிய நேரத்தில் சென்றன. மாலை ஆவதற்கு இன்னும் அதிக நேரம் இல்லை. அவை இன்னும் வரவில்லை. 'அவர்கள் சென்று எவ்வளவு நேரமாகிறது! அவர்களுக்கு ஏதாவது ஆபத்து ஏற்பட்டிருக்குமோ?' என்று யோசித்த தங்கப்பன் தன் அண்ணனையும் அக்காவையும் பார்த்தது.

தங்கப்பனுக்கு இருப்பதுபோன்ற வரலாற்று அறிவும் கற்பனையும் இல்லாத அவை எந்தக் கவலையும் இல்லாமல் விளையாடிக்கொண்டிருந்தன.

ஆனால், அப்பாவுக்கும் அம்மாவுக்கும் எந்த ஆபத்தும் ஏற்பட்டிருக்காது என்று நம்பி ஆறுதலடைய தங்கப்பனால் முடியவில்லை. பழைய வரலாற்றில் உள்ள பற்பல கதைகளை அது நினைவுகூர்ந்தது. முதல் நாள் கொன்று வைத்திருந்த இரையை தின்னச் சென்றபோது மனிதர்களால் சுடப்பட்டும் விஷம் தடவிய

அம்புகள் துளைத்தும் இறந்த சிங்கங்களின் கதைகள்... வலையில் சிக்கி மனிதர்களின் அடிமைகளாக வாழ நேர்ந்த சிங்கங்களின் கதைகள்... இப்படிப் பல கதைகள் அதன் மனதில் கடந்து சென்றன. தங்கப்பனால் அமைதியாக இருக்க முடியவில்லை. அண்ணனிடமும் அக்காவிடமும் சொல்லி அவர்களுக்கு பயத்தை ஏற்படுத்தாமல், தானே எழுந்து சென்று அப்பா அம்மாவைத் தேடலாம் என்று அது முடிவு செய்தது.

"எங்கே போகிறாய் முழுச்சோம்பேறி?" ஒரு எலும்புத் துண்டை கடித்து இழுத்துச் சுவைத்துக்கொண்டே அண்ணன் சிங்கம் கேட்டது. படுத்த இடத்திலிருந்து, சாப்பிடக்கூட எழுவதற்குத் தயங்கும் தங்கப்பன், தேவையில்லாமல் தனியே எழுந்து செல்வதைப் பார்த்து அதற்கு வியப்பு ஏற்பட்டிருக்கும்.

தங்கப்பன் பதில் சொல்லவில்லை. சற்றுத் தலை திருப்பிப் பார்த்துவிட்டு கம்பீரமாக நடந்தது. அண்ணனும் அக்காவும் வியப்புடன் தன்னைப் பார்த்துக்கொண்டிருப்பதை அது கவனித்தது. ஒருக்கால், அவை கொஞ்சம் பொறாமையுடன் தன்னைப் பார்க்கின்றனவோ என்று அதற்குத் தோன்றியது. அந்தக் காட்டில் முன்னூறுக்கும் அதிகமான சிங்கங்கள் இருக்கின்றன. அனைத்தைவிடவும் தனக்குத்தான் அழகும் கம்பீரமும் அதிகம் என்று தங்கப்பனுக்குத் தெரியும். 'எனக்கு இருக்கும் தங்க நிறம் கலந்த தவிட்டு நிற தோலின் தடிமனும் பளபளப்பும் வேறு எந்த சிங்கத்துக்கு உண்டு? என் பிடரி ரோமங்கள் பாதிதான் வளர்ந்திருக்கின்றன. ஆயினும் இவ்வளவு அழகும் அடர்த்தியும் நீளமும் கொண்ட பிடரி ரோமங்கள் வேறு எந்த சிங்கத்துக்கும் இல்லையே! இந்தளவு கம்பீரமாகவும் கௌரவமாகவும் நடக்கும் வேறொரு சிங்கம் இந்தக் காட்டில் கிடையாது! இதெற்கெல்லாம் அப்பாற்பட்டு, அறிவிலும் திறமையிலும் என்னை வெல்வதற்கு எந்த சிங்கம் இருக்கிறது? துரதிர்ஷ்டவசமாக எனக்குச் சற்று சோம்பல் மட்டும் இருக்கிறது. அது அறிவின் அடையாளம் என்று யாரும் புரிந்துகொள்ளவில்லையே... இதுதான் எனக்கு வருத்தமாக இருக்கிறது.'

முள் இலைகள் நிறைந்த ஒரு செடிப்புதரிலிருந்து ஒரு கரும்பாம்பு வெகுவிரைவாக ஊர்ந்து வந்தது. பார்வைக்கு

பலவீனமாகத் தெரியும், கருப்புக் கொடியைப்போன்ற இந்தப் பாம்பு ஒரு பயங்கரமான பிராணி என்று தங்கப்பனுக்குத் தெரியும். அது தன் சிறு பற்களால் கடித்தால் வலி இல்லாதிருக்கலாம். ஆனால் அந்தப் பற்களில் ஒளிந்திருக்கும் விஷம் பத்து சிங்கங்களைக் கொல்வதற்குப் போதுமானது.

பாம்பு, தங்கப்பனைப் பார்த்தது. பொதுவாக சிங்கங்களுக்குப் பயப்பட வேண்டாம் என்று அதற்குத் தெரியும். 'சும்மா ஒரு சுவாரஸ்யத்துக்காக மட்டும் சிங்கங்கள் எந்த விலங்கையும் கொல்வதில்லை. பசித்தால் தவிர அவை வேட்டையாடப் புறப்படுவதில்லை. புறப்பட்டாலும் மான், காட்டெருமைபோன்ற பெரிய விலங்குகளைத்தான் கொல்லும். பாம்புகளைக் கொல்லாது. ஆனால், இந்த சிங்கக்குட்டி என்னை இப்படி வித்தியாசமாக உற்றுப் பார்க்கிறதே, ஏன்? அது, கூர்மையான நகங்கள் கொண்ட தன் உள்ளங்காலால் என் தலையில் ஒரு அடி அடித்தால் போதும். நான் சட்டினி ஆகிவிடுவேன்!'

பாம்பு பிறகு வேறு எதையும் யோசிக்கவில்லை. பயங்கரமாக சீறிக்கொண்டு ஓங்கிக் கொத்தியது.

எதிர்பாராத இந்த தாக்குதலைப் பார்த்து தங்கப்பன் சற்றுத் தடுமாறிவிட்டது. அது திடுக்கிட்டு மின்னல் வேகத்தில் பின்வாங்கியது. சரியான நேரத்தில் பின்னால் நகர்ந்ததால் பாம்பிடம் கடிபடவில்லை. தங்கப்பனுக்குக் கோபம் வந்தது. ‘இந்த திமிர்பிடித்த பாம்பை இப்படியே விடக் கூடாது. சும்மா இருக்கும்போது வந்து கொத்துவதைப் பார்த்தீர்களா? இதற்கு தக்க பாடம் புகட்ட வேண்டியிருக்கிறது. ஆனால் மிகவும் கவனமாக இருக்க வேண்டும். அது ஒரு முறை கொத்திவிட்டால், பிறகு நான் துடித்து சாவதைத் தவிர வேறு வழி இல்லை.’

பாம்பு இரண்டாம் முறையும் படம் விரித்து சீற்றத்துடன் நெருங்கும் முன்பு, தங்கப்பன் நகங்களை நீட்டி முன்கால் பாதத்தை பாம்பின் தலையில் வைத்து பலமாக அழுத்தியது. அந்த இரும்புப் பிடியிலிருந்து தலையை வெளியே எடுக்க பாம்பு துடித்தது. ஆனால், அது ஒவ்வொரு முறை துடிக்கும்போதும் அதன் தோல் கிழிந்துகொண்டிருந்தது. கடைசியில் துவண்டுபோன பாம்பு அப்படியே அசையாமல் கிடந்தது. தங்கப்பன் மற்றொரு காலைத் தூக்கி பாம்பின் தலையில் மூன்று நான்கு அடி அடித்துவிட்டு திரும்பிப் பார்க்காமல் நடந்தது.

பாம்பு கடித்திருந்தால் என்ன ஆகியிருக்கும் என்று நினைத்து தங்கப்பன் நடுங்கிவிட்டது. மூக்கில் பாம்பு கொத்தி உடலில் விஷம் பரவி தான் சோர்ந்து விழுவது, அப்பாவும் அம்மாவும் அழுதுகொண்டு பக்கத்தில் அமர்ந்திருப்பது, தான் துடிதுடித்து இறப்பது, மெல்ல மெல்ல அழுகி நாறத் தொடங்குவது, தன் அழகான உடலை கழுதைப்புலிகள் தின்று தீர்ப்பது ஆகியவற்றையெல்லாம் அது கற்பனையில் பார்த்தது. திடீரென்று மூக்கில் ஏதோ வந்து மோதியவுடன் அது அதிர்ந்து எகிறியது.

ஏதோ சுள்ளியை கடித்துக் தின்றுகொண்டு தலை குனிந்து நடக்கும் முள்ளம்பன்றிதான், தெரியாமல் வந்து தங்கப்பனின் மூக்கில் மோதியது. தங்கப்பன் மன்னிப்புக் கேட்பதுபோன்று முள்ளம்பன்றியைப் பார்த்தது.

முள்ளம்பன்றிக்கு இந்த சிங்கக்குட்டியை நன்றாகத் தெரியும். இதன் சோம்பேறித்தனமும் எதையாவது கற்பனை செய்துகொண்டு உட்கார்ந்திருக்கும் குணமும் காட்டில் பரவியிருந்தன. இது

சாதாரண சிங்கங்களைப்போன்ற குணம் கொண்டது அல்ல என்றும் இதற்குப் பயப்பட வேண்டியதில்லை என்றும் முள்ளம்பன்றிக்குத் தெரியும். அது கேலியுடன் தங்கப்பனைப் பார்த்து பழிப்புக்காட்டிவிட்டு திரும்பி நடக்க முற்பட்டது.

எப்படிப்பட்ட முழுச்சோம்பேறியாக இருந்தாலும் சிங்கம் சிங்கம்தானே? காட்டின் ராஜா அல்லவா? ஒரு அற்ப விலங்கு முகத்தைப் பார்த்து பழிப்புக்காட்டினால் அதை எப்படி சகித்துக்கொள்வது? 'முள்ளம்பன்றியின் முகத்தில் மட்டும்தான் முட்கள் இல்லை. அதைத் தாக்க வேண்டும் என்றால் அதன் முகத்தில்தான் கீற வேண்டும். அது திரும்பினால் தன் முதுகிலும் வாலிலும் உள்ள ஆயிரக்கணக்கான முட்களை விரித்துக்கொண்டு நிற்கும். அருகே சென்றால் வாலால் அடிக்கும். என் முகம் முழுதும் முட்கள் குத்திவிடும்.'

இந்த விஷயங்களையெல்லாம் தங்கப்பன் ஒரு நொடியில் யோசித்துவிட்டது. முள்ளம்பன்றி திரும்பி நடக்க முற்பட்டபோது, தங்கப்பன் ஒரே தாவாகத் தாவி தன் கூர்மையான நகங்களால் அதன் முகத்தில் ஓங்கி ஒரு அடி அடித்தது! யானையின் மத்தகம்கூட கலங்கிப்போகும்படியான அந்த அடியில் முள்ளம்பன்றியின் கதை முடிந்தது என்று சொல்லவும் வேண்டுமா? அது அப்படியே ஆடி விழுந்துவிட்டது. தங்கப்பன் அதன் முட்களில் ஒன்றை வாயில் கடித்து எடுத்துக்கொண்டு உற்சாகத்துடன் மீண்டும் நடந்தது.

மாலை நேரம் வந்துவிட்டது. உச்சி வெயிலின் வெப்பத்தால் வறண்டு கிடந்த புதர்க்காடுகளிலெல்லாம் சுகமானதொரு குளிர்ச்சி பரவியது. மேற்குத் திசையிலிருந்து மென்குளிர்க் காற்று வீசியது. தங்கப்பாவுக்கு மிகவும் உற்சாகமாக இருந்தது. அது ஒரு பாடலை முனகியபடி நடந்து சென்றது.

கொஞ்சம் தூரம் நடந்து சென்றபோது, தனக்கு ஏதோ ஒரு சிரமமான வித்தியாசம் ஏற்பட்டிருப்பதாக அது உணர்ந்தது. அது சந்தேகத்துடன் சுற்றிலும் பார்த்தது. 'எதிரிகள் யாராவது பதுங்கி இருக்கிறார்களா? எனக்குள் இப்படி ஒரு தொந்தரவு ஏற்படுவதற்கு என்ன காரணம்?' சற்று தூரத்தில் வெகு உயரத்திலிருக்கும் பசும்புல் திட்டில் ஒரு மான் கூட்டம் புல் மேய்ந்துகொண்டிருந்தது. அதில் ஒரு கொழுத்த பெண் புள்ளிமானைப் பார்த்தபோதுதான், தனக்கு ஏற்பட்டிருக்கும் தொந்தரவான உணர்வுக்குக் காரணம் என்ன என்று தங்கப்பனுக்கு பட்டென்று புரிந்தது. 'வேறு ஒன்றுமில்லை, எனக்குப் பசிக்கிறது! சோம்பலாலும் கவனக்குறைவாலும் நான் வயிறு நிறையச் சாப்பிடவில்லை!'

மான் கூட்டம் தங்கப்பனைப் பார்த்தது. அந்த மான்கள் எதற்கும் பெரிய பயம் ஏதும் ஏற்படவில்லை. ஏனென்றால், அவை அந்த வழியே வரும்போது தங்கப்பனின் தாயும் தகப்பனும் முதல் நாள் கொன்ற காட்டெருமையின் மிச்சமீதிகள் நிறையக் கிடப்பதைப் பார்த்திருந்தன. சிங்கங்கள் தேவையில்லாமல் தாக்குவதில்லை அல்லவா. அப்புறம் இந்த முழுச்சோம்பேறியான சிங்கக்குட்டிக்குப்போய் யாராவது பயப்படுவார்களா?

விஷயங்கள் இப்படி இருந்தாலும், பொதுவாக பயந்தாங்கொள்ளிகளான மான்கள், இனி இங்கே இருப்பது நல்லது

அல்ல என்று முடிவு செய்தன. அவை பட்டென்று முன்னால் குதித்துப் பாய்ந்து சென்றன. அவற்றின் குளம்படிபட்டு மழை மேகம்போல தூசுப் படலம் எழுந்தது. தங்கப்பனுக்கு யோசிக்க நேரம் கிடைக்கும் முன்பே அவை தூரத்தில் ஒரு வளைவில் மறைந்தன. தங்கப்பனுக்கு மிகவும் ஏமாற்றம். தனக்குச் சாமர்த்தியம் போதாது என்று அது தன்னைத்தானே திட்டிக்கொண்டு மெதுவாக நடந்தது.

தங்கப்பன் தங்களைத் துரத்தி வரவில்லை என்று அறிந்துகொண்ட மான்களுக்குத் துணிச்சல் ஏற்பட்டது. அந்த சிங்கக்குட்டியைப் பற்றி பலவிதமாகக் கேலி பேசிக்கொண்டு அச்சமற்று மேய்ந்தன.

அந்த கேலிப் பேச்சுகளெல்லாம் தங்கப்பனின் காதில் விழுந்தன. அது மிகவும் மெதுவாக பதுங்கிப் பதுங்கி நடந்தது. மான்களுக்குச் சந்தேகம் ஏற்படத் தொடங்கியது. அவை முகத்தைத் தூக்கி காற்றில் மோப்பம் பிடிக்கத் தொடங்கின. ‘சிங்கத்தின் மணம்

வருவதுபோன்று தோன்றுகிறதே!' ஆனால், இந்த முறை அவற்றுக்கு திரும்பி ஓட சமயம் கிடைக்கவில்லை. தங்கப்பன் மின்னல் வேகத்தில் மான் கூட்டத்தின் நடுவில் பாய்ந்தது. அழகானதொரு இளம் ஆண் மான் அடிபட்டுக் கீழே விழுந்தது. மிச்சமிருந்த மான்களெல்லாம் கலைந்து பாய்ந்தோடின. ஓடிப்போன மான்களைக் கவனிக்காமல் அது அடிபட்டு இறந்த மானை சுவைத்துச் சாப்பிட்டது. நன்றாகச் சாப்பிட்டு பசி தீர்ந்த பிறகு, அது புதிய சக்தியுடன் எழுந்து நின்றது.

சற்று தூரத்தில் பயத்துடனும் மரியாதையுடனும் தன்னைக் கூர்ந்து பார்த்துக்கொண்டு நிற்கும் கழுதைப்புலியை தங்கப்பன் அப்போதுதான் பார்த்தது. காட்டில் துப்புரவுப் பணி செய்யும் கழுதைப்புலி மீது தங்கப்பனுக்கு மிகவும் அலட்சியம். தனியே எந்த விலங்கையும் வேட்டையாடித் தின்னும் திறமையில்லாதது அது. அந்த அசிங்கம் பிடித்த பிராணி, சிங்கங்கள் தின்று மிச்சப்பட்ட மாமிசத்தையும் செத்து அழுகிப்போன மற்ற பிராணிகளின் மாமிசத்தையும் தின்று வாழ்கிறது என்று அதற்குத் தெரியும். "நான் தின்று மிச்சம் வைத்திருக்கும் மானை நீ வேண்டுமானால் தின்றுகொள்!" என்று தங்கப்பன் முகஜாடையால் கட்டளையிட்டு அங்கிருந்து நடந்தது.

காட்டெருமையின் பாக்கி மாமிசத்தை எடுத்து வந்துகொண்டிருக்கும் தாய் தந்தையின் எதிரே வந்தது தங்கப்பா. அதைப் பார்த்தவுடன் அம்மா சிங்கம் கட்டிப்பிடித்து முத்தமிட்டது. பெருமையும் பாசமும் நிறைந்த முகத்துடன் அப்பா சிங்கம் அதைப் பார்த்தது. தன் வீரச் செயல்கள் எல்லாம் காடு முழுதும் பரவிவிட்டது என்றும் இனி யாரும் தன்னை முழுச்சோம்பேறி என்று கேலி செய்ய மாட்டார்கள் என்றும் தங்கப்பனுக்குப் புரிந்தது.

'உண்மையில் என் வரலாற்று அறிவும் அசாதாரண கற்பனை சக்தியும்தானே சோம்பேறித்தனத்திலிருந்து என்னைக் காப்பாற்றி வீரனாக்கியது' என்று தங்கப்பன் யோசித்தது. அறிவுடன் இருப்பது எப்போதும் நல்லதுதானே.

●

முள்ளம்பன்றியின் கனவு

மாலையில் கூட்டுக்குச் செல்லும் தேன்சிட்டுதான், முள்ளம்பன்றியைத் தூக்கத்திலிருந்து எழுப்பியது. முள்ளனுக்குக் கோபம் வந்தது. எவ்வளவு சுகமான தூக்கம்! தான் ஒரு அழகான பெண் முள்ளம்பன்றியுடன் அல்லியின் இளம் தளிர்களைத் தின்றபடி நடந்து செல்வதாக அது கனவு கண்டுகொண்டிருந்தது. அந்தக் கனவெல்லாம் கலைந்துவிட்டதே. விழித்தபோது, தாங்க முடியாத பசி. இதெல்லாம் பரவாயில்லை என்று வைத்துக்கொள்வோம். இந்த தேன்சிட்டின் கூச்சல் காதைத் துளைக்கிறதே, இதைத்தான் தாங்க முடியவில்லை!

"முள்ளா, இப்படியுமா தூங்குவார்கள்? நான் எவ்வளவு நேரமாக உன்னைக் கூப்பிட்டுக்கொண்டிருக்கிறேன் தெரியுமா? பெரிய கும்பகர்ணன்தான்! ஏதாவது புலியோ, சிங்கமோ வந்து உன்னைத் தின்றாலும், யானை வந்து மிதித்தாலும் உனக்குத் தெரியாதுபோலிருக்கிறதே!" தேன்சிட்டு குறைபட்டுக்கொண்டது.

"என்னையா புலி, சிங்கம் வந்து தின்னும், யானை மிதிக்கும் என்கிறாய்? அதையும்தான் பார்ப்போம்!" முள்ளம்பன்றி கைகால்களைச் சற்று நீட்டி மடக்கி, மூக்கை முன் கால்களுக்கிடையில் வைத்து முன்புபோல சுகமாகப் படுத்தவாறு சொன்னது: "இந்தக் குழியில் வந்து சிங்கம் முகத்தை நீட்டினாலும் சரி, யானை முகத்தை நீட்டினாலும் சரி, அவற்றின்

முகத்தையெல்லாம் என் முட்களால் குத்திக் கிழித்துவிடுவேன். நான் இந்த முட்களையெல்லாம் விரித்துக்கொண்டுதானே படுப்பேன்? முட்கள்தானே என் ஆயுதம்? கூர்மையான பற்களோ, கொம்புகளோ, நகங்களோ எனக்கு இல்லையே.''

''நீயும் உன் ஆயுதமும்! நான் இங்கே உட்கார்ந்து நியாயம் பேசிக்கொண்டிருக்க முடியாது. கூட்டுக்குப் போக வேண்டும். என் பிள்ளைகள் பசியால் அழுதுகொண்டிருக்கும்.''

''ஓ, என் தேன்சிட்டே! நீ சீக்கிரம் போகக் கூடாதா? அதற்கு என் அனுமதியும் வேண்டுமா?''

''இது நல்ல கூத்து! முள்ளா, பக்கத்தில் எங்காவது அல்லிக்குளம் இருக்கிறதா என்று பார்த்து வரும்படி நீதானே நேற்று என்னிடம் சொன்னாய்?''

''அது சரிதான். வேரும் சுள்ளியும், சுள்ளியும் வேரும் தின்றே சலித்துவிட்டது. தாமரை இலைகளையும் அல்லி இலைகளையும் தின்பதற்கு மிகவும் ஆசைப்படுகிறேன்.'' முள்ளன் சொன்னது.

''அதைச் சொல்லத்தான் நான் வந்தேன். இங்கிருந்து நேராக, சூரியன் மறையும் திசை நோக்கி நட. கொஞ்சம் தூரத்தில் நல்லதொரு குளம் இருக்கிறது. அங்கே நிறைய அல்லிப் பூக்களும் தாமரைப் பூக்களும் செவ்வல்லிப் பூக்களும் இருக்கின்றன. கரையில் நீர்நிறைந்ததண்டுகளுள்ளநிறைய மரங்கள் இருக்கின்றன.''

முள்ளன் துள்ளி எழுந்தது. தூக்கத்திலிருந்து எழுப்பியதற்காக தேன்சிட்டு மீது ஏற்பட்ட கோபமெல்லாம் பறந்துவிட்டது. தேன்சிட்டுக்கு நன்றி சொல்லி மெதுவாக நடந்தது.

ஒரு இடத்தில், செங்கண்ணன் முயல் எதையோ பிடுங்கித் தின்றபடி ஒரு மலைஅணிலுடன் பேசிக்கொண்டிருந்தது. அந்த குண்டு மலைஅணிலை இதற்கு முன்பு பார்த்ததாக நினைவில்லை. முள்ளன் உற்றுப் பார்ப்பதைக் கண்டபோது முயல், மலை அணிலிடம் ஏதோ சொல்லிச் சிரித்தது. என்ன சொன்னது என்று முழுதும் புரியவில்லை என்றாலும், அது தன்னைக் கேலி செய்கிறது என்று முள்ளனுக்குத் தெரிந்தது. ''இந்த முள்ளம்பன்றி இருக்கிறதே, இது முழுச் செவிடன். வேட்டைக்காரர்கள் இதன் காதுக்குப்

பக்கத்தில் நின்று துப்பாக்கியால் சுட்டால்கூட இதற்குக் கேட்காது" என்றோ வேறு எதுவுமோ சொல்லியிருக்க வேண்டும். செங்கண்ணன் தன்னைப் பற்றி இப்படி மோசமாகப் பேசுகிறது என்று கொஞ்சம் காலமாக முள்ளனுக்குத் தெரியும். 'மற்ற விலங்குகளைப்போல ஓடித் தப்ப வேண்டிய அவசியம் இல்லாததால்தான் கூர்மையான கேட்கும் திறனோ, வேகமாக ஓடக்கூடிய கால்களோ எனக்கு இல்லை. அதில் இவ்வளவு கேலி செய்வதற்கு என்ன இருக்கிறது? எந்த விலங்கு வேண்டுமானாலும் என்னுடன் சண்டைக்கு வரட்டும், ஒரு கை பார்க்கிறேன்!'

உடலில் எல்லா இடத்திலும் படிந்திருக்கும் முட்களை திடீரென்று விரித்து, குத்தித் துளைக்கும் பெரியதொரு பந்துபோல முள்ளன் நின்றது. அப்போது செங்கண்ணன் சற்று பயத்துடன் தாவித்தாவி சென்று மறைந்தது. மலைஅணிலும் பயந்திருக்க வேண்டும். அது மரத்தின் மீதிருந்து தன்னை ஓரக்கண்ணால் பார்ப்பதை முள்ளன் கவனித்தது. அதைப் பார்க்காததுபோல அது நடந்தது.

பறவைகளும், மான், முயல், அணில் முதலான பிராணிகளும் தங்கள் வீடுகளுக்குத் திரும்பிக்கொண்டிருந்தன. தடித்த ஒரு பெரிய புலி ஒரு மரத்தின் கிளையில் ஏறி, கீழே பார்த்துக்கொண்டிருப்பதை முள்ளன் பார்த்தது. மான் கூட்டமோ, காட்டெருமைகளோ வந்தால் திடீரென்று பாய்ந்து இரை பிடிக்கலாம் என்று அது காத்திருந்தது. பெரியதொரு ஓநாய்க் கூட்டம் பக்கத்தில் கடந்து சென்றது. பரிதாபமான மான்கள் ஓநாய்களுக்கும் பயந்து வாழ வேண்டும். இந்த ஓநாய்களைவிட இரக்கமற்ற விலங்கினம் வேறு இருக்காது. மிகவும் துணிச்சல் கொண்டவை! புலியைக்கூடத் தாக்கி கடித்துத் தின்றுவிடும். முள் குத்தும் என்ற பயத்தின் காரணமாகத்தான் அவை முள்ளனைத் தாக்கவில்லையே தவிர, தின்ன வேண்டும் எனும் ஆசை இல்லாமல் இல்லை.

தேன்சிட்டு சொன்ன குளத்தை நெருங்கியபோது, முள்ளன் ஒரு காட்சியைப் பார்த்தது. பெரியதொரு யானைக் கூட்டம் குளத்தில் இறங்கி குளித்துக்கொண்டிருந்தது. யானைகள் தும்பிக்கையில் தண்ணீரை உறிஞ்சி கரையிலிருக்கும் செடிகள் மீது பீய்ச்சியடித்து நனைத்தன. அது நல்ல விஷயம்தான். ஆனால், குளத்தின் தண்ணீரைக் கலக்கிச் சேறாக்குவதும் அல்லித் தண்டுகளை வேருடன் பிடுங்கி வீசுவதும்தான் முள்ளனுக்குப் பிடிக்கவில்லை. ஆனால், யானைகளிடம் சொல்லிப் பயனில்லை. அவை மகா போக்கிரிகள். அதனால் முள்ளன், அப்போதுதான் விழித்து வந்து மரக் கிளையில் அமர்ந்திருக்கும் ஒரு ஆந்தையிடம் உலக நடப்புகளைப் பற்றிப் பேசிக்கொண்டு நின்றது.

தண்ணீர் குடிப்பதும் குளிப்பதும் எல்லாம் முடிந்து யானைக் கூட்டம் புறப்பட்டது. அம்மா யானைகள், குட்டியானைகளை தண்ணீரிலிருந்து கரையேற்றி தங்களுக்கு நடுவே நடக்க வைத்து அழைத்துச் சென்றன. தூசுப் படலத்தை எழுப்பியவாறு அவை நடந்து மறைந்தன. முள்ளன் குளத்தை நோக்கிச் சென்றது.

கலங்கிக் கிடந்த தண்ணீரிலிருந்து ஒரு முதலை தலை தூக்கி முள்ளனைப் பார்த்து சிரித்தது. முள்ளனுக்கு அந்த இளிப்பு பிடிக்கவில்லை. இந்த முதலைகளின் சிரிப்பையும் நம்பக் கூடாது, கண்ணீரையும் நம்பக் கூடாது. அது எதுவும் பேசாமல், கரைக்குப் பக்கத்தில் இருந்த ஒரு செடியின் தண்டைக் கடித்து இழுத்தது.

“ச்சே! இந்த வீணாய்ப்போன யானைக் கூட்டம்! ஒவ்வொரு யானையாக தண்ணீரில் இறங்கியிருந்தால் நான் எல்லா யானைகளையும் கடித்துக் கொன்றிருப்பேன். கூட்டமாக வந்ததால் என்னால் ஒன்றும் செய்ய முடியாமல் போய்விட்டது.” முதலை சொன்னது.

முள்ளன் பதில் சொல்லவில்லை. முதலை ஏமாற்றத்துடன் முங்கி நீந்திச் சென்றது.

முள்ளன் மெதுவாக தண்ணீரில் இறங்கியது. எந்தவொரு முயற்சியும் இல்லாமல், மரத்துண்டுபோல தண்ணீரில் மிதந்து செல்ல தன்னைத் தவிர வேறு யாரால் முடியும் என்று அது பெருமையுடன் நினைத்தது. எப்போதும் தண்ணீரில் இருக்கும்

முதலையும் வாத்தும் நீந்தாமல் இருக்க முடியாது. முள்ளன் நீந்தவே தேவையில்லை. முள்ளனின் உட்கூடான முட்கள், அது மூழ்கிவிடாமல் பார்த்துக்கொள்ளும். 'விரைந்தோடும் மான்களுக்கும் பலம் வாய்ந்த புலிகளுக்கும் பெரிய பெரிய யானைகளுக்கும் இல்லாத இந்த திறமை எனக்கு உண்டு!' என்று பெருமை கொண்டது முள்ளன்.

அல்லித் தண்டுகளையும் இலைகளையும் பறிந்து மென்று தின்றவாறு முள்ளன் தண்ணீரில் மிதந்து சென்றது. முள்ளனின் முட்களெல்லாம் திடீரென்று உதிர்ந்துவிட்டால் அதைப் பிடித்துத் தின்னலாமே என்று வீணே ஆசைப்பட்டுக்கொண்டு முதலை

அடிக்கடி தலை தூக்கிப் பார்த்தது. கடைசியில் முதலை கரையேறி, தண்ணீரை நோக்கிச் சாய்ந்திருந்த ஒரு மரத்தின் கீழே கிடந்தது. ஏதாவது பிராணிகள் இந்த வழியாக வராமல் இருக்காது என்று நினைத்தது அது.

வயிறு நிறைந்தவுடன் முள்ளன் கரையேறியது. தரையில் பாய்ந்து சென்ற ஒரு காட்டு எலியை லாவிக்கொண்டு ஆந்தை, சிறகடி ஓசை இல்லாமல் பறந்து சென்றது. சற்று தூரம் சென்ற பிறகு அது யாரையோ அழைப்பது முள்ளனுக்குக் கேட்டது. அது தன் மனைவியை அழைத்திருக்கலாம்.

மின்மினிகளால் மாலை சூடியிருந்தன மரக் கூட்டங்கள். மரங்களைக் கடந்து செல்லும் நேரத்தில் முள்ளனின் மனதில் ஒரு துயரம் ஏற்பட்டது. 'எல்லோருக்கும் உறவினர்கள் இருக்கிறார்கள். எனக்கு மட்டும் யாருமில்லை. அந்த ஆந்தை செய்ததைப் பார்த்தீர்களா? தனக்குக் கிடைத்ததை தின்னாமல் பத்திரமாக எடுத்து வைத்துக்கொண்டு மனைவியை அழைக்கிறது. இதுபோன்று அந்த மனைவி ஆந்தையும் செய்யும்போலிருக்கிறது. என் மீதும் அன்பு காட்ட இப்படி யாராவது இருந்தால் எவ்வளவு நன்றாக இருக்கும்!' முள்ளன் தான் கனவில் கண்ட பெண் முள்ளம்பன்றியைப் பற்றி நினைத்தவாறே நடந்து சென்றது.

திடீரென்று, ஒரு பெருச்சாளியின் கீச்சொலி கேட்டு முள்ளன் தன் கற்பனை உலகிலிருந்து விடுபட்டது. சற்றும் அழகற்ற கறுப்புநிற குண்டுப் பெருச்சாளி ஒன்று சீறிக்கொண்டும் தும்மிக்கொண்டும் திட்டியபடியும் இருந்தது.

"என்ன, பெருச்சாளி, ஏன் இவ்வளவு கோபம்? நீ யாரைத் திட்டிக்கொண்டிருக்கிறாய்?" முள்ளன் அன்புடன் விசாரித்தது.

"அந்தக் கதையை ஏன் கேட்கிறாய், முள்ளா? நான் இன்று திரும்பி வருவதற்கு கொஞ்சம் தாமதமாகிவிட்டது. வந்தவுடன் அவசரமாக என் பொந்துக்குள் நுழையப் பார்த்தேன். அப்போது பார்த்தால், ஏதோ ஒரு பிராணி என் பொந்துக்குள் இருந்துகொண்டு என் முகத்தில் குத்துகிறது. என் கண்ணும் மூக்குமெல்லாம் புண்ணாகிவிட்டது!"

முள்ளன், பெருச்சாளியின் முகத்தைக் கவனமாகப் பார்த்தது. வெள்ளையும் கறுப்பும் கலந்த முட்கள் பெருச்சாளியின் முகம் முழுதும் நிறையக் குத்திக்கொண்டிருந்தன. அவை ஏதோ முள்ளம்பன்றியின் முட்கள்தான்! முள்ளனுக்குச் சிரிப்பு வந்தது. பாவம், பெருச்சாளி! பொந்தைக் கைப்பற்றிய பிராணி, முட்களை விரித்துப் படுத்துத் தூங்கும் ஒரு முள்ளம்பன்றி என்று அதற்குத் தெரியவில்லை. ஆனால், அது முள்ளம்பன்றியின் தவறு அல்லவே. தூங்கும்போது ஏதாவது விலங்குகள் வந்து கடிக்காமல் இருப்பதற்காக முட்களை விரிக்கத்தான் வேண்டும். இதைத் தவிர முள்ளம்பன்றிக்கு வேறு வழி இல்லை.

முள்ளன், பெருச்சாளியின் முகத்திலிருந்து முட்களையெல்லாம் அகற்றியது. அப்போது அதனால் ஒரு விஷயத்தை கவனிக்காமல் இருக்க முடியவில்லை.

எவ்வளவு அழகும் கூர்மையும் கொண்ட முட்கள்!

பெருச்சாளியும் முள்ளனும் பேசிக்கொண்டதை கேட்டிருக்க வேண்டும், பொந்துக்குள் தூங்கிக்கொண்டிருந்த முள்ளம்பன்றி மெல்ல வெளியே வந்தது. சோம்பல்முறித்து கொட்டாவி விட்டு நின்றது.

முள்ளன் அதைப் பார்த்தது. இவ்வளவு அழகான ஒரு பெண் முள்ளம்பன்றியை இதுவரை பார்த்ததே இல்லை என்று அதற்குத் தோன்றியது.

"நீ செய்த செயலின் அர்த்தம் என்ன? என் பொந்தில் புகுந்துகொண்டு என்னையே குத்துகிறாயா? இதுதான் காட்டு மரியாதையா?" பெருச்சாளி, அழகியிடம் கோபத்துடன் கேட்டது. அழகி பதிலொன்றும் சொல்லவில்லை. அது தலை குனிந்து தரையில் கிடக்கும் ஏதோ காய்ந்த சுள்ளியை கடித்து மென்றுகொண்டிருந்தது.

பெருச்சாளி அழகியிடம் கோபப்படுவது முள்ளனுக்குப் பிடிக்கவில்லை. அது சொன்னது: "பெருச்சாளீ, இதில் இவ்வளவு கோபப்படுவதற்கு ஒன்றுமில்லை. நீ கொஞ்சம் அடக்கமாகப் பேச வேண்டும். நாங்கள் முள்ளம்பன்றிகள். எங்கள் வழக்கம் இதுதான். பசி தீர்ந்த பிறகு எங்காவது படுத்து ஓய்வெடுக்காமல் இருக்க முடியுமா? முதலில் தென்படுகிற பொந்தை நாங்கள் கைப்பற்றுவோம். அதுதான் எங்கள் மரியாதை."

"நல்ல மரியாதைதான் போ! இப்போது தூங்கி முடித்தாகிவிட்டதல்லவா? இனியாவது என் இடத்தை விட்டுப் போனால் பெரிய உதவியாக இருக்கும்."

தன் சார்பாக பெருச்சாளியிடம் பேசி தனக்கு உதவி செய்த முள்ளனை அழகி நன்றியுடன் பார்த்து நின்றது. முள்ளனின் வீரமும் திறமையும் அதற்கு மிகவும் பிடித்துவிட்டன. அதனால் முள்ளன் கண் ஜாடை காட்டி அழைத்தபோது சிறிதும் சந்தேகப்படாமல் பின்னால் சென்றது.

சற்று தூரம் சென்ற பிறகு முள்ளன் கேட்டது: "உனக்குப் பசிக்கிறதா?"

"ஆமாம்." அழகி சொன்னது: "நான் வெகுதூரத்திலிருந்து வருகிறேன். சாப்பிடுவதற்கு ஏதாவது கிடைக்குமா என்று தேடி வந்தேன். வயிறு நிறைய ஒன்றுமே கிடைக்கவில்லை. களைத்துப்போய்விட்டேன்."

"அப்படியென்றால் வா." முள்ளன் முன்னால் நடந்தது. அழகி குலுங்கிக் குலுங்கி நடந்து பின்தொடர்ந்தது.

அவை மீண்டும் குளக்கரைக்கு வந்தன. முதலை கரையிலேயே கிடக்கிறது. அதற்கு இரை எதுவும் கிடைத்ததாகத் தோன்றவில்லை. பெரியதொரு வெண்முயல்போல நிலவு ஆகாயத்தில் உயர்ந்திருக்கிறது. முதலை அதைப் பார்த்தபடியே அசைவற்று மரக்கட்டைபோலக் கிடந்தது. அது அழகியை சற்றுப் பார்த்தது: "ஓ! இந்த உதவாக்கரை முள்ளம்பன்றிகள்தான் மீண்டும் வந்திருக்கின்றன" என்று சலித்துக்கொண்டது.

முள்ளனும் அழகியும் தண்ணீரில் இறங்கின. பசி இல்லாததால் முள்ளன் எதுவும் தின்னவில்லை. புதிய புதிய தளிர்களாகப் பார்த்துப் பறித்து அழகிக்குக் கொடுத்தது.

ஆந்தை பறந்து வந்து தண்ணீரை நோக்கிச் சாய்ந்திருந்த மரக் கிளையில் அமர்ந்தது. அடர்ந்த இலைகளுக்கிடையில் கூடு கட்டியிருந்த தேன்சிட்டு ஒன்று பயந்து உரக்கக் கத்தியது.

அந்தக் குரலைக் கேட்டபோது முள்ளனுக்கு, மாலை நேரத்தில் நடந்த சம்பவங்கள் நினைவுக்கு வந்தன. அழகான ஒரு பெண் முள்ளம்பன்றியுடன் அல்லியின் தளிர்களைத் தின்றபடி தான் நடப்பதாக கனவு கண்டுகொண்டிருந்த நேரத்தில்தான் தேன்சிட்டு வந்து அழைத்தது. அந்த இனிய கனவு இவ்வளவு விரைவாகப் பலிக்குமென்று யாருக்குத் தெரியும்?

●

தோழன்

மூங்கில் காடுகள் பீப்பி ஊதிக்கொண்டிருந்தன. அதைக் கேட்டு ரசித்தவாறே அந்த மான்குட்டி தன் அம்மாவின் பின்னால் துள்ளித்துள்ளி நடந்துகொண்டிருந்தது. தன்னுடன் வர வேண்டாம் என்று அம்மா மான் பல முறை சொல்லிப் பார்த்தது. ஆனால் மான்குட்டி கேட்கவில்லை. முன்பு பல சமயங்களில் அம்மா, “காட்டில், வெள்ளிநிற நுரை பொங்கக் கொட்டும் அருவியின் குளிர்ந்த நீர் எவ்வளவு அருமையாக இருக்கும் தெரியுமா? அருவிக் கரைகளில் செழித்து வளர்ந்திருக்கும் இனிய புற்களை சாப்பிட்டுக்கொண்டே இருக்கலாம். அவ்வளவு சுவையாக இருக்கும்!” என்றெல்லாம் சொல்லியிருந்தது. அவற்றையெல்லாம் பார்க்க வேண்டும் எனும் ஆசையால்தான், அம்மா தடுத்தும் கேளாமல் மான்குட்டி உடன் வந்தது. ஏதாவது ஆபத்து ஏற்பட்டால் என்ன செய்வது என்று அம்மாவுக்குப் பயம்.

புற்களைக் கடித்து சுவைத்துக்கொண்டும் சுற்றிலுமுள்ள இயற்கைக் காட்சிகளைப் பார்த்து மகிழ்ந்தவாறும் மான்குட்டி நடந்தது. எந்த விலங்குகளைப் பார்த்து பயப்பட வேண்டும் என்று அம்மா சொல்லிக்கொண்டே வந்தது. ஆனால், மான்குட்டி அதை அவ்வளவு கவனமாகக் கேட்கவில்லை. ‘இளம் வெயில் இதமாக இருக்கிறது, பூக்களும் காய்களும் நிறைந்த மரங்கள் கண்ணுக்கு இனிய காட்சிகளாக இருக்கின்றன, சலசலத்தோடும் சுவையான

நீர் தாகம் தீர்க்கிறது, இனிய புற்கள் செழித்திருக்கும் இடங்கள் மனதுக்கு நிறைவளிக்கின்றன, வனமெங்கும் பறவைகளின் பாடல்கள்... இப்படிப்பட்ட அற்புதமான உலகத்தில் பயப்படுவதற்கு என்ன இருக்கிறது!' என்று நினைத்தது மான்குட்டி.

அம்மா, திடீரென்று நின்று காதுகளை நிமிர்த்திக் கிரகித்தது. தூரத்திலிருந்து ஏதோ சத்தம் கேட்டது. அம்மாவின் முகத்தில் அச்சத்தின் நிழல் படர்ந்தது. மான்குட்டிக்கும் பயமாக இருந்தது.

"மனிதர்கள் வருகிறார்கள், மனிதர்கள்!" அம்மா மெதுவாகச் சொன்னது: "அவர்கள் இரண்டு காலில்தான் நடப்பார்கள். எல்லா விலங்குகளைவிடவும் நாம் இவர்களுக்குத்தான் பயப்பட வேண்டும். இவர்களுக்கு மோப்பம் பிடிக்கத் தெரியாது. என்றாலும், நம் மீது பாயாமலே கொல்வதற்கான வித்தை தெரியும். வா, நாம் சீக்கிரம் ஓடித் தப்பிக்க வேண்டும்!"

அம்மாவுடன் மான்குட்டியும் பாய்ந்து ஓடியது. சிறிய உடலும் விரைவான கால்களும் கொண்ட மான்குட்டிக்கு, ஓடுவது சற்றும் சிரமமாக இருக்கவில்லை. சில நொடிகளில் அது அம்மாவைக் கடந்து சென்றுவிட்டது. பக்கம் பக்கமாக இருந்த இரண்டு மரங்களின் நடுவில் பாய்ந்து அப்பால் செல்ல அது முயன்றது. ஆனால், மரத்தின் மேலே அடர்ந்து படர்ந்திருந்த கொடிகளிடையில் அதன் கால்கள் சிக்கிக்கொண்டன. கால்களை விடுவித்துக்கொள்ள முயலும்போது கொடிகள் சுருக்குகள்போன்று மேலும் மேலும் இறுக்கின. மான்குட்டி அலறியது. அப்போது பக்கத்தில் வந்த அம்மாவும் சேர்ந்து கத்தியது.

அம்மா சொன்ன 'மனிதர்கள்' பக்கத்தில் வந்தபோதுதான் மான்குட்டி பார்த்தது. அது மீண்டும் கத்தியது. அம்மா தூரத்தில் நின்று அதைப் பார்த்தபடியே மனம் நொந்து அழுதது. மனிதர்கள் தங்களுக்குள் ஏதோ ஓசையிட்டுக்கொண்டார்கள். அவர்களின் பற்கள் கூர்மையாக இல்லை. ஆயினும் அந்த பற்களைப் பார்த்தபோது மான்குட்டிக்குப் பயமாக இருந்தது. அவர்களுடன் வந்த நாய்கள் குரைத்தபடி அங்கும் இங்கும் ஓடிக்கொண்டிருந்தன.

மான்குட்டியின் கழுத்தில் மனிதர்களின் சுருக்கு விழுந்தது. அவர்களின் கத்திகள், அதன் கால்களில் பிணைந்து இறுக்கிக்கொண்டிருந்த கொடிகளை அறுத்து வீசின. கால்கள்

விடுபட்டபோது, மான்குட்டி மீண்டும் ஓடப் பார்த்தது. அம்மாவை அழைத்து அழுதது. பயனொன்றும் இல்லை. கடைசியில் அதை மனிதர்கள் கொண்டு சென்றார்கள்.

□

மலைச் சரிவில், வரிசையாக வளர்ந்திருக்கும் ரப்பர் மரங்களின் நடுவில் அழகானதொரு வீடு இருந்தது. வீட்டின் ஒரு அறையில் சகுந்தலா எனும் சின்னப் பெண் ஒருத்தி தனியே ஓவியம் வரைந்துகொண்டிருந்தாள். அவளுக்கு இருபது வயது இருக்கும். ஓவியங்கள் வரைவதைத் தவிர வேறு எதிலும் ஆர்வமில்லாத அவள், எப்போதும் கனவிலும் கற்பனையிலும் வாழ்ந்துகொண்டிருப்பாள். அந்த தோட்ட உரிமையாளரின் ஒரே மகள். அவளுக்கு அண்ணன்களும் தம்பிகளும் இருந்தார்கள். ஆயினும், நண்பர்கள் யாரும் இல்லை.

மான்குட்டியைப் பிடித்த மனிதர்கள் அந்த வீட்டின் வாசலுக்கு வந்தார்கள். அப்போதும் மான்குட்டி உரக்கக் கத்திக்கொண்டிருந்தது.

சகுந்தலாவும் அவள் அப்பா அம்மாவும் மூன்று தம்பிகளும் வெளியே வந்தார்கள். எல்லோரும் ஆவலுடன் மான்குட்டியைப் பார்த்தார்கள். மான்குட்டி தன் பெரிய கண்களை முழித்து எல்லாவற்றையும் பயத்துடன் பார்த்தது. எவ்வளவு மனிதர்கள் இருக்கிறார்கள்! இவர்கள் எல்லாம் சேர்ந்து என்னை என்ன செய்யப்போகிறார்கள்?

மான்குட்டியின் பரிதாபமான நிலையைப் பார்த்து சகுந்தலா மனம் உருகினாள். அவள் அருகம்புல் பறித்து அதனிடம் நீட்டினாள். மான்குட்டி அதை முகர்ந்து பார்த்தது. அதற்குத் தின்பதற்கு மனம் வரவில்லை.

“பாவம்! இது புல் தின்னவில்லை.” சகுந்தலா சொன்னாள். அவள் உள்ளே ஓடிச் சென்று ஒரு பாத்திரத்தில் பால் கொண்டு வந்து முன்னால் வைத்தாள். மான்குட்டி குடிக்கவில்லை.

“இவ்வளவு பேர் நிற்பதைப் பார்த்து பயந்துதான் இது குடிக்கவில்லை. நீங்களெல்லாம் போங்கள். இதை நான்

பார்த்துக்கொள்கிறேன்.” சகுந்தலா மான்குட்டியின் கழுத்தைத் தடவினாள்.

எல்லோரும் சென்ற பிறகு சகுந்தலா மான்குட்டியின் கழுத்தைக் கட்டிப்பிடித்து முத்தம் கொடுத்தாள். பால் பாத்திரத்தை அதன் வாய்க்கு அருகே கொண்டு வந்து வைத்தாள். அதைக் கொஞ்சினாள். அவள் சொன்னது எதுவும் மான்குட்டிக்குப் புரியவில்லை என்றாலும் அவளது அன்பைப் புரிந்துகொள்ள முடிந்தது. அது பால் குடித்தது. அம்மாவின் பால்போல சுவையாக இல்லை என்றாலும் இந்தப் பாலும் பரவாயில்லைதான் என்று நினைத்தது.

அது நன்றியுடன் சகுந்தலாவின் கையை நக்கியது.

“இனி நீதான் என் தோழன்!” சகுந்தலா அதன் முகத்தோடு முகம் வைத்துச் சொன்னாள்.

அப்படி அதன் பெயர் தோழன் என்றே ஆயிற்று.

□

தோழன் வெகுவிரைவில் எல்லோருடனும் பழகிவிட்டது. பெரியவர்களும் சிறியவர்களும் அதைக் கொஞ்சி மகிழ்ந்தார்கள். ஆயினும் அதற்கு பாலும் சோறும் புல்லும் கொடுக்கவும் தெரு நாய்கள் கடிக்காமல் பாதுகாக்கவும் சகுந்தலாவைத் தவிர வேறு யாரும் இல்லை. தோழிகள் யாரும் இல்லாத சகுந்தலாவுக்கு தோழன் மட்டும்தான் நண்பன். மான்குட்டி கஷ்டங்கள் அறியாமல் வளர்ந்துவந்தது. இங்கு வந்த ஆரம்பத்திலெல்லாம் அது, தன் பாசமான அம்மாவையும் காட்டையும் காட்டருவியின் சுவையான நீரையும் கரையிலிருக்கும் இனிய புல்லையும் பற்றி நினைத்து ஏங்கி ஏங்கி அழுதுகொண்டிருக்கும். நாட்கள் செல்லச் செல்ல அது எல்லாவற்றையும் மறந்துவிட்டது. அந்த வீட்டின் ஒவ்வொரு இடமும் அதற்கு காட்டைவிட நன்கு பழகிவிட்டது. அருவி நீரைவிடப் பாலும் புல்லைவிட காய்கறிகள் சேர்த்த சோறும் சுவையுள்ளதாக அதற்குத் தோன்றியது. அனைத்தைவிடவும் மேலாக, அம்மாவைவிட அதிகப் பாசம் காட்டும் சகுந்தலா! அவள்

குரல் எங்கு கேட்டாலும் போதும், உடனே மான்குட்டி அங்கே பாய்ந்து சென்றுவிடும். பல சமயங்களில், தனியே கவனத்துடன் ஓவியம் வரைந்துகொண்டிருக்கும் அவளிடம் செல்லும்; அவள் கையைத்தட்டிவிட்டு, வண்ணங்களைதட்டிக்கவிழ்த்து அவளுக்குக் கோபம் ஏற்படுத்தும்.

நாட்கள் கடந்து சென்றன. தோழனின் அழகான, பொன் தவிட்டு நிற உடலில் சிறு சிறு நிலாக்கள்போன்ற புள்ளிகள் தோன்றின. கண்கள் மேலும் பெரிதாகவும் அழகாகவும் மாறின. கிளைகளும் கவைகளும் கொண்ட கொம்புகள் முளைத்தன. கால்களுக்கு பலமும் வேகமும் அதிகரித்தன. ஆனால், அந்தக் கொம்புகளையும் கால்களையும் தன் பாதுகாப்புக்கு பயன்படுத்த அதற்குத் தெரியவில்லை.

□

வீட்டில் ஏதோ வித்தியாசமாக நடப்பதாக தோழனுக்குத் தோன்றியது. வழக்கமற்ற வகையில் நிறைய ஆட்கள் வீட்டுக்கு வருகிறார்கள். அதற்கு சகுந்தலாவையும் பார்க்க முடியவில்லை. அவள் அதை தன் பக்கத்தில் அழைத்தே நீண்ட நாட்கள் ஆகிவிட்டன. எப்போதும் அவளுடன் யாராவது இருக்கிறார்கள். அது பக்கத்தில் சென்று நின்றால் அவள் சற்று தழுவி விட்டுவிடுவாள்: "நீ போ. சமையலறையில் பழத்தோல் கிடக்கும். போய்ச் சாப்பிடு" என்று சொல்லி அதை அனுப்பிவிடுவாள். அதன் மென்மையான செவிகளால், இடி முழக்கம்போன்ற மேள தாளங்களை சகித்துக்கொள்ள முடியவில்லை. ஆயினும், மூங்கில் காடுகளின் பீப்பி ஓசைபோன்ற நாகசுரம் அதற்கு மகிழ்ச்சியளித்தது.

ஒரு நாள் திடீரென்று சகுந்தலா தோழனை தன் அருகே அழைத்தாள். அது சந்தோஷத்துடன் அவளிடம் ஓடிச் சென்றது. அவள் அதன் முகத்தோடு முகம் சேர்த்தாள். அது அவள் கன்னத்தில் அன்புடன் நக்கியது. அந்த ஈரமான கன்னங்களில் கண்ணீரின் உப்புச்சுவை இருந்தது.

சகுந்தலா காரில் ஏறிப் போனபோது, தோழன் காரின் பின்னால் ஓடிப்பார்த்தது. ஆனால், அதனால் எட்ட முடியாத வேகத்தில் கார் ஓடி மறைந்தது. தோழன் ஏமாற்றத்துடன் திரும்பி வந்தது. சகுந்தலாவுக்கு தன் மீது சற்றும் அன்பு இல்லை என்றும் அதனால்தான் தன்னை விட்டுப் போய்விட்டாள் என்றும் அது நினைத்தது.

சகுந்தலா திருமணம் முடிந்து கணவனுடன் சென்றுவிட்டாள் என்று, மனிதன் அல்லாத தோழனால் புரிந்துகொள்ள முடியவில்லை.

□

சகுந்தலா போன பிறகு வீட்டார்கள், தோழனை ஒரு சுமையாக நினைக்கத் தொடங்கினார்கள். அதன் விஷயங்களை எப்போதும் கவனித்துக்கொள்ள அங்கே யாருக்கும் நேரம் இல்லை. அது என்ன செய்வது என்று தெரியாமல் தோன்றிய இடத்திலெல்லாம்

அலைந்துதிரிந்தது. பல முறை அதற்கு நேரத்துக்கு உணவு கிடைக்காமல் போனது. தெரு நாய்களின் கடியிலிருந்து அதைக் காப்பாற்ற இப்போது யாருமில்லை.

அதனுடைய இந்த பரிதாபமான நிலை, சகுந்தலாவின் அப்பா அம்மாவுக்கு கவலையளித்தது. வேலை நெருக்கடியுள்ள அவர்களுக்கு அதை சரியாகப் பார்த்துக்கொள்ள நேரம் கிடைக்கவில்லை. அதனால், அது பிறந்த காட்டிலேயே அதைக் கொண்டுபோய் விட்டுவிடுவது என்று அவர்கள் முடிவு செய்தார்கள். அதற்குக் காட்டில் நண்பர்களும் உறவினர்களும் இருப்பார்கள் என்றும் அது மகிழ்ச்சியாக வாழும் என்றும் அவர்கள் நினைத்தார்கள்.

வேலைக்காரரர்கள் மூன்று பேர் சேர்ந்து தோழனை அழைத்தார்கள். அது, படுத்திருந்த இடத்திலிருந்து தலை தூக்கிப் பார்த்தது. பெரியதொரு பாத்திரம் நிறைய காய்கறிகள் சேர்த்த சோற்றுடன் அவர்கள் அழைத்தார்கள். அது அவர்களுடன் சென்றது. அவர்கள் முன்னால் நடந்தார்கள். அது பின்தொடர்ந்தது. அறியாத வழிகளில் அவர்கள் அதை அழைத்துச் சென்றார்கள். சந்தேகம் ஏதுமின்றி அது அவர்களின் பின்னால் சென்றது.

காட்டுக்குச் செல்லும் வழியில் அவர்கள் நின்றார்கள். தோழனும் நின்றது. அவர்கள் தங்களுக்கிடையில் ஏதோ பேசியவாறே அதை ஓரக்கண்ணால் பார்த்தார்கள். அவர்களின் கண்களில் இருந்த கொடூரத்தை அது அறிந்துகொள்ளவில்லை.

கூர்மையான கத்தியை முதுகுக்குப் பின்னாலும் சோற்று உருண்டையைக் கையிலும் வைத்துக்கொண்டு அவர்கள் நெருங்கினார்கள். மனிதர்களின் கருணையில் முழு நம்பிக்கையுள்ள தோழன், சற்றும் தயக்கமின்றி அவர்களை நோக்கி கழுத்தை நீட்டியது.

●

விலங்குகளின் கிராமம்

இந்தக் கதை நடந்து அதிக காலம் ஆகிவிடவில்லை. என்ன நடந்தது என்று கேட்கிறீர்களா? நிறைய விலங்குகளும் பறவைகளும் சேர்ந்து மனிதர்களைப்போல சமுதாய வாழ்க்கை வாழ வேண்டும் என்று முடிவு செய்தன. அவை ஒரு நல்ல இடத்தைத் தேடிப் பிடித்து ஒரு சிறிய கிராமத்தை உருவாக்கின. அங்கே விலங்குகள் தங்களுக்கு ஏற்ற வகையில் வீடுகள் கட்டிக்கொண்டன. ஒவ்வொரு விலங்கும் பறவையும் ஒவ்வொரு வேலை செய்ய வேண்டும் என்று தீர்மானித்தன.

எருமைக்கும் காளைக்கும் விவசாய வேலை. ஆடும் பசுவும், கிராமத்துக்கு பால் விற்கிறோம் என்று ஏற்றுக்கொண்டன. கழுதை துணி துவைக்கும் வேலை செய்வதாக ஒப்புக்கொண்டது. கிராமவாசிகளின் போக்குவரத்துக்குத் தேவையான வசதியைச் செய்கிறேன் என்று குதிரை சொன்னது. மளிகை சாமான்கள் கொடுப்பது அணிலின் பொறுப்பானது. காய்கறிகள் கொண்டு வர வேண்டியது முயலின் வேலை. முட்டை விற்பதாக, கோழியும் சேவலும் கூறின. குரங்கு, கிராமத்தின் நடுவில் நல்லதொரு உணவு விடுதி ஆரம்பித்தது. யானை, கோயில் பூசாரியாக ஆனது. கிராமம் முழுவதையும் பெருக்கித் துப்புரவு செய்யும் பணியை காகம் ஏற்றுக்கொண்டது. யாருக்காவது நோய் வந்தால் நான் சிகிச்சையளிக்கிறேன் என்று முன்வந்தது பூனை. நாய், கிராமத்தின் போலீஸ் அதிகாரியானது. கிளி, குழந்தைகளுக்குப் பாடம் சொல்லிக்கொடுக்கும் ஆசிரியை ஆனது.

யாரும் ஒருவரை ஒருவர் தொந்தரவு செய்யக் கூடாது என்றும், யாரும் எவரையும் கொன்று தின்னக் கூடாது என்றும் சட்டம் இயற்றப்பட்டது. ஒருவருக்கு மற்றவர்களைப் பற்றி ஏதேனும் புகார் இருந்தால், அதை எல்லோரும் கூடியிருக்கும் ஊர் பஞ்சாயத்தில்தான் சொல்ல வேண்டும். குற்றம் செய்தவருக்கு பஞ்சாயத்து தண்டனை கொடுக்கும். அனைத்து விலங்குகளும் பறவைகளும் இந்த சட்டங்களை ஏற்றுக்கொண்டன. விலங்குகளின் அந்த கிராமத்தில் அமைதியும் சமாதானமும் நிலவியது. அந்த கிராமத்தைப் பார்ப்பதற்கு உலகின் மறு மூலையிலிருந்துகூட மக்கள் வரத் தொடங்கினார்கள்.

அந்த அற்புதமான கிராமத்தைப் பார்க்க வேண்டும் என்று உங்களுக்கும் ஆசையாக இருக்கிறது அல்லவா? அடடா! என்ன செய்வது? அந்தக் கிராமம் இப்போது இல்லையே! எல்லாம் கலைந்து சிதறிவிட்டன. ஏன் இப்படி ஆயிற்று என்று கேட்கிறீர்களா? தொடர்ந்து படியுங்கள்.

□

கிராமத்தில் அனைவருக்கும் முன்னால் விழித்தெழுவது சேவல் செந்தாடிதான். விழித்த உடனே அது மூன்று நான்கு முறை உரக்கக்கூவும். அந்த அழைப்பு கிராமத்தில் உள்ளவர்களையெல்லாம் எழுப்பிவிடும். ஆயினும், யாரும் அதைக் கேட்டதாகக் காட்டிக்கொள்ள மாட்டார்கள். இன்னும் கொஞ்சம் வசதியாக சுருண்டு படுத்து தூங்கத்தான் பார்ப்பார்கள்.

காகம் கண்ணம்மாவுக்கு மட்டும், சேவல் கூவிய பிறகு படுத்திருக்க முடியாது. அது அவசர அவசரமாக எழுந்து கிணற்றடிக்கு ஓடும். சீக்கிரம் கொஞ்சம் தண்ணீர் மொண்டு கால்களையும் முகத்தையும் கழுவிக்கொள்ளும். பிறகு துடைப்பத்தை எடுத்துக்கொண்டு புறப்பட்டுவிடும். கிராமம் முழுவதையும் பெருக்கிச் சுத்தப்படுத்த வேண்டிய பொறுப்பு அதற்குத்தான். சாதாரண வேலையா அது? தானும் தன் சுற்றுப்புறமும் சுத்தமாக இருக்க வேண்டும் என்று நினைக்கிற ஒரே ஒரு பிராணிகூட இந்தக் கிராமத்தில் இல்லை. இதுதான் காகம் கண்ணம்மாவின் உறுதியான கருத்து.

ஒவ்வொரு வீட்டின் முன்னாலும் கடையின் முன்னாலும் பார்க்க வேண்டுமே! அவ்வளவு குப்பையாக இருக்கும். எருமை அமைதிமணியும் காளை ஆற்றல்மணியும் விவசாயிகள்தானே, அவர்களின் வீட்டு வாசல் எப்படி இருக்கும் தெரியுமா? விதைகளும் உரங்களும் பதர்களும் வைக்கோலும் குவிந்து கிடக்கும். ஆடு அழகுராணியின் வீட்டையும் பசு அன்புராணியின் வீட்டையும் நெருங்கவே முடியாது. பழசாகிப் புளித்துப்போன பாலின் நெடியும் கெட்டுப்போன மோரின் துர்நாற்றமும் அரை மைல் தூரத்துக்கு மூக்கைத் துளைக்கும். இந்த லட்சணத்தில் இவர்கள் பெரிய பால் வியாபாரிகளாம்! இவ்வளவு அசிங்கம் பிடித்தவர்களை வேறு எங்குமே பார்க்க முடியாது. அவர்களிடமிருந்து பால் வாங்குகிற கிராமவாசிகளைச் சொல்ல வேண்டும்.

துணி துவைக்கும் கழுதை கடுகடுப்பானின் வீட்டு வாசல், சாணித் தண்ணீரும் சாம்பலும் விழுந்து அசிங்கமாகக் கிடக்கும். அங்கே அழுக்குத் துணிகளும் துவைத்த துணிகளும் மூட்டை கட்டி வைக்கப்பட்டிருக்கும். அவற்றையெல்லாம் எடுத்து ஓரமாக வைத்துவிட்டுதான் தண்ணீர் தெளித்துப் பெருக்கிச் சுத்தமாக்க வேண்டும். இப்படியெல்லாம் சொல்லத் தொடங்கினால் அதற்கு முடிவே இருக்காது. யாருக்குமே சுத்தமில்லை என்று சொல்வதுதான் சரியாக இருக்கும். இந்த விஷயத்தில் அனைவரைவிடவும், பள்ளி ஆசிரியையான பச்சைக்கிளி கிக்கியம்மா பரவாயில்லை. அதன் வீடு கொஞ்சம் சுத்தமாகவும் அழகாகவும் இருக்கும்.

காகம் கண்ணம்மா கொட்டாவிவிட்டு, துடைப்பத்துடன் நடந்தது. மிகவும் குளிராக இருந்தது. இந்த நேரத்தில் நன்றாகப் போர்த்திக்கொண்டு படுத்திருப்பதுதான் சுகமாக இருக்கும். ஆனால், துப்புரவுப் பணி செய்யும் ஒருத்தி அந்த சுகத்தை அனுபவிக்க முடியுமா? அது கரகரத்த குரலில் ஒரு பாட்டைப் பாடியவாறு குதிரை நல்லிதயனின் வீட்டு வாசலுக்கு வந்தது.

கிராமத்தின் வண்டிக்காரன்தான் நல்லிதயன். அதனிடம் சொந்தமாக ஒரு வண்டி இருக்கிறது. நேரம் கிடைக்கும்போதெல்லாம் அது தன் வண்டியைத் துடைத்துத் துடைத்து பளபளப்பாக வைத்திருக்கும். கிராமத்திலிருந்து ஒன்றரை மைல் தூரத்தில் ரயில் நிலையம் இருக்கிறது. யாரை வேண்டுமானாலும் அங்கே அழைத்துச் செல்லவும், அங்கிருந்து அழைத்து வரவும் நல்லிதயன் தயாராக இருக்கிறது. ஆனால், அது மிக அதிகமாகக் கூலி கேட்கும் என்று பேசிக்கொள்கிறார்கள். காகம் கண்ணம்மாவுக்கு இதுவரை தூரமாக எங்கும் செல்ல வேண்டிய அவசியம் ஏற்படவில்லை. அதனால் நல்லிதயனின் வண்டியில் ஏறியதில்லை.

நல்லிதயனின் வண்டிக் கொட்டகையையும் வாசலையும் முன்னால் உள்ள சாலையையும் பெருக்கி முடித்தது கண்ணம்மா. அப்போதுதான் நல்லிதயன் விழித்தெழுந்து வெளியே வந்தது. அதன் மனைவி புனிதவதி குதிரை, தண்ணீர் கொண்டு வருவதற்காக குடத்துடன் கிராமக் கிணற்றை நோக்கிப் பாய்ந்து செல்ல முற்பட்டது. அப்போது அது தடுமாறி கால் மடங்கி வாசலிலேயே

விழுந்தது. குடம் உடைந்துவிட்டது. உள்ளிருந்து இன்னொரு குடம் எடுத்து அவசரமாக நொண்டி நொண்டி போகும்போது, அது காகம் கண்ணம்மாவைப் பார்த்து முணுமுணுத்தது: "தினமும் காலையில் இந்தக் கரும்பூதத்தின் முகத்தில்தான் விழிக்க வேண்டியிருக்கிறது. எப்படி நல்லது நடக்கும்?"

கண்ணம்மாவுக்குக் கடும் கோபம் வந்தது. அது வாயில் வந்தபடியெல்லாம் புனிதவதியைத் திட்டித் தீர்த்தது. அதைக் கேட்டு, போலீஸ் அதிகாரியான, நாய் பெரும்பல்லன் ஓடி வந்தது. அதைப்போன்று நேர்மையும் கடமை உணர்வும் கொண்ட ஒரு போலீஸ் அதிகாரியை எங்குமே பார்க்க முடியாது. இரவு முழுதும் சற்றும் தூங்காமல் கிராமத்தைச் சுற்றி வந்து காவல் காத்துக் கொண்டிருக்கும். அதற்குத் தெரியாமல் ஒரு கொசுகூட கிராமத்தில் பறக்க முடியாது. அந்த அதிகாலை அமைதியில் கண்ணம்மாவின் வசைகள் வெகுதூரம்வரை கேட்டன. அதனால்தான், என்ன பிரச்சினை என்று தெரிந்துகொள்வதற்காக பெரும்பல்லன் ஓடி வந்தது.

அதைப் பார்த்தவுடன் புனிதவதிக் குதிரை கிணற்றை நோக்கிப் பாய்ந்தது. கண்ணம்மா, பக்கத்திலிருந்த மளிகை வியாபாரி அணில் அண்ணாச்சியின் சிறிய வாசலைப் பெருக்கத் தொடங்கியது. நல்லிதயன் குதிரை, “வாருங்கள் போலீஸ் அதிகாரி அவர்களே, காப்பி குடித்துவிட்டுப் போகலாம்” என்று பெரும்பல்லனை அழைத்தது. பெரும்பல்லன் லேசாக உறுமியவாறு சுற்றிலும் பார்த்தது. “நான் காப்பி குடிக்கும் நேரத்தில் கிராமத்தில் எங்காவது குற்றம் நடந்துவிட்டால் என்ன செய்வது?” என்று கேட்டுவிட்டு கம்பீரமாகத் திரும்பிச் சென்றது.

காகம் கண்ணம்மா விரைவாக குரங்கு வாலாண்டியின் உணவு விடுதிக்கு வந்தது. புனிதவதிக் குதிரை மீது ஏற்பட்ட கோபம் அதற்கு இன்னும் அடங்கவில்லை. ‘அருமையான இந்தக் காலை நேரத்தில் அந்தப் புனிதவதிக் குதிரை எவ்வளவு கேவலமாகப் பேசுகிறாள்! ஆயினும் அவளுக்கு ரொம்பத்தான் திமிர் ஏறிவிட்டது. அவள் சமீபத்தில்தான் இந்தக் கிராமத்துக்கு வந்திருக்கிறாள். இப்படி வீட்டு வேலைகள் செய்து எனக்குப் பழக்கமே இல்லையென்றும், குதிரைப் பந்தயத்தில் ஓடிக்கொண்டிருந்தேன் என்றும் பெருமை பீற்றிக்கொள்வாள். நல்லிதயன் குதிரைக்கு புனிதவதியிடம் சற்று பயம். அதை அடக்கி வைப்பதற்கு நல்லிதயனால் முடியவில்லை. ஆனால், எனக்கு அவளிடம் பயமொன்றுமில்லை. புனிதவதியை அடக்கி ஒடுக்க என்னால் முடியும். இன்றைக்கே அவளுக்கு ஒரு பாடம் புகட்டியிருக்க

முடியும். ஆனால் அந்த நேரம் பார்த்து போலீஸ் அதிகாரி வந்துவிட்டாரே! என்ன செய்வது?'

குரங்கு வாலாண்டியின் உணவு விடுதியின் சமையலறையில் வெளிச்சம் தெரிகிறது. வாலாண்டியும் அதன் குடும்பத்தினரும் விழித்தெழுந்து சமையல் வேலையை ஆரம்பித்திருப்பார்கள். கூலி வேலைக்குச் செல்லும் விலங்குகள் எல்லாம் வாலாண்டியின் உணவு விடுதியில் சாப்பிட்டுவிட்டுதான் செல்லும். இங்கே காலை உணவு சாப்பிட்டால் மதியம்வரை பசியெடுக்காது. வாலாண்டிக்கு ஒரு 'கைராசியும் இருக்கிறது. அது சமைத்த உணவுப் பொருட்களெல்லாம் நல்ல சுவையுடன் இருக்கும். வாலாண்டிக்குக் கொஞ்சம் குறும்புத்தனம் அதிகம். சாப்பிட வரும் விலங்குகளையும் பறவைகளையும் கேலி செய்யாமல் இருக்காது.

"என்ன கண்ணம்மா? பொழுது விடியும் முன்பே போலீஸ் அதிகாரி வந்துவிட்டாரே!" குரங்கு வாலாண்டி சமையலறைக் கதவைத் திறந்து, இளித்தவாறு கேட்டது. கண்ணம்மாவுக்குக் கோபம் வந்தது. எல்லாவற்றையும் தெரிந்துகொண்டே கேட்கிறது இந்த வாலாண்டி. சரியான திருட்டுக் குரங்கு! கண்ணம்மா எதுவும் பேசாமல் வாசலையும் சாலையையும் பெருக்கத் தொடங்கியது.

அப்போது, காய்கறி வியாபாரியான முயல் மொசமொசப்பன், ஒரு கூடை காய்கறிகளுடன் உணவு விடுதி வாசலுக்கு வந்தது. காய்கறிக் கூடையை வாலாண்டியிடம் கொடுத்தது. பிறகு ஒரு பெஞ்சின் மீது ஏறி, கால்மேல் கால்போட்டு அமர்ந்தது. உணவு விடுதிக்குத் தேவையான காய்கறிகளை மொசமொசப்பன்தான் கொண்டு வந்து கொடுக்கும். உணவு விடுதியில் சாப்பிட்டுவிட்டு காப்பி குடிக்கும். தினமும் மாலை நேரத்தில், தர வேண்டிய பணத்தைப் பற்றி அதற்கும் வாலாண்டிக்கும் இடையில் சச்சரவு ஏற்படும். அதைப் பார்ப்பவர்கள், 'முயல் மொசமொசப்பன் இப்படிக் கூச்சல் போடுகிறானே! இனி அவன் இந்த உணவு விடுதியின் வாசலையே மிதிக்க மாட்டான்போலிருக்கிறதே!' என்று நினைப்பார்கள். ஆனால், மறுநாள் காலையிலும் முதல் வாடிக்கையாளனாக மொசமொசப்பன் வராமல் இருக்காது.

காகம் கண்ணம்மா, வாசலைக் கூட்டிவிட்டு கை கழுவி உள்ளே சென்றது. முயல் மொசமொசப்பன் அமர்ந்திருந்த இடத்துக்கு சற்று அப்பால் இருந்த பெஞ்சில் அமர்ந்தது. குரங்கு வாலாண்டியின் சிறிய மகள் சிங்காரிக் குரங்கு, கண்ணம்மாவுக்கும் மொசமொசப்பனுக்கும் சூடான தோசையும் காப்பியும் கொண்டு வந்து கொடுத்தது. மொசமொசப்பன், வாலாண்டியிடம் பருவநிலையைப் பற்றியும் காய்கறித் தோட்டத்தில் விளைச்சல் மோசமானதைப் பற்றியும் பேசிக்கொண்டிருந்தது. கண்ணம்மா எதுவும் பேசாமல் காப்பி குடித்தது.

அப்போதுதான், கிராமத்தின் மருத்துவரான, பூனை பெரியமியான் உணவு விடுதிக்கு வந்தது. ஓசையெழுப்பாமல் மெதுவாக ஏறி வந்து பெஞ்சின் மீது அமர்ந்தது. வாலாண்டி மிகவும் மரியாதையுடன் பாலும் நெய்யில் பொரித்த ரொட்டியும் கொண்டு வந்து வைத்தது. அதுதான் பெரியமியானின் காலை உணவு. அது

கம்பீரமாக சாப்பிடத் தொடங்கியபோது காகம் கண்ணம்மா அதனிடம் கேட்டது:

"உங்கள் வீட்டின் சாவியைக் கொடுங்கள், டாக்டரய்யா. அதைப் பெருக்கிவிட்டு நான் பச்சைக்கிளி கிக்கியம்மாவின் வீட்டுக்குப் போக வேண்டும். இன்று கிக்கியம்மாவுக்குப் பிறந்தநாள். சீக்கிரமே வரும்படிச் சொல்லியிருக்கிறார்கள்."

"கிக்கியம்மா டீச்சர் பிறந்தநாளுக்கு என்னையும் அழைத்திருக்கிறார்கள்" என்றது மொசமொசப்பன்.

பூனை பெரியமியான் கண்ணாடியைக் கழற்றி சட்டையின் முனையால் துடைத்துக்கொண்டு கண்ணம்மாவைப் பார்த்தது. 'இவனுக்கு தீக்கண்ணன் எனும் பட்டப்பெயர் எவ்வளவு சரியாகப் பொருந்துகிறது!' என்று கண்ணம்மா யோசித்தது. பூனையின் கண்கள் நெருப்புத் துண்டுகள்போன்று மின்னுகின்றன. பெரியமியான் மிகவும் மோசமானது. வீட்டைவிட்டு வாசலுக்கு வருவதாக இருந்தால்கூட வீட்டைப் பூட்டி சாவியை

எடுத்துக்கொண்டுதான் வரும். அதன் வீட்டை, காகம் கண்ணம்மா பெருக்கும்போதுகூட பக்கத்திலேயே நிற்கும். கண்ணம்மா எதையாவது திருடிக்கொண்டு போய்விடுமோ என்ற பயம். இதைக் கேட்டால் அதன் வீட்டில் பெரும் செல்வம் இருக்கும் என்று தோன்றுகிறது அல்லவா. அப்படி எதுவும் இல்லை. அதுதான் வேடிக்கை. இரண்டு எலிகளின் உடலைக் கிழித்து வைத்திருக்கும். கேட்டால், உடல் அமைப்பைப் பற்றி படித்துக்கொண்டிருக்கிறேன் என்று சொல்லும். அது உண்மையல்ல, யாருக்கும் தெரியாமல் தின்பதற்காகத்தான் அது எலிகளைப் பிடித்து வைத்திருக்கிறது என்று கிராமத்துப் பிராணிகளெல்லாம் பேசிக்கொள்கின்றன. அது சரிதான் என்றே கண்ணம்மாவும் நினைக்கிறது.

“ஏய், கண்ணம்மா! நீ என்ன சொன்னாய்? நான் ஒரு பெரிய டாக்டர். வெளிநாடுகள் எல்லாம் சென்று வைத்தியம் பார்த்திருக்கிறேன். நான் உன் பேச்சைக் கேட்டு நடக்க வேண்டுமா? நீதான் என் பேச்சைக் கேட்க வேண்டும்!”

“நான் யாருக்கும் அடிமையல்ல!” காகம் கண்ணம்மாவுக்குக் கோபம் வந்தது.

“அப்புறம் நீ யார்? அரபுநாட்டு இளவரசியா? தெருக்கூட்டும் வேலைக்காரிதானே நீ?”

“நான் ஒரு துப்புரவுப் பணியாளராக இருப்பதால் யார் வேண்டுமானாலும் என் தலையில் ஏறி உட்காரலாம் என்று நினைக்காதீர்கள். இந்த வேலையை தூக்கிப் போட்டுவிட்டு நான்பாட்டுக்குப் போய்விடுவேன், அவ்வளவுதான். வேண்டுமென்றால் வேறு யாரிடமாவது இந்த வேலையைக் கொடுங்கள். எப்போதடா பொழுதுவிடியும், யாரிடமாவது சண்டை போடலாம் என்று காத்துக் கொண்டிருப்பார்கள் போலிருக்கிறது.” காகம் கண்ணம்மா எழுந்து விருட்டென்று வெளியே சென்றது.

“டாக்டர் பெரியமியான், கண்ணம்மாவைக் கோபப்படுத்த வேண்டாம். அவள் கையில் சாவியைக் கொடுத்து அனுப்புங்கள்.” மொசமொசப்பன் பரிந்துரைத்தது.

காகம் கண்ணம்மாவுக்குச் சினமூட்டுவது நல்லது அல்லவென்று பெரியமியானுக்கும் தெரியும். அது எதுவும்

பேசாமல் சாவியை எடுத்து கண்ணம்மாவிடம் கொடுத்தது. பிறகு, 'சாவியை மற்றொருவரிடம் கொடுத்துவிட்டு எப்படி அமைதியாக இருக்க முடியும். காலம் கெட்டுக் கிடக்கிறது. யாரையும் நம்பக் கூடாது. எச்சரிக்கையாக இருக்க வேண்டும்' என்று நினைத்துக்கொண்டு அவசர அவசரமாகச் சாப்பிட ஆரம்பித்தது.

அந்த கிராமத்தின் பள்ளிக்கூடத்தில் ஆசிரியையாகப் பணிபுரிந்து வந்தது பச்சைக்கிளி கிக்கியம்மா. அது நல்ல அறிவாளி. பழைய இலக்கண இலக்கியங்களையெல்லாம் நன்றாகப் படித்திருக்கிறது. அவற்றை இனிமையான குரலில் எடுத்துச் சொல்லி, கற்பிக்கவும் தெரியும். அறிவு குறைந்த மாணவர்களுக்குப் புரிய வைப்பதற்காக, ஒரே விஷயத்தை எத்தனை முறை வேண்டுமானாலும் மீண்டும் மீண்டும் சொல்லும். இந்த விஷயத்தில் அது சலிப்படையாது. கிராமத்தில் வசிக்கும் விலங்குகளும் பறவைகளும் அதன் மீது மிகவும் மரியாதை கொண்டிருந்தன.

அன்று தனக்குப் பிறந்த நாள் என்பதால் கிக்கியம்மா சீக்கிரமே எழுந்து கோயில் குளத்துக்கு குளிக்கச் சென்றது. இறைவணக்கப் பாடலிலிருந்து சில வரிகளை முணுமுணுத்தவாறே குளித்துவிட்டு கோயிலுக்குச் சென்றது.

கோயில் பூசாரியான யானை கருமலை அப்போதுதான் விளக்கு ஏற்றுவதற்கு ஏற்பாடு செய்துகொண்டிருந்தது. கிக்கியம்மாவுக்குக் கோபம் வந்தது. பொழுது விடிந்து நேரமாகிவிட்டது. ஆயினும் கோயிலில் இன்னும் விளக்கு ஏற்றவில்லையே, இது என்ன அநியாயம்! அக்கிரமம்!

"என்ன, கருமலையானே, நேராநேரத்துக்கு கோயிலில் விளக்கு ஏற்றவில்லை என்றால் அப்புறம் எதற்கு உங்களைப் பூசாரியாக வைத்திருக்கிறார்கள்? படையல் சோற்றை உருட்டி உருட்டித் தின்பதற்கா?" கிக்கியம்மா கோபமாகப் பேசியது.

யானை கருமலை மெதுவாகப் பிளிறியது. பழைய பூக்களை அகற்றிவிட்டு விளக்கு ஏற்றியது. பிறகு கிக்கியம்மாவின் முன்னால் வந்து நின்றது. கிக்கியம்மாவுக்கு அச்சம் ஏற்பட்டது. கருமலை சற்று காலை அசைத்தால் போதும், தான் நசுங்கி சட்டினி ஆகிவிடுவோம் என்று நடுங்கியது. தேவையில்லாமல் பேசியிருக்கக் கூடாது.

“இதோ பாருங்கள், டீச்சரே! பிள்ளைகளை அதட்டுவதுபோல என்னிடம் பேசவேண்டாம். உங்கள் அதிகாரத்தையெல்லாம் பள்ளிக்கூடத்தில் மட்டும் வைத்துக்கொள்ளுங்கள்!” என்று சொல்லிவிட்டு கருமலை திரும்பி நடந்தது.

கிக்கியம்மா ஒரு வார்த்தையும் பேசவில்லை. கையிலிருந்த பூக்களையும் வாழைப்பழத்தையும் பாலையும் கோயில் படிக்கட்டில் வைத்தது. வணங்கிய பிறகு வெளியே வந்தது. “பாலையும் பழத்தையும் கடவுளுக்குப் படைத்துவிட்டு வீட்டுக்குக் கொண்டு வந்து கொடுங்கள்” என்று கருமலையிடம் சொல்வதற்கு அதற்குத் தைரியம் இல்லை. பிறந்தநாளன்று காலையிலேயே கேட்க வேண்டிய திட்டுகளைக் கேட்டாகிவிட்டது. இதற்கு மேலும் வேண்டுமா?

கிக்கியம்மா தன் வீட்டுக்கு வந்தது. காகம் கண்ணம்மா வாசலையும் வராந்தாவையும் பெருக்கிவிட்டுக் காத்திருந்தது.

இரண்டும் சமையலறைக்குச் சென்று விருந்து சமைக்கும் வேலையில் ஈடுபட்டன. கிக்கியம்மா நடந்த விஷயங்களையெல்லாம் மறந்து பாட்டுப் பாடிக்கொண்டே கண்ணம்மாவுடன் வேலை செய்தது.

சற்று நேரம் சென்றது. பசு அன்புராணி, பாயசம் வைப்பதற்கான பாலை எடுத்து வந்தது.

"என்ன அன்புராணி, பால் இவ்வளவுதான் இருக்கிறதா? இது போதாது என்று நினைக்கிறேன். இன்னும் கொஞ்சம் கிடைக்குமா?" பாலை அளந்து வாங்கியவாறு கிக்கியம்மா கேட்டது.

"எப்படிக் கிடைக்கும் டீச்சரம்மா? பருவநிலை சரியில்லையே. ஒரே காற்றும் குளிருமாக இருக்கிறதே! பாலெல்லாம் வற்றத் தொடங்கிவிட்டது. டீச்சரம்மா கேட்கிறார்களே, மறுக்கக் கூடாதே என்றுதான் இந்தப் பாலை நான் கொண்டு வந்தேன். என் பிள்ளைகளுக்குக்கூட நான் ஒரு துளி பால் கொடுக்கவில்லை, தெரியுமா?"

பசு அன்புராணி வராந்தாவில் ஏறி களைப்பாக அமர்ந்தது. தன் வெற்றிலைப் பெட்டியை எடுத்துத் திறந்தது.

"அந்த அழகுராணி ஆட்டிடம் கேட்டுப் பார்த்தீர்களா, டீச்சரம்மா? அவளிடம் பால் இருந்தாலும் இருக்கும்." காகம் கண்ணம்மா சமையலறையில் தேங்காய் துருவிக்கொண்டே சொன்னது.

பசு அன்புராணி கடுகடுப்பாகச் சொன்னது: "ஆமாம், ஆமாம், அவளிடம் இருக்கும் போங்கள்! அவள் ஏதோ கொஞ்சம் பால் தருவாள். ஆனால், அதன் நிறம் மட்டும்தான் பால்போன்று இருக்கும். மற்றபடி பச்சைத் தண்ணீர்தான்! அதை வாங்கிக்கொள்ளுங்கள், போங்கள்!"

"அப்படி இல்லை. அன்றொரு நாள் நீ வந்து, பாத்திரம் தவறி விழுந்து பால் முழுதும் தரையில் கொட்டிவிட்டது என்று சொன்னாயல்லவா. அன்று நான் ஆடு அழகுராணியிடம்தான் பால் வாங்கினேன். அந்தப் பால் அடர்த்தியாக இருந்தது" என்று கிக்கியம்மா சொன்னது.

“அந்தப் பாலை நீங்கள் கவனித்துப் பார்த்திருக்க மாட்டீர்கள் டீச்சரம்மா. பால் முழுதும் ஆட்டு ரோமங்கள் விழுந்து கிடத்திருக்கும். யாருக்குத் தெரியும், ஒன்றிரண்டு ஆட்டுப் புழுக்கைகள்கூட கிடந்திருக்கலாம்” என்று சொன்ன பசு அன்புராணி, எரிச்சலுடன் தன் வெற்றிலைப் பெட்டியை எடுத்துக்கொண்டு எழுந்தது. ஆடு அழகுராணியைப் பற்றி புகழ்ந்து பேசுவதைக் கேட்பதற்கெல்லாம் நேரமில்லை. நிறைய வேலைகள் கிடக்கின்றன. அது திரும்பிப் பார்க்காமல் நடந்தது.

காகம் கண்ணம்மாதான் சென்று ஆடு அழகுராணியிடம் பால் வாங்கி வந்தது. வெயில் சூடேறியபோது பிறந்தநாள் விருந்து தயாரானது.

முதலில் வந்த விருந்தாளி அணில் அண்ணாச்சிதான். அது கிராமத்தில் மளிகைக் கடை வைத்திருக்கிறது. அதன் கடையில் இல்லாத பொருட்களே இல்லை. ஆனால், அது எடை போடுவதிலும் அளப்பதிலும் ஏமாற்றுவதாகவும் பொருட்களுக்கு அதிகமான விலை வைப்பதாகவும் கிராமத்துப் பிராணிகள் குறைபட்டுக்கொண்டன. அந்தக் கிராமத்தில் வேறு மளிகைக்கடை எதுவும் இல்லை. அதனால் அணில் அண்ணாச்சியின் வியாபாரம் நன்றாக நடந்துகொண்டிருந்தது. கிக்கியம்மாவும் அணில் அண்ணாச்சியும் மிகவும் நட்புடன் இருந்தன. சிவப்பு மிளகாய்ப்பழம் டீச்சரம்மாவுக்கு மிகவும் பிடிக்கும் என்பதால் அணில் அண்ணாச்சி, அழகான ஒரு கூடை நிறைய மிளகாய் கொண்டு வந்திருந்தது.

அதன் பிறகு முயல் மொசமொசப்பனும் வந்தது. அது ஒரு பூவன் வாழைப்பழக் குலையை பிறந்தநாள் பரிசாக எடுத்து வந்திருந்தது.

பச்சைக்கிளி கிக்கியம்மாவும் காகம் கண்ணம்மாவும் சேர்ந்து விருந்தினர்களை உபசரித்து அமரவைத்தன.

“இனி யார்யார் வருவார்கள்?” மொசமொப்பன் கேட்டது.

“இனி யாரும் வரமாட்டார்கள். எல்லோரையும் எப்படி அழைக்க முடியும்? இங்கே அதற்கேற்ற இடவசதி இல்லையே. அவர்களெல்லாம் பெரிய விலங்குகள் அல்லவா. இதற்குள் நுழையவே சிரமப்படுவார்கள்” என்றது கிக்கியம்மா.

"அது சரிதான் டீச்சரம்மா." அணில் அண்ணாச்சி ஏற்றுக்கொண்டது.

"முடிந்தால் வர வேண்டும் என்று சேவல் செந்தாடியை மட்டும் அழைத்திருந்தேன். இவ்வளவு நேரமாகியும் ஆளைக் காணவில்லையே. ஏன் வரவில்லை என்று தெரியவில்லை."

"யார்? சேவல் செந்தாடியா? அவன் இங்கே வருவானா?" அணில் அண்ணாச்சி கேட்டது.

"ஆமாம். ஏன் இப்படிக் கேட்கிறீர்கள்? அவர் இங்கே வரக் கூடாதா?" கிக்கியம்மாவுக்கு அணில் அண்ணாச்சியின் கேள்வி பிடிக்கவில்லை.

அணில் அண்ணாச்சி கோபத்துடன் சொன்னது: "இப்போதே சொல்லிவிட்டேன். அவன் வந்தால் நான் போய்விடுவேன். அவன் என்னை ஏமாற்றிய திருட்டுப் பயல். எருமை அமைதிமணியிடம்

நான் நெல் கேட்டிருந்தேன். தருகிறேன் என்று அமைதிமணி ஒப்புக்கொண்டிருந்தான். நான் சாக்குடன் சென்றபோது என்ன நடந்தது தெரியுமா? சேவல் செந்தாடி அதிக விலை கொடுத்து நெல்லையெல்லாம் வாங்கிச் சென்றுவிட்டதாக அமைதிமணி சொன்னான். அப்புறம் நான் காளை ஆற்றல்மணியிடம் நெல் வாங்கினேன். அதிக விலை கொடுக்க வேண்டியிருந்தது. நெல்லும் சரியில்லை. இத்தனைக்கும் அந்த செந்தாடிப் பயல் ஒருவன்தான் காரணம். அவனுக்கு நெல்லே தேவையில்லை. என்னை ஏமாற்ற வேண்டும் என்ற ஒரே காரணத்தால்தான் அப்படிச் செய்தான், போக்கிரி!"

"சேவல் செந்தாடி ஒரு மளிகைக் கடை தொடங்கப்போவதாக கேள்விப்பட்டேன்" என்று கண்ணடித்துச் சொன்ன முயல் மொசமொசப்பன் கண்ணம்மாவைப் பார்த்தது.

"அதை நானும் கேள்விப்பட்டேன்." வாசலிலிருந்து யாரோ கனத்த குரலில் சொல்வதைக் கேட்டு எல்லாம் திரும்பிப் பார்த்தன. ஒன்றிரண்டு பாத்திரங்களைக் கையில் பிடித்தபடி யானை கருமலை சிரித்துக்கொண்டு நின்றிருந்தது.

"யார், கருமலையா? வா, வா. உட்கார்!" அணில் அண்ணாச்சி அழைத்தது. கிக்கியம்மா எதுவும் பேசவில்லை. பிறந்தநாளான இன்று, காலையிலேயே கருமலை திட்டியதை அது எப்படி பொறுத்துக்கொள்ளும்.

"நான் உள்ளே வரவில்லை. வந்தால் டீச்சரம்மாவின் வீடு உடைந்து தூள்தூளாகிவிடும்." கருமலை சிரித்தபடியே சொன்னது: "பாலையும் பழத்தையும் கடவுளுக்குப் படைத்து அந்த பிரசாதத்தைக் கொடுப்பதற்குத்தான் வந்தேன். இன்று டீச்சரம்மாவின் பிறந்தநாள் என்று காலையில் எனக்குத் தெரியாது. அப்புறம் பசு அன்புராணி கோயிலுக்கு வந்தபோதுதான் தெரிந்துகொண்டேன்."

கருமலை மன்னிப்புக் கேட்பதுபோன்று பேசியதை கிக்கியம்மா புரிந்துகொண்டது. அது சிரித்தபடியே இறங்கிச் சென்று பாத்திரங்களை வாங்கியது. "ஒரு டம்ளர் பாயசம் குடித்துவிட்டுப் போகலாம் கருமலை" என்று அன்புடன் அழைத்தது.

"வேண்டாம், டீச்சரம்மா." கருமலை தலையசைத்தது: "வேலை இருக்கிறது. போய் வருகிறேன்." அது அசைந்தாடி நடந்து சென்றது.

"பிரசாதம் கிடைத்துவிட்டது. இனி எல்லோரும் சாப்பிட உட்காருவோம். இலைபோடு, கண்ணம்மா. நான் பரிமாறுகிறேன்" என்று கிக்கியம்மா சொன்னது.

"நான் வருவதற்கு தாமதமாகிட்டதா, டீச்சரம்மா?" என்று கேட்டவாறே சேவல் செந்தாடி விரைவாகப் படியேறி வந்தது. அணில் அண்ணாச்சியின் முகம் கருத்தது. அது துள்ளி எழுந்தது: "டீச்சரம்மா, நான் இனிமேல் இங்கே இருக்க மாட்டேன். நீங்கள் இந்த செந்தாடிப் பயலையும் அழைத்திருக்கிறீர்கள் என்று முன்பே தெரிந்திருந்தால், நான் இங்கே வந்திருக்கவே மாட்டேன். என்ன அவமானம்! என்ன அவமானம்!" என்று சொல்லிக்கொண்டே படியிறங்கி ஓடியது.

கிக்கியம்மா அணில் அண்ணாச்சியின் பின்னால் பாய்ந்தோடி அதன் கையைப் பிடித்து நிறுத்தியது. கையைத் தட்டிவிட்டு ஓடியது அணில் அண்ணாச்சி. அப்போது வண்டிக்காரன் நல்லிதயன் குதிரை, காலி வண்டியுடன் வந்துகொண்டிருந்தது. அணில் அண்ணாச்சி வண்டியில் தாவி ஏறி அமர்ந்தது. வண்டி விரைந்து சென்று மறைந்தது.

பச்சைக்கிளி கிக்கியம்மா கடும் மன வேதனையுடன் அங்கேயே நின்றிருந்தது. 'அடக் கடவுளே! என் பிறந்தநாள் அன்றுதான் இப்படியெல்லாம் நடக்க வேண்டுமா? இந்த அணில் அண்ணாச்சி எவ்வளவு காலமாக நண்பராகப் பழகி வருகிறார்! எல்லாம் ஒரே நாளில் முடிந்துவிட்டதே!' அதற்கு தலை சுற்றியது. கண்கள் இருண்டன. அது அப்படியே மயங்கி விழுந்தது.

"என்ன ஆயிற்று டீச்சரம்மா?" காகம் கண்ணம்மா பதறி ஓடிச் சென்று கிக்கியம்மாவைத் தாங்கிப் பிடித்தது. கிக்கியம்மா முற்றிலும் நினைவிழந்திருந்தது.

□

மருத்துவர் பெரியமியான் சாய்வு நாற்காலியில் படுத்து சுகமாக வெயில் காய்ந்துகொண்டிருந்தது. கண்களை மூடிக்கொண்டிருந்தது என்றாலும் அது தூங்கவில்லை. ‘இந்த தண்ணியில்லாக் காட்டுக்கு வந்து தொழில் செய்ய நினைத்தேனே, நான் ஒரு முட்டாள்தான்போலிருக்கிறது’ என்று தன்னைத்தானே நொந்துகொண்டு படுத்திருந்தது. இங்கே நோயாளிகள் மிகவும் குறைவு. இருக்கும் நோயாளிகளுக்கோ, பெரியமியான் மீது நம்பிக்கை இல்லை. அதனால் வருமானம் இல்லை. வருமானமில்லாமல் எப்படித்தான் செலவுகளைச் சமாளிப்பது?

ஏதோ சத்தம் கேட்டு பெரியமியான் கண் திறந்து பார்த்தது. ‘யாரோ மூன்று, நான்கு பேர் வருகிறார்கள். அட, அவர்கள் ஒரு நோயாளியை தாங்கிப் பிடித்து அழைத்து வருகிறார்களே. எனக்கு அதிர்ஷ்ட காலம் ஆரம்பித்துவிட்டதோ என்னமோ!’ அது மகிழ்ச்சியுடன் எழுந்து வாசலுக்குச் சென்றது.

காகம் கண்ணம்மாவும் சேவல் செந்தாடியும் சேர்ந்து, கிக்கியம்மாவை கைத்தாங்கலாக அழைத்து வந்தன. கிக்கியம்மாவுக்கு குடைபிடித்து வந்தது முயல் மொசமொசப்பன்.

“டீச்சரம்மாவுக்கு மயக்கம்.” மொசமொசப்பன், பெரியமியானிடம் சொன்னது. “ம்.” என்று மட்டுமே முனகியது பெரியமியான். மருத்துவர் என்றால் கௌரவமாக நடந்துகொள்ள வேண்டும் அல்லவா?

கிக்கியம்மாவை மேசை மீது படுக்க வைத்து, மருத்துவர் பெரியமியான் பரிசோதித்தது. கிக்கியம்மாவின் புஷ்டியான மினுமினுக்கும் அழகிய உடலைப் பார்த்தபோது, அதன் வாயில் நீர் சுரந்தது. ‘ஆனால் என்ன செய்வது? இந்த வீணாய்ப்போன கிராமத்தில், யாரும் யாரையும் கொன்று தின்னக் கூடாது என்றல்லவா சட்டம் போட்டிருக்கிறார்கள். என்ன ஒரு

தொல்லைபிடித்த சட்டம். ரகசியமாக சட்டத்தைக் கொஞ்சம் மீறித்தான் ஆக வேண்டும்போலிருக்கிறது.'

"பரவாயில்லை. நான் ஒரு மருந்து கொடுக்கிறேன். ஆனால், நோயாளி இப்போது உடலை அசைக்கவே கூடாது. இரண்டு நாட்கள் இங்கேயே படுத்திருக்கட்டும். இங்கே இருந்தால் எப்போதும் என் கவனிப்பும் கிடைக்கும் அல்லவா." பெரியமியான்

கண்ணாடியைக் கழற்றி சட்டை விளிம்பில் துடைத்தபடி, அந்தப் பிராணிகளைப் பார்த்தது. அதன் கண்கள் நெருப்புத் துண்டுகள்போல பளபளத்தன.

காகம் கண்ணம்மாவும் சேவல் செந்தாடியும் ஒன்றை ஒன்று பார்த்துக்கொண்டன. பெரியமியானிடம் கிக்கியம்மாவை விட்டுச் செல்ல அவற்றிற்கு நம்பிக்கை வரவில்லை. என்ன செய்யலாம் என்பதுபோல அவை முயல் மொசமொசப்பனைப் பார்த்தன. ஆனால், மொசமொசப்பன் அவற்றைக் கண்டுகொள்ளாத பாவனையுடன் சுவரில் மாட்டப்பட்டிருந்த படங்களைப் பார்த்துக்கொண்டிருந்தது. பெரியமியான் மீது அதற்குக் கொஞ்சம் பயம். கொஞ்சம் காலம் முன்பு, அதற்கு ஒரு முறை தலைவலி வந்தது. அப்போது பெரியமியான், பரிசோதனைக்குத் தேவைப்படுகிறது என்று சொல்லி மொசமொசப்பன் உடலிலிருந்து நிறைய ரத்தத்தை எடுத்துவிட்டது. அந்த ரத்தம் முழுவதையும் யாருக்கும் தெரியாமல் பெரியமியான்தான் குடித்துவிட்டது என்று, மொசமொசப்பனால் உறுதியாகச் சொல்ல முடியும். கிக்கியம்மாவுக்குப் பணிவிடை செய்வதற்கு யாராவது பக்கத்தில் இருக்க வேண்டும் என்று சொன்னால், அது தன்னால் முடியாது என்று மறுத்துவிட வேண்டும் என முடிவு செய்தது.

“நாம் இருவரும் மாறி மாறி டீச்சரம்மாவைப் பார்த்துக்கொள்வோம், என்ன செந்தாடி?” காகம் கண்ணம்மா கேட்டது. சேவல் செந்தாடி தலையசைத்து சம்மதித்தது.

உடனே பெரியமியான் பதற்றத்துடன், “வேண்டாம், வேண்டாம். டீச்சரம்மாவுக்கு யாரும் துணையாக இருக்க வேண்டாம். நானே அருமையாகப் பார்த்துக்கொள்வேன்!” என்று சொன்னது.

“இல்லை, டாக்டர். நீங்கள் நல்லபடியாகப் பார்த்துக் கொள்வீர்கள் என்று எங்களுக்குத் தெரியும்தான். ஆயினும் உதவி ஒத்தாசைக்கு ஒருவர் இருக்கிறோமே...” என்று சேவல் செந்தாடி மிகவும் இனிமையாகச் சொன்னது. அதை ஒருமுறை பார்த்த பெரியமியான், “வேண்டுமென்றால் காகம் கண்ணம்மா மாலைவரை டீச்சரம்மாவின் பக்கத்தில் இருக்கட்டும்” என்றது.

சேவல் செந்தாடியும் முயல் மொசமொசப்பனும் புறப்பட்டுச் சென்றன.

காகம் கண்ணம்மா, கிக்கியம்மாவின் பக்கத்திலேயே வருத்தத்துடன் அமர்ந்திருந்தது. மருத்துவர் பெரியமியான் அடிக்கடி வந்து பார்த்துக்கொண்டிருந்தது. அப்படி பகல் பொழுது கடந்தது. இரவானபோதும் சேவல் செந்தாடி வரவில்லை. கண்ணம்மா கவலையடைந்தது. சற்று நேரத்துக்குப் பிறகு பெரியமியான் வந்து சொன்னது: "கண்ணம்மா, தன்னால் வரமுடியவில்லை என்று மிஸ்டர் செந்தாடி சொல்லி அனுப்பியிருக்கிறார். அவர் வீட்டுக்கு விருந்தாளிகள் வந்திருக்கிறார்களாம்."

இப்போது என்ன செய்வது? இரவு முழுதும் தூங்காமல் காவல் இருக்க வேண்டும் என்று கண்ணம்மா முடிவு செய்தது.

இரவு கொஞ்சம் நேரமானபோது கிக்கியம்மாவுக்கு சுய நினைவு வந்தது. நடந்த சம்பவங்களையெல்லாம் அறிந்தபோது அது சொன்னது: "எனக்கு இப்போது முற்றிலும் உடல்நிலை குணமடைந்துவிட்டது. பொழுது விடிந்த உடனே நாம் வீட்டுக்குச் செல்வோம். நீ கவலைப்படாமல் நிம்மதியாகத் தூங்கு."

காகம் கண்ணம்மா சமாதானமடைந்தது. அது கிக்கியம்மா படுத்திருந்த கட்டிலின் ஒரு பகுதியில் சுருண்டு படுத்தது. உடனே குறட்டைவிட்டு தூங்கத் தொடங்கியது.

கிக்கியம்மா கண்விழித்தபடியே படுத்திருந்தது. அதற்குத் தூக்கம் வரவில்லை. அணில் அண்ணாச்சி கோபத்துடன் சென்றதைப் பற்றி யோசித்துக்கொண்டுதான் அது படுத்திருந்தது. 'எனக்கு உடல்நிலை சரியில்லை என்று தெரிந்தும் அணில் அண்ணாச்சி வந்து பார்க்கவில்லையே. இதுதான் நட்பா? இதுதான் பெருந்தன்மையா? இதுதான் நாகரிகமா? சேவல் செந்தாடிக்கும் அவருக்கும் இவ்வளவு பகை இருக்கும் என்று யாருக்குத் தெரியும்?'

கட்டில் 'கிருகிரு' என்று ஓசையிட்டது. அதைக் கேட்டு கிக்கியம்மா மெல்லத் திரும்பிப் பார்த்தது. கட்டிலின்கால்மாட்டுப் பகுதியில் இரண்டு நெருப்புக் கண்கள் மின்னுகின்றன! முதலில் அது சற்று பயந்தது. ஆயினும் தன்னை சமாதானப்படுத்திக்

கொண்டது. 'அட, பயப்படுவதற்கு ஒன்றுமில்லை. ஒருவரை ஒருவர் கொன்று தின்னக் கூடாது என்று சட்டம் இருக்கிறது அல்லவா. என் உடல்நிலை எப்படி இருக்கிறது என்று பார்ப்பதற்குத்தான் டாக்டர் பெரிய மியான் வந்திருப்பார்...'

கிக்கியம்மா சிரித்தபடி எழுந்து பார்த்தது: "டாக்டர் பெரியமியான் அவர்களே, உங்களுக்கு மிகவும் நன்றி. எனக்கு இப்போது உடல் நிலை குணமடைந்துவிட்டது."

பெரியமியான் சந்தேகத்துடன் நின்றது: 'ஓஹோ! இவளுக்கு நினைவு திரும்பிவிட்டதா? காரியம் சிக்கலாகிவிட்டதே...' அது மெதுவாகச் சொன்னது: "மெல்ல, மெல்லப் பேசுங்கள் டீச்சரம்மா. கண்ணம்மா விழித்துவிடப்போகிறது." அது கிக்கியம்மாவுக்கு அருகில் வந்தது: "படுத்துக்கொள்ளுங்கள், டீச்சரம்மா. உங்கள் உடம்பைக் கொஞ்சம் பரிசோதித்துப் பார்க்கிறேன்." அதன் முகத்தைப் பார்த்தபோது கிக்கியம்மாவுக்கு மிகுந்த பயம் ஏற்பட்டது. அது படுக்காமல் பெரியமியானையே பார்த்துக்கொண்டிருந்தது.

பெரியமியானால் ஆசையை அடக்கவே முடியவில்லை. 'இவ்வளவு சுவையான உணவு கண்முன்னால் இருக்கும்போது, சட்டத்துக்குப் பயந்துகொண்டு சும்மா இருப்பது எப்படி?'

அது கிக்கியம்மாவை நோக்கி ஒரே தாவாகத் தாவியது.

ஆனால் கிக்கியம்மா, அது இப்படிச் செய்யும் என்று முன்கூட்டியே யூகித்திருந்தது. அது உரக்க அலறிக்கொண்டு வெளியே பறந்து சென்றது.

கிக்கியம்மாவின் அலறல் கேட்டு காகம் கண்ணம்மா விழித்தது. அது பதறித் துடித்து எழுந்து பார்த்தது. கட்டிலில் கிக்கியம்மா இல்லை. மருத்துவர் பெரியமியான் முட்டாள்தனமாக மேலே பார்த்துக்கொண்டிருந்தது.

காகம் கண்ணம்மா விரைந்து வெளியே வந்தது. கிக்கியம்மா வாசலில் காத்திருந்தது. இரண்டும் உரக்கப் பேசியவாறே நடந்தன.

இந்த சத்தத்தைக் கேட்டு, வழியோர வீடுகளில் இருந்த

பிராணிகளெல்லாம் விழித்து வெளியே வந்தன. கண்ணம்மாவும் கிக்கியம்மாவும் நடந்த விஷயங்களையெல்லாம் அவற்றிடம் கூறின.

சேவல் செந்தாடி, காகம் கண்ணம்மாவிடம் சொன்னது: "ஆஹா, அப்படியா சேதி? மதியத்துக்குப் பிறகு பெரியமியான் என் வீட்டுக்கு வந்தான். டீச்சரம்மா உடம்பு சரியாகி வீட்டுக்குச் சென்றுவிட்டார்கள் என்று சொன்னான். நான் அதை நம்பித்தான் இரவு வரவில்லை. அப்புறம், என் வீட்டுக்கு விருந்தாளி வந்திருப்பதாக உன்னிடம் சொல்லியிருக்கிறானே! ரொம்பத் தந்திரக்காரன்தான்!"

"சட்டத்தை மீறி நடப்பவர்களை இங்கே தங்க அனுமதிக்கக் கூடாது. பெரியமியான் இந்த ஊரைவிட்டுப் போகவேண்டும்!" என்றது எருமை அமைதிமணி.

எல்லாம் சேர்ந்து, "பெரியமியான் ஊரைவிட்டு வெளியேற வேண்டும்!" என்று முழக்கமிட்டன. பெரியமியானின் நெருங்கிய நண்பனான குரங்கு வாலாண்டி மட்டும், எதுவும் பேசாமல் தலையைச் சொறிந்துகொண்டு நின்றது.

விலங்குகளும் பறவைகளும் ஊர்வலமாக பெரியமியானின் வீட்டுக்குச் சென்றன. பெரியமியான் பயந்து உள்ளே ஒளிந்துகொண்டது.

"ஏய், பெரியமியான்! வெளியே வா!" யானை கருமலை இடிமுழக்கம்போலச் சொன்னது: "இல்லையென்றால் நாங்கள் உன் வீட்டுக்குத் தீ வைத்துவிடுவோம்!"

பெரியமியான் திகைப்புடன் வெளியே வந்தது. எல்லா பிராணிகளும் அதை சுற்றி வளைத்துக்கொண்டன.

"ம்... உன் மூட்டை முடிச்சுகளைக் கட்டிக்கொள். சட்டத்தை மீறி நடப்பவர்கள் இங்கே இருக்கக்கூடாது!" எருமை அமைதிமணி கட்டளையிட்டது. அப்போது காளை ஆற்றல்மணி சொன்னது: "இந்த டாக்டர் பயல் மீது எனக்கு கொஞ்சம் நாளாகவே சந்தேகம். இவனிடம் சிகிச்சைக்கு வந்த எலி எலும்பனை பல நாட்களாகக் காணவில்லை. நான் ஏன் முன்பே இதைப் பற்றி யாரிடமும் சொல்லவில்லை என்று நினைக்கிறீர்களா? எலி எலும்பன் என் நெல் முழுவதையும் தின்று தீர்க்கிற பேர்வழி. அவன் அப்படித் தொலைந்துபோனால் போகட்டும் என்று விட்டுவிட்டேன். நாடு கடத்தத் தேவையில்லாமல் எலும்பனே தன் முடிவைத் தேடிக்கொண்டான்."

"அடேய், பெரியமியானே, நீ டாக்டர் தொழிலுக்கே களங்கத்தை ஏற்படுத்திவிட்டாயடா! உடனே கிளம்பு! குதிரை நல்லிதயா, பெரியமியானை கொண்டுபோய் ரயில் நிலையத்தில் விட்டுவிட்டு வா!" யானை கருமலை கட்டளையிட்டது.

அப்போது கழுதை கடுகடுப்பான் பெரியமியானிடம் சென்று ரகசியமாகச் சொன்னது: "நான் உன் துணிகளையெல்லாம் துவைத்து சலவை செய்து கொடுத்தேனே, அதற்கான கூலியைக் கொடுத்துவிட்டுப் போ." பெரியமியான் கோபமாகச் சீறி கடுகடுப்பானின் முகத்தில் ஓங்கி ஒரு அறைவிட்டது. சட்டத்தை

மீறி நடந்ததாகத்தானே குற்றம் சாட்டியிருக்கிறார்கள். அதோடு சேர்த்து இன்னும் ஒரு முறை சட்டத்தை மீறியதாக இருக்கட்டுமே என்று நினைத்துதான் அறைந்தது பெரியமியான்.

கழுதை கடுகடுப்பான் முகத்தைத் துடைத்துக்கொண்டு பின்வாங்கியது. பெரியமியான், தன் பெட்டிகளையும் கூடைகளையும்கட்டில்களையும் குதிரைநல்லிதயனின்வண்டியில் ஏற்றிக்கொண்டு புறப்பட்டது. குரங்கு வாலாண்டி மட்டும் ரயில் நிலையம்வரை பெரியமியானின் பின்னால் சென்றது.

பெரியமியான், குதிரை நல்லிதயனின் வண்டியில் ஏறித்தான் ரயில் நிலையம் சென்றது. உடனே பயணச்சீட்டு வாங்கி ரயிலிலும் ஏறிவிட்டது. நல்லிதயனுக்குக் கூலி கொடுக்கவில்லை. "எனக்கான வண்டிக்கூலியைக் கொடுத்துவிட்டுப் போ, பெரியமியான்" என்று நல்லிதயன் கேட்டது. அப்போது பெரியமியான், "என்னை இங்கே கொண்டுவந்துவிடும்படி உன்னிடம் யார் சொன்னார்களோ, அவர்களிடமே கேட்டு கூலியை வாங்கிக்கொள்!" என்று சொல்லிவிட்டுப் புறப்பட்டது.

குதிரை நல்லிதயனுக்குக் குழப்பம். இதுவரை இப்படி ஒரு சம்பவம் நடந்தது இல்லை. போனால்போகட்டும் என்று விட்டுவிடவும் அதற்கு மனமில்லை. அது நேராக கோயிலுக்குச் சென்றது. அப்போதுதான் யானை கருமலை வராந்தாவில் நின்று, பூ கட்டிக்கொண்டிருந்தது.

"கருமலையா, நீ சொன்னதால்தான் நான் பெரியமியானை ரயில் நிலையத்தில் கொண்டுபோய் இறக்கிவிட்டேன். அந்த டாக்டர் பயல் எனக்குக் கூலி தரவில்லை. நீதான் எனக்குத் தர வேண்டும், சொல்லிவிட்டேன்."

"நான் தர வேண்டுமா, நன்றாக இருக்கிறதே நியாயம்!" என்று சொல்லி யானை கருமலை கேலியாக குலுங்கிக் குலுங்கி சிரித்தது.

"நீ தரமாட்டாயா? உன்னிடமிருந்து எப்படி வாங்க வேண்டும் என்று எனக்குத் தெரியும்." குதிரை நல்லிதயன், கருமலையை நெருங்கியது.

“கடுகு அளவு இருக்கும் ஒரு பூனையிடம் கூலி வாங்க முடியாத நீயா என்னிடம் வாங்கிவிடுவாய்?” மிகவும் ஏளனமாகச் சொன்னது கருமலை.

“நீ தரமாட்டாய், அப்படித்தானே?” குதிரை நல்லிதயன் கருமலையின் பருத்த காலில், தன் கூர்மையான குளம்பால் ஓங்கி மிதித்தது.

யானை கருமலை இதைச் சற்றும் எதிர்பார்க்கவில்லை. ‘இந்தக் கிராமத்திலேயே மிகவும் பலசாலி நான்தான். இதுவரை யாரும் என்னை நேரடியாக எதிர்த்ததில்லை. என்னிடம் எல்லோரும் தயக்கத்துடனும் பயத்துடனும்தான் நடந்துகொள்வார்கள். இன்று இதோ, ஒரு அற்பக் குதிரைக்கு என்னை உதைக்கக்கூடிய துணிச்சல் வந்திருக்கிறதே!’ கருமலை சீற்றத்துடன் திரும்பியது. கையிலிருந்த பூக்கூடை கீழே விழுந்தது. அது தும்பிக்கையால் குதிரை நல்லிதயனை வளைத்துப் பிடித்தது. தந்தத்தால் குத்த முற்பட்டது. நல்லிதயன் உரக்க அலறியது. அதைக் கேட்டு எல்லாத் திசையிலிருந்தும் விலங்குகளும் பறவைகளும் ஓடி வந்தன.

“ஏய்! கருமலை நில்! நில்! அவனை அடிக்காதே! நீ என்ன காரியம் செய்கிறாய்! என்று அனைத்தும் சற்றுத் தூரத்திலிருந்தே கத்தின. கடுங்கோபத்தால் மூச்சுத் திணறிக்கொண்டிருந்த

கருமலையின் பக்கத்தில் செல்வதற்கு எந்தப் பிராணிக்கும் தைரியமில்லை. அதைப் பிடித்து விலக்கிவிடவும் யாரும் தயாராக இல்லை.

யானை கருமலை, நல்லிதயனை ஒரு குத்து குத்தியது. நல்லிதயன் அப்படியும் இப்படியும் அசைந்து துடித்துக்கொண்டிருந்தது. அதனால் குத்து அதன் இதயத்தில் படவில்லை. வயிற்றின் ஒரு பகுதி சற்று நீளமாகக் கிழிந்துவிட்டது. அது அப்படியே மயங்கி விழுந்தது. அப்போதுதான் பிடிவிட்டு அகன்றது யானை கருமலை. புனிதவதி குதிரையும் அதன் பிள்ளைகளும் அழுதுகொண்டு ஓடி வந்தன. எல்லாப் பிராணிகளும் சேர்ந்து குதிரை நல்லிதயனுக்கு சிகிச்சை செய்ய ஆரம்பித்தன. சற்று நேரத்துக்குப் பிறகு நல்லிதயன் கண் விழித்துப் பார்த்தது.

"நான் இனிமேல் இந்த ஊரில் இருக்க மாட்டேன். எல்லாம் போதும். புனிதவதி, நாம் இன்றைக்கே போக வேண்டும். புறப்படு!" குதிரை நல்லிதயன் வயிற்றை அழுத்திப் பிடித்துக்கொண்டு மெதுவாக எழுந்தது.

"இந்த வீணாய்ப்போன ஊரில் இருக்க வேண்டாம் என்று நான்தான் அப்போதே சொன்னேனே. இப்போது புரிந்ததா?" புனிதவதிக் குதிரை அழுதபடியே தன் கணவனை தாங்கிப் பிடித்து அழைத்துச் சென்றது.

"ஊர்க்காரர்கள் எல்லோரும் கருமலை செய்ததை பார்த்துக் கொண்டுதானே இருந்தீர்கள். ஒருவராவது வந்து தடுத்தீர்களா? கருமலை தன் இஷ்டப்படி நடப்பான் என்பதைத்தானே இந்தச் செயல் காட்டுகிறது? இங்கே உயிருக்கும் உடைமைக்கும் பாதுகாப்பு உண்டா? நீதி நியாயம் உண்டா?" என்று கூச்சலிட்டது குதிரை நல்லிதயன். அது, சுற்றிலுமிருந்த பிராணிகளை உற்றுப் பார்த்தது.

எந்தப் பிராணியும் ஒரு வார்த்தையும் பேசவில்லை. அவை சற்று நேரம் அங்கும் இங்கும் கூடி நின்று பேசிக்கொண்டிருந்தன. பிறகு கலைந்து சென்றன. சட்டத்தை மீறிய கருமலையை தண்டிக்க வேண்டும் என்று சொல்வதற்கான தைரியம் எதற்கும் இல்லை. கருமலை, யார் வேண்டுமானாலும் காதைப் பிடித்து தூக்கி

எறியக்கூடிய சிறிய பூனைக்குட்டி அல்ல. மிகப் பெரிய யானை! இதற்குப் பயப்படாமல் இருக்க முடியுமா?

நல்லிதயன் குதிரையும் அதன் பிள்ளைகளும் முன்னால் நடந்தன. புனிதவதிக் குதிரை வண்டியை இழுத்துக்கொண்டு பின்னால் சென்றது. அவை, தங்கள் வீட்டிலிருந்து வெளியேறி மெதுவாக நடந்து செல்வதை கருமலை பார்த்துக்கொண்டிருந்தது. கிராமவாசிகளான அனைத்து விலங்குகளும் பறவைகளும் வழியோரமாக நின்றிருந்தன.

குதிரைநல்லிதயன், யாரிடமும் விடைபெறவில்லை. கிராமத்துப் பிராணிகள் அனைத்தின் மீதும் அதற்குக் கோபம். அதிகமாகக் கூலி வாங்கும் நல்லிதயனை அப்படியொன்றும் எந்தப் பிராணிக்கும் பிடிக்காது. ஆனால், இந்த விஷயத்தைப் பொறுத்தவரை அவையெல்லாம் நல்லிதயனின் பக்கம்தான் என்று கருமலைக்குத் தெரியும். குதிரை நல்லிதயன் தவறு செய்யவில்லை என்று அவை நம்புகின்றன. அது உதைத்த உதையை எவையும் பார்க்கவில்லையே. இப்போதும் கருமலைக்கு வலிக்கிறது.

யானை கருமலை பூக்கள் தொடுத்து மாலை கட்டியது. பிறகு பூஜை செய்வதற்கான முயற்சிகளைத் தொடங்கியது.

மதியப் பொழுது ஆன பிறகும் எதுவும் கோயிலுக்கு வரவில்லை. கருமலைக்குக் கொஞ்சம் வியப்பாக இருந்தது. ஒவ்வொரு பிராணியும் காலை நேரத்தில் சீக்கிரமாக வருமே... இன்று ஏன் எதுவும் வரவில்லை? அது சங்கை எடுத்து உரக்க ஊதியது. அவ்வப்போது தாளம் தட்டி பாடிப் பார்த்தது. கோயில் மணியை மிக வேகமாக அடித்து பெரும் ஓசையெழுப்பியது. ஆயினும் எதுவும் கோயிலுக்கு வரவில்லை.

யானை கருமலை பிரசாதத்தை எடுத்துக்கொண்டு வெளியே சென்றது. கோயிலுக்கு மிகப் பக்கத்தில்தான் பசு அன்புராணி வசித்து வருகிறது. கருமலை, அன்புராணியின் வீட்டுக்குச் சென்றது. அன்புராணி திண்ணையில் அமர்ந்து தயிர் கடைந்துகொண்டிருந்தது. கருமலையைப் பார்த்த உடனே தயிர் கலயத்தை அப்படியே போட்டுவிட்டது! உள்ளே ஓடிச்சென்று கதவைத் தாழிட்டுக்கொண்டது. கருமலை நீண்ட நேரம் கதவைத் தட்டி அழைத்துப் பார்த்தது. உள்ளிருந்து எந்த ஓசையும் வரவில்லை.

யானை கருமலை, காகம் கண்ணம்மாவின் வீட்டுக்குச் சென்றது. அதனுடைய வீட்டுக் கதவும் சாத்திக் கிடந்தது. கருமலை கதவைத் தட்டியது. காகம் கண்ணம்மா உள்ளிருந்து சத்தமாகச் சொன்னது: "யார் அது? நான் சமைத்துக்கொண்டிருக்கிறேன். இப்போது வெளியே வரமுடியாது. நான் வேலை செய்யும்போது தொந்தரவு செய்ய வந்துவிட்டீர்களா?"

"நான்தான் கண்ணம்மா, கருமலை. கொஞ்சம் வெளியே வந்துவிட்டுப் போயேன். நான் பிரசாதம் கொண்டு வந்திருக்கிறேன். உன்னைத் தொந்தரவு செய்ய வரவில்லை."

"ஆமாம், அந்தப் பிரசாதம் கிடைக்காமல்தான் நான் இப்போது அழுதுகொண்டிருக்கிறேன். உன் வேலையைப் பார்த்துக்கொண்டு போ!" என்று கத்தியது கண்ணம்மா.

அடுத்ததாக கருமலை, அணில் அண்ணாச்சியின் மளிகைக் கடைக்குச் சென்றது. அப்புறம் முயல் மொசமொசப்பனின் காய்கறித் தோட்டத்துக்குச் சென்றது. கழுதை கடுகடுப்பான் துணி துவைக்கும் ஆற்றுக்குச் சென்றது. காளை ஆற்றல்மணி களை பறிக்கும் வயலுக்கும் சென்றது. எதுவுமே அதனிடம் முகம்கொடுத்துப் பேசவில்லை. கருமலையைப் பார்த்ததுமே ஓடிச் சென்று வீட்டுக்குள் ஒளிந்து கதவைத் தாழிட்டுக்கொண்டன.

யானை கருமலைக்கு மிகவும் துயரமாக இருந்தது. கிராமவாசிகள் இப்படி வெறுக்கும் அளவு தான் என்ன குற்றம் செய்தோம் என்று அதற்குப் புரியவில்லை. அது திரும்பி கோயிலுக்குச் சென்றது. படையல் சோற்றை அள்ளித் தின்றது. வழக்கமாக அது சோற்றை எடுத்துக்கொண்டு குரங்கு வாலாண்டியின் உணவு விடுதிக்குச் செல்லும். அங்கே கூட்டு, பொரியல், குழம்பு எல்லாம் வாங்கி சேர்த்துச் சாப்பிடும். இன்று அங்கே செல்ல அதற்குத் தைரியம் இல்லை. அதைப் பார்த்தவுடன் வாலாண்டியும் கதவைச் சாத்திக்கொண்டால் என்ன செய்வது?

மீந்த சோற்றை என்ன செய்வது என்று யோசித்தபடி அது வாசலில் நின்றது. அப்போதுதான், போலீஸ் அதிகாரியான நாய் பெரும்பல்லன் அங்கே வந்தது.

"போலீஸ் அதிகாரி அவர்களே, சோறு இருக்கிறது. சாப்பிடுகிறீர்களா?" கருமலை கேட்டது.

பெரும்பல்லனுக்கு மிகவும் பசியாக இருந்தது. கிராமத்தின் மறு எல்லையில் இருக்கிறது அதன் வீடு. இந்த உச்சி வெயிலில் அவ்வளவு தூரம் நடக்கத் தேவையில்லாமல்போனதே என்று மகிழ்ந்து, அது கருமலையின் உபசரிப்பை ஏற்றுக்கொண்டது.

பெரும்பல்லன் சாப்பிடும்போது அதன் பக்கத்தில் அமர்ந்தது கருமலை. நடந்த சம்பவங்களையெல்லாம் விரிவாகச் சொன்னது. பிறகு கடைசியாகக் கேட்டது: "போலீஸ் அதிகாரி அவர்களே, நீங்களே சொல்லுங்கள். நான் தவறு செய்தேனா? ஊர்க்காரர்கள் இவ்வளவு தூரம் வெறுக்கும்படி நான் என்ன குற்றம் செய்தேன்? சொல்லுங்கள்!"

நாய் பெரும்பல்லன், வாயிலிருந்த சோற்றை மென்று விழுங்கிவிட்டு பொறுமையாகச் சொன்னது: "உன் பக்கமும் தவறு இருக்கிறது, கருமலையா. குதிரை நல்லிதயன் உன்னை மிதித்தான் என்பது உண்மைதான். ஆனால், நீ அவனை தும்பிக்கையால் வளைத்துப் பிடித்து குத்திக் கிழித்துவிட்டாய் அல்லவா?"

"இல்லை, போலீஸ் அதிகாரி அவர்களே. நான் என் தந்தத்தால் அவனை லேசாகத் தொட்டேன், அவ்வளவுதான்."

"நீ அப்படி நினைத்துக்கொண்டிருக்கிறாய், கருமலையா. உன் பலம் உனக்குத் தெரியாது. குதிரை நல்லிதயன் நசுங்கி சட்டினியாகாமல் இருந்தது அவன் அதிர்ஷ்டம். நீ இப்படிச் செய்திருக்கக் கூடாது. நல்லிதயனைப் பிடித்து ஊர் பஞ்சாயத்தில் நிறுத்தியிருக்க வேண்டும். அப்படிச் செய்திருந்தால் உடனே அவனை ஊரைவிட்டுத் துரத்தியிருப்பார்கள்."

"இனி நான் என்ன செய்வது, போலீஸ் அதிகாரி அவர்களே?"

"நான் சொல்வதற்கு என்ன இருக்கிறது? சட்டத்தை மீறி நடந்த உன்னை ஊரிலிருந்து வெளியேற்ற வேண்டும் என்று சொல்வதற்கான தைரியம் யாருக்கு இருக்கிறது! நீயாகவே போய்விட வேண்டும் என்றுதான் ஊர்க்காரர்கள் நினைக்கிறார்கள். உன்னிடம் யாரும் பேசாததற்கும் யாரும் கோயிலுக்கு வராததற்கும் இதுதான் காரணம்." நாய் பெரும்பல்லன் சாப்பிட்டு முடித்து எழுந்தது.

பெரும்பல்லன் போன பிறகு யானை கருமலை சிந்தனையில் ஆழ்ந்தது. 'ஓஹோ! அப்படியா விஷயம்! சரி. யாருக்கும் தேவையில்லாமல் இங்கே இருந்து என்ன செய்யப்போகிறேன்? ஊர்க்காரர்கள் எதிர்பார்ப்பதுபோலவே ஊரைவிட்டுப் போய்விடுகிறேன். ஆனால், பட்டப்பகலில், எல்லோரும் பார்க்கும்படி போவதற்கு வெட்கமாக இருக்கிறது. இரவு வண்டிக்குப் போகலாம்.'

யானை கருமலை பாத்திரங்களையெல்லாம் கழுவியது. அவற்றை உள்ளறையில் வைத்து கதவைச் சாத்தியது. வெளியே வந்து கோயிலைப் பூட்டியது. அடுத்து வருகிற பூசாரிக்கு

கண்டுபிடிக்க சிரமம் ஏற்படாதவாறு, சட்டென்று தெரியும்படி சாவியை நிலைப்படியில் வைத்தது. பிறகு வாசலில் அமர்ந்து, இரவு நேரம் வருவதற்காக காத்திருந்தது.

□

கிராமத்துக்கு ஏதோ ஆபத்து ஏற்படப் போகிறது என்று போலீஸ் அதிகாரி பெரும்பல்லன் உறுதியாக நம்பியது. அது யோசித்துக்கொண்டே நடந்தது:

'கொஞ்சம் நாட்களுக்குள் என்னவெல்லாம் நடந்துவிட்டன! எவ்வளவு பேர் ஊரைவிட்டுப் போய்விட்டார்கள்! டீச்சர் கிக்கியம்மாவின் பிறந்தநாளும் அதைத் தொடர்ந்து அவளுக்கு ஏற்பட்ட மயக்கமும்தான் ஆபத்துக்கான ஆரம்ப நிகழ்ச்சிகள். டாக்டர் பெரியமியானை ஊரைவிட்டு வெளியேற்ற நேர்ந்தது. வண்டிக்காரன், குதிரை நல்லிதயனும் பூசாரியான யானை கருமலையும் தாங்களாகவே போய்விட்டார்கள். இப்போது இதோ, மளிகைக் கடைக்கார் அணில் அண்ணாச்சியும் போய்விட்டார்! அவர் கடைக்கு எதிர் வரிசையில், முட்டை வியாபாரி சேவல் செந்தாடி ஒரு மளிகைக் கடை ஆரம்பித்தான். அணில் அண்ணாச்சி அதை எதிர்த்து ஊர் பஞ்சாயத்தில் ஒரு புகார் கொடுத்திருந்தார். விதிவசமாக பஞ்சாயத்தின் தீர்ப்பு அணில் அண்ணாச்சிக்கு எதிராக அமைந்துவிட்டது. சேவல் செந்தாடிக்குக் கிடைத்தது ஆறு ஓட்டு. அணில் அண்ணாச்சிக்கு நான்கு ஓட்டுகள்தான் கிடைத்தன. யாரும் அவரவர்களுக்கு விருப்பமான எந்தத் தொழிலையும் செய்யலாம் என்று ஊர் பஞ்சாயத்து தீர்ப்பளித்தது. அணில் அண்ணாச்சி மிகவும் எரிச்சலடைந்து விட்டார். மறுநாளே அவர் கடையைப் பூட்டிவிட்டு மூட்டை முடிச்சுகளுடன் போய்விட்டார்...'

போலீஸ் அதிகாரி பெரும்பல்லன் இப்படி யோசித்தபடி பாதையில் நடந்துகொண்டிருந்தது. அப்போது கிணற்றுக்கருகில் ஏதோ பெரிய கூச்சல் கேட்டது. கிணற்றடியில், தண்ணீர் இழுக்கும் கயிற்றின் ஒரு முனையை பால்காரி பசு அன்புராணியும், மறுமுனையை ஆடு அழகுராணியும் பிடித்துக்கொண்டிருந்தன. இரண்டும் கயிற்றை அப்படியும் இப்படியும் பிடித்து இழுக்கின்றன. பசு அன்புராணி பெரிய உருவம்தான். ஆனால், ஆடு அழகுராணிக்கு

சிறு வயது. அதனால் அதற்கு பலத்துக்கு குறைச்சலில்லை. இரண்டும் சமபலத்துடன் இழுத்துக்கொண்டிருக்கின்றன.

"முதலில் கயிற்றை விடுங்கள்! என்ன நடந்தது என்று என்னிடம் சொல்லுங்கள்!" பெரும்பல்லன் இரண்டையும் பிடித்து விலக்கிவிட்டது. அன்புராணியும் அழகுராணியும் ஒரே சமயத்தில் புகார் சொல்லத் தொடங்கின. பெரும்பல்லன் கைகாட்டி நிறுத்தியது.

"இரண்டு பேரும் ஒரே நேரத்தில் பேசினால் எனக்கு எப்படிப் புரியும்? ஒவ்வொருவராகச் சொல்லுங்கள். பசு அன்புராணிக்குத்தானே வயது அதிகம். முதலில் அன்புராணி பேசட்டும்."

"போலீஸ் அதிகாரி அவர்களே, இந்த ஆடு அழகுராணியின் அக்கிரமத்தை தாங்கவே முடியவில்லை!" அன்புராணி ஏற்ற

இறக்கத்துடன் பேசத் தொடங்கியது: "நான்தான் முதலில் கிணற்றுக்கு வந்தேன். எனக்குப் பின்னால் இவள் வந்தாள். நான் சென்று கயிற்றை எடுக்கும்போது இவள் ஓடி வந்து கயிற்றைப் பிடுங்கினாள். இவள்தான் முதலில் வந்தாளாம். சுத்தப் பொய்! ஏன் பொய் சொல்கிறாய் என்று நான் கேட்டபோது இவள் என்னவெல்லாம் பேசினாள் தெரியுமா? நான் பாதிக்குப் பாதி தண்ணீர் கலந்து விற்கிறேனாம். பாலில் கலப்பதற்குத்தான் இவ்வளவு அவசரமாக, பொழுது விடியும்போதே தண்ணீர் எடுக்க வருகிறேனாம். அப்படியென்றால் இவள் மட்டும் என்ன செய்கிறாள்? இவள் எதற்கு இவ்வளவு சீக்கிரம் வருகிறாள்?"

"அழகுராணியே, அன்புராணி சொல்வதெல்லாம் உண்மைதானா?"

ஆடு அழகுராணி கோபமாகப் பேசியது: "இல்லை, நான்தான் முதலில் வந்தேன். ஆனால், இவள் பாய்ந்து முந்திக்கொண்டு தண்ணீர் எடுக்கத் தொடங்கினாள்..."

இந்த இடத்தில் பெரும்பல்லன், ஆடு அழகுராணியைக் கண்டித்தது.

"பசு அன்புராணிக்கு உன்னைவிட மிகவும் வயது அதிகம். அவள் இவள் என்று பேசக் கூடாது. மரியாதை தேவை!"

"சரி. அதனால் எனக்குக் கோபம் வந்துவிட்டது. என்னால் கோபத்தை அடக்கவே முடியவில்லை. அதனால் நான் அப்படியெல்லாம் சொன்னேன்தான். ஆனால், நான் சொன்னது எதுவும் பொய் இல்லையே. இந்த அம்மா விற்பதற்காக, பெரிய பித்தளைக் குடம் நிறைய பால் எடுத்துச் செல்வதை நீங்கள் பார்த்திருப்பீர்களே? இப்போது நீங்கள் இந்த அம்மாவின் வீட்டுக்குச் சென்று பாருங்கள். அந்தக் குடத்தில் பாதி அளவுதான் பால் இருக்கும். இந்த அம்மா கிணற்றுத் தண்ணீரை ஊற்றுவதால்தான் பால் குடம் நிறைய இருக்கிறது. ஆனால், எல்லா கெட்ட பேரும் எனக்குத்தான் வந்து சேர்கிறது. நான் என்ன செய்வேன், போலீஸ் அதிகாரி அவர்களே?" ஆடு அழகுராணி, பசு அன்புராணியை முறைத்துப் பார்த்தது.

"சரி. நீ சொல்வது உண்மையா என்று நான் அன்புராணியின் வீட்டுக்குச் சென்று பார்க்கிறேன்."

பெரும்பல்லன், பசு அன்புராணியின் வீட்டுக்குச் செல்ல முற்பட்டது. உடனே அன்புராணி தடுத்துச் சொன்னது:

"ஏழையான என் வீட்டில் பார்ப்பதற்கு ஒன்றுமில்லை, போலீஸ் அதிகாரி அவர்களே. நான் அப்படியெல்லாம் செய்பவள் அல்ல. என் மீது உங்களுக்கு நம்பிக்கை இல்லையா?" என்று அன்புராணி, பெரும்பல்லனின் கையைப் பிடித்து பின்னால் இழுத்தது. பெரும்பல்லன் அதைப் பொருட்படுத்தாமல் முன்னோக்கிச் சென்றது.

பசு அன்புராணியின் வீட்டுச் சமையலறையில் பால் குடம் இருக்கிறது. பெரும்பல்லன் குடத்தைத் தூக்கிப் பார்த்தது. குடத்தில் பாதி அளவுதான் பால் இருக்கிறது. பசு அன்புராணி, முழுதும் பால் நிரம்பிய குடத்தை தலையில் சுமந்து நடக்க முடியாமல் நடந்ததை நேற்றுத்தான் பெரும்பல்லன் பார்த்திருந்தது. 'அப்படியென்றால், ஆடு அழகுராணி சொன்னது உண்மைதானே? இதைச் சும்மா விடக் கூடாது. சட்டத்தை மீறுபவர்களை தண்டிக்காமல் இருக்க முடியுமா?'

மதியப் பொழுதில் கோயில் வாசலில் ஊர் பஞ்சாயத்து கூடியது. பாலில் தண்ணீர் கலந்து விற்ற குற்றத்திற்காக, யாரும் ஒரு வாரத்துக்கு பசு அன்புராணியிடமிருந்து பால் வாங்கக்கூடாது என்று தீர்ப்பளிக்கப்பட்டது.

அந்த தீர்ப்பைக் கேட்டதும் பசு அன்புராணி கடுங்கோபம் கொண்டது. அது ஆவேசமாகக் கத்தியது: "இந்த ஒரு வார காலம் நான் எப்படி வாழ்வேன்? நான் காற்றைத் தின்று வாழ முடியுமா? போங்கடா போக்கத்தவனுகளா! பஞ்சாயத்தாம், பஞ்சாயத்து! எல்லோரும் ஊழல் பெருச்சாளிகள்!"

"அப்படிச் சொல்லாதே அன்புராணி. நீயும் ஊர் பஞ்சாயத்தைச் சேர்ந்தவள்தானே?" துணி துவைக்கும் கழுதை கடுகடுப்பான் சமாதானப்படுத்தியது.

"இப்படிப்பட்ட அநியாயங்களைச் செய்கிற ஊர் பஞ்சாயத்தில் நான் சேர மாட்டேன். நானும் இந்த ஊரைவிட்டுப் போகிறேன். பாலில் கொஞ்சம் தண்ணீர் கலந்து விற்றதற்காக பஞ்சாயத்து கூட்டுகிறீர்கள்? ஹூம்! பாலில் தண்ணீர் கலக்காத சத்தியவான்கள் எங்காவது இருக்கிறார்களா?" என்று கத்திவிட்டு பசு அன்புராணி திரும்பி நடந்தது.

பசு அன்புராணியின் கோபத்தை எந்தப் பிராணியும் பொருட்படுத்தவில்லை. அதற்கு முன்கோபம் சற்று அதிகம்தான். அதற்குப் பிடிக்காத வகையில் ஏதேனும் பேசிவிட்டால் போதும், உடனே, "இந்த ஊரைவிட்டுப் போய்விடுவேன்!" என்று அச்சுறுத்தும். அதைக் கேட்டுக் கேட்டுப் பழகிவிட்டது.

மாலை நேரத்தில், குரங்கு வாலாண்டியின் உணவு விடுயில் தேநீர் குடிக்கச் சென்றவற்றுக்கெல்லாம் ஒரே அதிர்ச்சி. வாலாண்டி அனைத்து வாடிக்கையாளர்களுக்கும் பால் இல்லாத கறுப்புத் தேநீர்தான் கொடுத்தது. ஏன் என்று கேட்டபோது, அது பழிப்புக் காட்டிச் சொன்னது: "பசு அன்புராணியிடமிருந்து பால் வாங்கக் கூடாது என்றுதானே பஞ்சாயத்தில் சொல்லியிருக்கிறார்கள்? வேறு எங்கே பால் இருக்கிறது? தேவைப்பட்டவர்கள் குடித்தால் போதும். இப்படியே போனால், கடையைப் பூட்டி, ஊரைவிட்டுப் போக வேண்டியதுதான் என்று நினைக்கிறேன். டீக்கு பால் இல்லை. சோற்றுக்கு மோர் இல்லை. பாழாய்ப்போன ஊர்!"

எந்தப் பிராணியும் பதில் சொல்லவில்லை. நெருங்கிய நண்பனாயிருந்த மருத்துவர் பெரியமியானை வெளியேற்றியதால் வாலாண்டிக்கு கிராமவாசிகள் மீது கடும் கோபம். இப்போது அதற்கு மிகவும் கவனக் குறைவு ஏற்பட்டுவிட்டது. சமையலில் பழைய சுவை இல்லை. எந்தப் பிராணியாவது தேநீர் குடிப்பதற்கு சென்று உட்கார்ந்தால், வாலாண்டி நீண்ட நேரத்துக்குப் பிறகுதான் வந்து "என்ன வேண்டும்?" என்று கேட்கும். எப்போதும் எரிச்சலுடன் ஏதாவது திட்டிக்கொண்டேயிருக்கும்.

மாலை நேரத்தில், பசு அன்புராணியும் குரங்கு வாலாண்டியும் கோயில் குளக்கரை நாவல் மரத்தடியில், மிகவும் ஆழ்ந்த முறையில் ஏதோ பேசிக்கொண்டிருந்ததை சில பிராணிகள் பார்த்தன. அதற்குப் பிறகு அவை இரண்டையும் கிராமத்தில் எந்த விலங்குமே பார்த்தது

இல்லை. அவை இரண்டும் எப்போது ஊரை விட்டுச் சென்றன என்றும் எவற்றுக்குமே தெரியவில்லை. கிராமத்தில் ஒரு ஈ பறந்தால்கூட எனக்குத் தெரிந்துவிடும் என்று பெருமையடித்துக்கொள்ளும் போலீஸ் அதிகாரி பெரும்பல்லனுக்குக்கூட தெரியவில்லை. அது மறுநாள் தேநீர் குடிக்கச் சென்றபோது, வாலாண்டியின் உணவு விடுதி பூட்டிக் கிடந்தது. அப்போதுதான் பெரும்பல்லனுக்கு விஷயம் தெரியும்.

துடைப்பத்தைக் கையில் பிடித்தவாறு பார்த்துக்கொண்டிருந்த காகம் கண்ணம்மா சொன்னது: "காசு கொடுத்தாலும், பொழுது விடியும்போது வயிற்றுக்கு ஏதாவது கிடைக்கும். பாவம்! எல்லோரும் சேர்ந்து அவனையும் வெளியேற்றிவிட்டீர்களே! பசு அன்புராணியும் போய்விட்டாள். இனி யார் இருக்கிறார்கள்? இங்கே இருப்பதில் என்ன பயன் என்று நானும் நினைக்கிறேன்."

குளித்துப் பொட்டு வைத்து, பள்ளிக்குச் செல்ல ஆயத்தமாகி பச்சைக்கிளி கிக்கியம்மா வந்தது: "குரங்கு வாலாண்டியின் குழந்தைகளுக்கு கொஞ்சம் குறும்பு அதிகம் என்றாலும் புத்திசாலிக் குழந்தைகள்! அவர்களெல்லாம் போய்விட்ட பிறகு, இனி நம் பள்ளிக்கு கெட்ட பெயர்தான் வரப்போகிறது. இனி யார் பாக்கியிருக்கிறார்கள்? எருமை அமைதிமணியின் மூன்று பிள்ளைகளும், கழுதை கடுகடுப்பானின் நான்கு பிள்ளைகளும் இருக்கிறார்கள். இவர்களில் யாருக்கு முட்டாள்தனம் அதிகம் என்பதில்தான் சந்தேகம். எவ்வளவுதான் சொல்லிக்கொடுத்தாலும் மண்டையில் ஏறுவதில்லை. இருப்பவர்களில், முயல் மொசமொசப்பனின் பத்துப் பிள்ளைகள் கொஞ்சம் பரவாயில்லை. இவர்களுக்கெல்லாம் படிப்புச் சொல்லிக்கொடுத்து பரீட்சை எழுதவைக்க என்னால் முடியாது. எனக்குச் சலித்துவிட்டது."

அப்போது, ஆடு அழகுராணி குறைபட்டுக்கொண்டது: "குரங்கு வாலாண்டிக்கு ஆணவம் அதிகம். அதனால்தான் பால்

கிடைக்கவில்லை என்று ஹோட்டலைப் பூட்டிவிட்டுச் சென்றுவிட்டான். ஏன், பால் கொடுக்க நான் இல்லையா?"

போலீஸ் அதிகாரி, நாய் பெரும்பல்லன் எதுவும் பேசவில்லை. 'ஊர் அழியப்போகிறது, நிச்சயம். இல்லையென்றால் எல்லோரும் ஏன் இப்படி புத்தி கெட்டு அலைகிறார்கள்?' என்று நினைத்தது அது.

□

பொழுது விடிந்தால் முயல் மொசமொசப்பன் முதலில் செய்யும் காரியம், தோட்டத்துக்குச் சென்று விளைந்த காய்கறிகளைப் பறிப்பதுதான். குரங்கு வாலாண்டியின் உணவு விடுதி இருந்தபோது மொசமொசப்பனுக்கு காய்கறி வியாபாரத்தைப் பற்றிக் கவலை இருக்கவில்லை. எவ்வளவு இருந்தாலும் வாலாண்டி வாங்கிக்கொள்ளும். ஆனால், இப்போதைய நிலை வேறு. காய்கறிக் கூடையைத் தலையில் வைத்து கிராமம் முழுவதும் கத்திக் கூப்பாடு போட்டு நடக்க வேண்டும். ஏதாவது பறவையோ விலங்கோ கொஞ்சம் காய்கறி வாங்கினால்தான் பிழைப்பு நடக்கும். காய்கறிகள் மீந்து போகாத நாட்களே இல்லை. கொஞ்சம் காய்கறிகளாவது அழுகி வீணாகாத நாட்களும் இல்லை. ஆகமொத்தம் வியாபாரம் நஷ்டத்தில் நடக்கிறது. இப்படியே சென்றால், நீண்ட காலம் இங்கே இருக்க முடியும் என்று தோன்றவில்லை.

காய்கறிக் கூடையைத் தலையில் சுமந்தவாறு, முயல் மொசமொசப்பன் தெருவுக்கு வந்தது. அதனிடம் எப்போதும் காய்கறி வாங்கும் இரண்டு விலங்குகள் ஊரில் இல்லை. விவசாயியான எருமை அமைதிமணிக்கு வாலில் ஒரு புண் வந்துவிட்டது. வாலை வெட்ட நேர்ந்தது என்பதுதான் கேள்விப்பட்ட செய்தி. காற்றிலும் மழையிலும் வயலில் வேலை செய்ததாலும் புதிய நெல்லின் வைக்கோலைப் பயன்படுத்தியதாலும்தான் புண் வந்தது என்று யூகிக்கப்படுகிறது.

கிராமத்தில் ஒரு மருத்துவர் இல்லாத கஷ்டம் இப்போதுதான் தெரிகிறது. சாதாரண சளி, காய்ச்சலுக்குக்கூட நகரத்துக்குச் செல்ல

வேண்டியிருக்கிறது. எருமை அமைதிமணியும் அதன் குடும்பமும் சிகிச்சைக்காக ஊரைவிட்டுப் போய்விட்டன. அவற்றின் உதவிக்கு, துப்புரவுப் பணி செய்யும் காகம் கண்ணம்மாவும் போய்விட்டது. உண்மையில் அவற்றின் உதவிக்குப் போக வேண்டிய அவசியம் ஒன்றுமில்லை. கண்ணம்மா ஆசைப்பட்டுச் சென்றது. அவையெல்லாம் சென்று ஒரு வாரத்திற்கும் மேலாகிவிட்டது. எருமை அமைதிமணி நன்றாகக் குணமடைந்துவிட்டது என்று கடிதம் வந்திருப்பதாக, காளை ஆற்றல்மணி நேற்று சொன்னது. ஆயினும் அவை திரும்பி வருவதாகத் தெரியவில்லை. கடிதத்தில் அந்த விஷயத்தைப் பற்றி ஒன்றும் தகவல் இல்லையென்றுதான் ஆற்றல்மணி சொன்னது.

“ஏய், மொசமொசப்பா, இங்கே கொஞ்சம் வந்துவிட்டுப் போ!” துணிதுவைக்கும் கழுதை கடுகடுப்பான் அழைத்தது. முயல் மொசமொசப்பன், கடுகடுப்பானின் அசுத்தமான வாசலுக்குச் சென்று வராந்தாவில் ஏறியது. மொசமொசப்பன் அமர்வதற்கு, கடுகடுப்பான் ஒரு துணி மூட்டையை எடுத்துப் போட்டது.

“கடுகடுப்பா, உனக்கு என்னென்ன காய்கறிகள் வேண்டும்? கத்தரிக்காய் இருக்கிறது, தக்காளி இருக்கிறது, வெண்டைக்காய் இருக்கிறது, பூசணிக்காய் இருக்கிறது, உருளைக்கிழங்கு இருக்கிறது...” மொசமொசப்பன் காய்கறிகளை எடுத்துக் கீழே வைக்க ஆரம்பித்தது.

“எனக்கு இப்போது காய்கறிகள் எதுவும் வேண்டாம், மொசமொசப்பா. நான் நேற்று முன்தினம்தானே நிறைய வாங்கினேன். நான் ஒரு விஷயம் சொல்லத்தான் உன்னைக் கூப்பிட்டேன்.” கழுதை கடுகடுப்பான், காய்கறிகளை மீண்டும் கூடையில் எடுத்து வைக்க மொசமொசப்பனுக்கு உதவியது.

“என்ன விஷயம், கடுகடுப்பா?”

“நம் டீச்சர் கிக்கியம்மாவைப் பற்றி நான் இன்று பஞ்சாயத்துக் கூட்டத்தில் ஒரு புகார் கொடுக்கப்போகிறேன். ஓட்டுப் போடும்போது, நீ எனக்கு ஓட்டுப் போட வேண்டும். இதைச் சொல்லத்தான் நான் உன்னை அழைத்தேன்.”

“உனக்கு டீச்சரம்மாவைப் பற்றி என்ன புகார் இருக்கிறது?”

“அதுவா?” கழுதை கடுகடுப்பான் தாழ்ந்த குரலில் சொன்னது: “என் பிள்ளைகளுக்கு அறிவில்லை என்று சொல்லி டீச்சரம்மா அவர்களை வகுப்பில் மிகவும் கொடுமைப்படுத்துகிறார்கள். என் பிள்ளைகளைக் குத்துகிறார்கள், கிள்ளுகிறார்கள். என் செல்லப் பிள்ளைகளால் உடலை அசைக்கவே முடியவில்லை. அவர்கள் நினைத்தால் அந்த டீச்சரம்மாவை சட்டினியாக்கிவிடுவார்கள். ஆனால், பொறுத்துக்கொண்டு இருக்கிறார்கள், அவ்வளவுதான்.”

“உன் பிள்ளைகள் பெரிய அறிஞர் பெருமக்கள் என்றா நீ நினைத்துக்கொண்டிருக்கிறாய்?” முயல் மொசமொசப்பன் சிரித்துக்கொண்டு கேட்டது.

“என் பிள்ளைகள் பெரிய அறிவாளிகளாய் இல்லாமல் இருக்கலாம். ஆனால் டீச்சரம்மா, அந்தப் பச்சைக்கிளி கிக்கியம்மா இப்படிச் செய்வது சரிதானா, இது நியாயம்தானா, தர்மம்தானா?”

“பிறகு எப்படி சொல்லிக்கொடுப்பது? எந்த நேரத்திலும் செல்லம் கொஞ்சிக்கொண்டிருக்க முடியுமா? போகட்டும். டீச்சரம்மா சொல்லிக் கொடுக்க முடியாது என்றால், நீ சொல்லிக் கொடுப்பாயா?”

“அதனால்தானே அந்தக் கிளிக்கு அவ்வளவு ஆணவம்! அவள், தன்னைவிடப் பெரியவர் வேறு யாரும் இல்லை என்று நினைத்துக்கொண்டிருக்கிறாள். இவளைவிட பெரிய பெரிய பிரமுகர்கள் எல்லாம் இங்கே இருந்தார்களே, அவர்களையெல்லாம் அனுப்பிவிட்டும் நாம் நன்றாகத்தானே வாழ்கிறோம்? நமக்கு என்ன கேடு வந்துவிட்டது? இருக்கட்டும், நீ இதைச் சொல் மொசமொசப்பா! நீ எனக்கு ஓட்டுப் போட மாட்டாயா?”

“நான் வெளிப்படையாகச் சொல்லிவிடுகிறேனே, அது சந்தேகம்தான்.” மொசமொசப்பன் எழுந்தது.

“ஓஹோ! அப்படியா விஷயம்? அப்படியென்றால் நானும் விடமாட்டேன். நான் உனக்குத் துணி துவைத்ததற்கான கூலி முழுவதையும் பைசா பாக்கியில்லாமல் எடுத்து வைத்துவிட்டுப் போ!” கழுதை கடுகடுப்பான், மொசமொசப்பனின் கையைப் பிடித்தது.

"என்னிடம் காய்கறி வாங்கிய வகையில் நீ எனக்கு எவ்வளவு பாக்கி வைத்திருக்கிறாய்! இரண்டுக்கும் சரியாகிவிடும்."

"அது அப்படி இருக்கட்டும். நான் உனக்கு அவ்வளவு அதிகமாக ஒன்றும் தர வேண்டியதில்லை. நீயோ, எனக்கு நிறையத் தரவேண்டும்! நீ எப்போதும் வெள்ளையும் சொள்ளையுமாக வேட்டி கட்டிக்கொண்டு போகிறாயே, நான்தானே துவைத்து சலவை செய்து கொடுத்தேன். மரியாதையாக அதற்கான காசைக் கொடுத்துவிடு. இல்லையென்றால் நான் உன்னை விடமாட்டேன்!"

முயல் மொசமொசப்பன், கழுதை கடுகடுப்பானின் கையைத் தட்டிவிட்டு இறங்கி ஓடியது. கடுகடுப்பான் கொடுக்க இருக்கும் புகாரைப் பற்றி டீச்சர் கிக்கியம்மாவிடம் முன்கூட்டியே தெரிவிப்பதற்காகப் பாய்ந்து சென்றது. கடுகடுப்பான் திட்டிக் கொண்டே சற்று தூரம் பின்னால் ஓடி வந்தது. பிறகு திரும்பிச் சென்றது.

செய்தியைக் கேட்டபோது பச்சைக்கிளி கிக்கியம்மா சற்று நேரம் அமைதியாக இருந்தது. பிறகு சொன்னது: "விஷயம் உண்மைதான் மொசமொசப்பா. நான் அந்தக் கழுதைப் பிள்ளைகளைக் கொஞ்சம் தண்டிப்பது உண்டுதான். இந்தளவு மூளையற்ற பிள்ளைகளை நான் என் ஆயுளில் பார்த்ததே இல்லை! என் பொறுமையே போய்விட்டது மொசமொசப்பா! நான் வேலையை ராஜினாமா செய்துவிடலாமா என்று யோசிக்கிறேன். இப்போதே சென்றால் கௌரவமாகப் போய்விடலாம். இல்லையென்றால், கழுதை கடுகடுப்பான் பஞ்சாயத்தில் புகார் செய்யும்போது, அதிகமானவர்கள் எனக்கு எதிராகத்தான் ஓட்டுப் போடுவார்கள். என் மீது அன்புள்ளவர்கள் யாரும் இப்போது இந்த ஊரில் இல்லை. நீயும் சேவல் செந்தாடியும் மட்டும்தான் இருக்கிறீர்கள்."

"டீச்சரம்மா, நீங்கள் போகிறீர்கள் என்றால் நானும் உங்களுடன் வருகிறேன். எனக்கு வேண்டியவர்கள் என்று இங்கே யாரும் இல்லை. இங்கே நான் இருந்து என்ன செய்யப்போகிறேன்? என் வியாபாரமும் மிகவும் மோசமாக இருக்கிறது. நாம் இருவரும் இந்த ஊரைவிட்டுப் போய்விடலாம்." முயல் மொசமொசப்பன், கிக்கியம்மாவின் கண்ணீரைத் துடைத்தது.

மதியப் பொழுதில் பஞ்சாயத்து கூடியது. காளை ஆற்றல்மணி தலைமையேற்றது. கழுதை கடுகடுப்பான் எழுந்து நின்று, "எனக்கு ஒரு புகார் இருக்கிறது!" என்று சொன்னது. அப்போது கிக்கியம்மா தாவி எழுந்து இனிய குரலில் உரையாற்றத் தொடங்கியது: "மதிப்பிற்குரிய பெரியோர்களே, தாய்மார்களே, சகோதரர்களே, நான் முன்கூட்டியே உங்களிடம் ஒரு விஷயத்தைத் தெரிவித்துவிடுகிறேன். வேறு ஒரு இடத்தில் எனக்கு அதிக சம்பளம், தங்குமிடம், உணவு வசதியுடன் வேலை கிடைத்திருப்பதால் நான் இந்த ஊரைவிட்டுப் போக வேண்டியிருக்கிறது. உங்கள் செல்லக் குழந்தைகளுக்கு என் ஆசைதீர சொல்லிக்கொடுக்க முடியவில்லை. உங்கள் ஒவ்வொருவரையும் நான் என்றும் மறக்க மாட்டேன். எனக்கு அன்புடன் விடைகொடுங்கள்!"

அனைத்துப் பிராணிகளும் ஸ்தம்பித்துவிட்டன. எதுவுமே பேசவில்லை. அந்த திகைப்பு விலகுவதற்கு முன்பு முயல் மொசமொசப்பன் எழுந்து நின்றது: "குரங்கு வாலாண்டியின் ஹோட்டல் பூட்டப்பட்ட பிறகு என் வியாபாரம் மிகவும் நஷ்டமாகிவிட்டது. அதனால் நானும் டீச்சரம்மாவுடன் போவதாக முடிவு செய்துவிட்டேன்."

பஞ்சாயத்துக் கூட்டத்தில் பெரிய களேபரமாகிவிட்டது. காளை ஆற்றல்மணி எழுந்து நின்று மேசையில் தட்டியவாறு ஏதோ பேசியது. ஆனால், பால்விற்கும் ஆடு அழகுராணியும் முட்டை வியாபாரி சேவல் செந்தாடியும் மிகவும் கூச்சல்போட்டுக்கொண்டிருந்தன. அதனால் ஆற்றல்மணி

சொன்னது மற்ற பிராணிகளுக்குக் கேட்கவில்லை. சட்டம் ஒழுங்கைக் காப்பாற்ற வேண்டிய போலீஸ் அதிகாரி பெரும்பல்லன் நாய்கூட, உரத்த குரலில் குரைத்துக்கொண்டிருந்தது. "ஒவ்வொருவராக எல்லோரும் ஊரைவிட்டுப் போகிறார்கள் என்றால் பிறகு இப்படி ஒரு கிராமம் எதற்கு?" என்று எல்லா பிராணிகளும் ஒன்றை ஒன்று கேட்டுக்கொண்டன.

"எருமை அமைதிமணி சென்ற பிறகு, இந்த விவசாய வேலைகளையெல்லாம் என்னால் தனியாகச் செய்ய முடியவில்லை. இந்த ஊரைவிட்டுப் போய்விட்டால் என்ன என்று நானும் யோசிக்கிறேன்" என்று ஆற்றல்மணி சொன்னது.

"என்னிடமிருந்து நிறையப் பால் வாங்குபவர்கள் டீச்சரம்மாவும் முயல் மொசமொசப்பனும்தான். அவர்கள் போன பிறகு நான் யாருக்குப் பால் விற்பேன்?" ஆடு அழகுராணி கேட்டது."

"நான் இங்கே எல்லோருக்கும் துணி துவைத்துப் போட்டுக்கொண்டிருப்பது வீண் வேலைதான். யாருமே கூலி கொடுப்பதில்லை. கூலி கேட்டால் பிரச்சினை வந்துவிடுகிறது. எனக்கு அறிவு குறைவாக இருப்பதால், என்னை ஏமாற்றிவிடலாம் என்று நினைக்கிறார்கள்போலிருக்கிறது. அந்தக் கடவுள் இதையெல்லாம் பார்த்துக்கொண்டிருக்கிறார். எல்லோரும் போகிறீர்கள் என்றால் நான் மட்டும் இங்கே இருந்து என்ன செய்யப்போகிறேன்" என்று சொன்ன கழுதை கடுகடுப்பான், முயல் மொசமொசப்பனை ஓரக்கண்ணால் பார்த்தது.

"முட்டை வியாபாரத்தில் வரும் வருமானம் மட்டும் என் வாழ்க்கைச் செலவுகளுக்குப் போதவில்லை. அதனால்தான் நான் மளிகைக் கடை ஆரம்பித்தேன். எந்தக் கெட்ட நேரத்தில் நான் கடை ஆரம்பிக்க நினைத்தேனோ என்னமோ! ஒவ்வொருவராக எல்லோரும் போக ஆரம்பித்துவிட்டார்கள். நான் மட்டும் இங்கே இருந்து என்ன செய்யப்போகிறேன்? நானும் உங்களுடன் வந்துவிடுகிறேன் டீச்சரம்மா" என்று சொன்ன சேவல் செந்தாடி, பச்சைக்கிளி கிக்கியம்மாவின் தோளில் கைவைத்தது.

"இப்படித்தான் நடக்கும் என்று நான் கொஞ்சம் நாட்களாக எதிர்பார்த்தேன். எல்லோருக்கும் மனம் மாறியிருக்கிறது.

ஒற்றுமையுடன் இருக்க வேண்டும் என்று யாரும் நினைக்கவில்லை. எல்லோரும் தங்கள் தங்கள் சுயநலத்தைத்தான் பெரிதாக நினைக்கிறார்கள். அதனால் நாம் இந்த பஞ்சாயத்துக் கூட்டத்தைக் கலைத்துவிட்டு பிரிந்து சென்றுவிடலாம். சமுதாய வாழ்க்கையில் ஒருவருக்கொருவர் விட்டுக்கொடுத்துப் போனால்தான் மகிழ்ச்சியாகவும் அமைதியாகவும் வாழ முடியும் என்று நாம் கற்றுக்கொள்ளும் காலத்தில், நாம் மீண்டும் ஒரு கிராமத்தை உருவாக்குவோம்" என்று, போலீஸ் அதிகாரி பெரும்பல்லன் சொன்னது.

இப்படி, விலங்குகளின் கிராமம் கலைந்தது. பல விலங்குகள் மனிதர்களுக்கு அடங்கி வாழத் தொடங்கின. சில விலங்குகள் தங்கள் பழைய பழக்கத்தை விடாது கடைப்பிடித்து வந்தன. எருமையும் காளையும் இன்றும் விவசாயத்தில் மனிதர்களுக்கு உதவுகின்றன. ஆடும் பசுவும் இன்றும் மனிதர்களுக்குப் பால் தருகின்றன. கழுதை இன்றும் துணி துவைக்கும் தொழிலாளர்களின் நண்பனாக இருக்கிறது. குதிரை வண்டியில் உங்களில் சிலராவது சென்றிருப்பீர்கள்தானே? நாய் இப்போதும் காவல் வேலைதான் செய்கிறது, அல்லவா? இப்போதும் காகம்தான் வீட்டின் சுற்றுப்புறங்களை சுத்தமாக வைத்திருக்கிறது. யானை இப்போது கோயிலில் பூசாரியாக இல்லை என்றாலும், அது கோயில்களில் வேலை செய்வது உங்களுக்குத் தெரியுமே. கோழி இப்போதும் முட்டை வியாபாரத்தைத் தொடர்கிறது. பச்சைக்கிளியோ, படித்துப் படித்து பெரிய அறிஞராகிவிட்டது!

●

கரடியின் நல்ல காலம்

அந்தக் காட்டில், வானுயர உயர்ந்திருக்கும் மரத்தின் உச்சிக் கிளையில் தேன்கூடு ஒன்று இருந்தது. அது, 'ரோமப்பன்' எனும் பெயருடைய கரடிக்குட்டியை பெரிதும் கவர்ந்தது. ரோமப்பனுக்கு மிகவும் பசி. அது நன்றாகச் சாப்பிட்டு இரண்டு நாட்கள் ஆகின்றன. சரியாகச் சொன்னால், நேற்று முன்தினம் காலையில் அம்மா கரடி மென்றுகொண்டிருந்த கிழங்கிலிருந்து ஒரு துண்டைப் பிடுங்கித் தின்றதுதான் கடைசி உணவு. அதை பிடுங்கியபோது அம்மா அடித்ததை ரோமப்பன் துயரத்துடன் நினைத்துப்பார்த்தது. 'எனக்கு நடக்கவும் தாவவும் குட்டிக்கரணம் போடவும் மரத்தின் மேல் ஏறவும் கற்றுக்கொடுக்கும்போது பல முறை அம்மா அடித்தது உண்டு. ஆயினும், அன்றெல்லாம் இப்படி வலித்ததில்லை. அன்றெல்லாம் அப்பாவும் அம்மாவும் என்னிடம் மிகவும் அன்புடன் இருந்தார்கள். இப்போது அந்த அன்பெல்லாம் எங்கே போய்விட்டது? நேற்று முன்தினம் அவர்கள் இருவரும் என்னை எப்படியெல்லாம் திட்டினார்கள்!'

"இவனுக்கு வயது இரண்டாகிவிட்டது. ஆயினும் பார்த்தீர்களா, வெட்கம் இல்லாத சின்னக் குட்டியைப்போல, குகையில் கொண்டு வந்து கொடுப்பதைத் தின்றுவிட்டு அப்படியே உட்கார்ந்து கிடக்கிறான். இவன் வயதுடையவர்கள் எல்லாம் தங்கள் காரியத்தைத் தாங்களே பார்த்துக்கொள்ளத் தொடங்கி ஒன்றிரண்டு

மாதங்கள் ஆகிவிட்டன! இவனுக்கு அந்த எண்ணம் கொஞ்சமாவது இருக்கிறதா? அவனவனுக்கு வேண்டியதை அவனவன்தான் தேடித் தின்ன வேண்டும். வெளியே போடா பிச்சைக்காரப் பயலே!”

இந்த திட்டுகளையெல்லாம் கேட்ட பிறகும் ரோமப்பன் அங்கேதான் உட்கார்ந்துகொண்டிருந்தது. எங்கே போய் தேடித் தின்ன வேண்டும் என்று அதற்குத் தெரியவில்லை. அது அப்படி குன்றிக்குறுகி அமர்ந்திருந்த காட்சி, அப்பா அம்மாவின் கோபத்தை மேலும் அதிகப்படுத்தியது என்றுதான் தோன்றுகிறது. அவை, ரோமப்பனைக் கழுத்தைப் பிடித்து வெளியே தள்ளிவிட்டன. அப்போதிருந்து ரோமப்பன் பட்டினி கிடக்கிறது. தின்னக்கூடிய பொருட்களைக் கண்டுபிடிப்பது எப்படி என்று அதற்குத் தெரியவில்லை. கண்டுபிடித்தாலும், அதை மற்ற விலங்குகள் தின்பதற்கு முன்பு தட்டிச் செல்லவும் தெரியாது.

மரத்தின் மீது ஏறி, தேன் கூட்டைப் பிழிந்து தேன் குடிக்கலாம் என்று ரோமப்பன் முடிவு செய்தது. அது மெதுவாக, மரத்தின் கீழ் கிளையில் கால் வைத்தது. கிளை லேசாக முறிந்தது என்றாலும் உடையவில்லை. நேற்று இரவு நல்ல மழை பொழிந்ததால் கிளைகள் வழுக்கின. ரோமப்பன் கவனமாக கால் வைத்து ஏறியது. மேலே ஏற ஏற, கிளைகளின் பருமன் குறைந்து வந்தது. அதன் பாரம் தாங்காமல் சில கிளைகள் ஒடிந்தன. ஆயினும் ரோமப்பன் விழுந்துவிடாமல், மேலே மேலே ஏறியது.

தேன்கூட்டை நோக்கிக் கை நீட்டியது. தேனீக்கள் கூட்டம் கூட்டமாக அதன் கையில் கொட்டின. ரோமப்பன் அதைப் பொருட்படுத்தாமல், தேன்கூட்டைப் பிய்த்து வாயில் பிழிந்தது. ஆனால், என்ன இது? அது திகைத்துப்போனது. ஒரு துளி தேன்கூட வாயில் விழவில்லை. அது கூட்டை திருப்பித் திருப்பிப் பார்த்தது. அப்போதுதான் அதற்குத் தெரிந்தது, அது தேன்கூடல்ல, குளவிக்கூடு! தேனீக்கும் குளவிக்கும் இடையிலுள்ள லேசான வித்தியாசத்தை அம்மா சொல்லிக் கொடுத்திருப்பது அதற்கு நினைவு வந்தது. ஆனால், இப்போது அது நினைவு வந்து என்ன பயன்? தாமதமாகிவிட்டதே.

ரோமப்பன் பெரிய ஏமாற்றத்துடன் இறங்கத் தொடங்கியது. குளவிகள் அதைச் சூழ்ந்துகொண்டு கொட்டி துன்புறுத்தின. தேன்

கிடைத்திருந்தது என்றால் இந்த வலியெல்லாம் பெரிய விஷயமாக இருந்திருக்காது. ரோமப்பன் ஒரு கையால் மரக்கிளையை இறுகப் பிடித்துக்கொண்டு மறு கைவீசி கொஞ்சம் குளவிகளைப் பிடித்தது. கீழ் கிளைக்கு வந்தபோது அது அமைதியடைந்தது. ஆனால், ரோமப்பன் கால் வைத்தவுடன், மரத்தை விட்டு சற்று முறிந்திருந்த கிளை பட்டென்று உடைந்து விழுந்தது. அதனுடன் ரோமப்பனும் தலைகுப்புற விழுந்தது.

ரோமப்பனுக்கு கடுமையாக வலித்தது என்றாலும், ஒரு நன்மை ஏற்பட்டது. கிளை உடைந்தது, ரோமப்பன் விழுந்தது, நாற்புறமிருந்த பொந்துகளிலிருந்த பிராணிகள் பயந்து ஓடியது – எல்லாம் ஒரே நேரத்தில் நடந்தபோது குளவிகள் திடுக்கிட்டன. அங்கிருந்து உடனே போய்விட்டன.

ரோமப்பன் மெல்ல எழுந்து நொண்டி நொண்டி நடந்தது. இனி என்ன செய்வது என்று யோசித்தது. வழியில் இருந்த மரங்கள் எதிலும் நல்ல பழங்கள் இல்லை. ஆயினும், பசி அதிகமாக இருந்ததால், அது பழுக்காத காய்களைப் பறித்துத் தின்றவாறே நடந்தது. பெரும்பாலும் அந்தக் காய்கள் புளிப்பாகவும் கசப்பாகவும் இருந்ததால், வாயில் போட்ட காய்களைத் துப்ப வேண்டியிருந்தது.

ஒரு பெருச்சாளி நிலத்தைத் தோண்டி ஏதோ ஒரு கிழங்கைத் தின்பதைப் பார்த்து, ரோமப்பன் ஆசையுடன் ஓடி வந்தது. பெருச்சாளி பயந்து ஓடியது. ரோமப்பன் தன் கூர்மையான நகங்களால் மண்ணைத் தோண்டி, ஒரு பெரிய கிழங்கை எடுத்தது. அது மகிழ்ச்சியடைந்தது. பசிக்குமே என்று இன்று முழுதும் பயப்பட வேண்டியிருக்காது. அது அந்தக் கிழங்கில் பெரியதொரு துண்டைக் கடித்து எடுத்தது. நன்றாக மென்று தின்னாமல் அப்படியே விழுங்கியது. சுவை பரவாயில்லை. இரண்டாம் முறையும் கடிக்க முற்பட்டபோது, அதற்கு தொண்டையையும் நாக்கையும் அரிக்கத் தொடங்கியது. என்ன இது, இப்படியிருக்கிறதே? என்று நினைத்துக்கொண்டிருக்கும்போதே, தாங்க முடியாத அளவுக்கு அரிப்பு அதிகரித்தது. அது கிழங்கை எறிந்துவிட்டு அங்கும் இங்கும் ஓடியது. இது என்ன கிழங்கோ என்னமோ தெரியவில்லையே. ரோமப்பன் தரையில் கிடந்து புரண்டது. அந்தப் பக்கம் நின்று பெருச்சாளி பார்த்துச் சிரித்துக்கொண்டிருந்தது.

தண்ணீர் குடித்தால் ஒருக்கால் இந்த அரிப்பு அடங்கக்கூடும். ரோமப்பன் தண்ணீரைத் தேடி ஓடியது. அது பக்கத்தில், பாறைகளுக்கிடையே வழிந்தோடும் ஒரு சிற்றருவியைப் பார்த்தது. ஓடிச் சென்று மடக் மடக் என்று தண்ணீர் குடித்தது. அரிப்பு இப்போது கொஞ்சம் அடங்கியிருக்கிறது. இன்னும் கொஞ்சம் தண்ணீர் குடித்து முற்றிலும் அரிப்பைப் போக்கிவிடலாம் என்று நினைத்தது ரோமப்பன். அப்போது, அது நின்றிருந்த பாறை திடீரென்று தண்ணீரில் உருண்டது. அது தண்ணீரில் மூழ்கி மூழ்கி மேலே வந்தது. அதிர்ஷ்டவசமாக அங்கே ஆழம் அதிகமில்லை. ரோமப்பன் முற்றிலும் நனைந்துவிட்டது என்றாலும் கரை ஏறிவிட்டது.

கரைக்கு வந்து நடக்க முற்படும்போது, ரோமப்பனால் ஒரு அடிகூட எடுத்து வைக்க முடியவில்லை. கம்பளிச் சட்டைபோல வளர்ந்திருக்கும் ரோமம் எல்லாம் நனைந்து ஊறி கனத்திருக்கிறது. தன் உடலின் பாரத்தால் ரோமப்பனுக்கு குனிந்து நிற்கத்தான் முடிந்தது. அது தள்ளாடித் தள்ளாடி பத்துப் பதினொரு அடி நடந்தது. பிறகு கால் இடறி குப்புற விழுந்துவிட்டது. அது எழுந்திருக்க முயற்சி செய்யவில்லை. பசியாலும் பட்ட கஷ்டங்களாலும் அது சோர்ந்திருந்தது. அப்படியே கிடந்து தூங்கிவிட்டது.

சூரியக் கதிர்களின் வெப்பத்தை தாங்க முடியாதபோதுதான் ரோமப்பன் விழித்தது. தன் ரோமங்களெல்லாம் வெயில் பட்டு உலர்ந்திருப்பதை அது பார்த்தது. ஆயினும் அதற்கு எழுவதற்கான உற்சாகம் ஏற்படவில்லை. மிகவும் கடுமையாகப் பசிக்கிறது. எழுந்து நின்றால் தலை சுற்றும். அது அப்படியே படுத்துக் கிடந்தது. 'ஏதாவது விலங்குகள் வந்தால் வரட்டும். என்னைக் கொன்று தின்பதாக இருந்தால் தின்னட்டும்!' ரோமப்பன் தரையிலிருந்து புழு பூச்சிகளைப் பிடித்துக் கொறித்துக்கொண்டு படுத்திருந்தது.

மரத்தின் மேலிருந்து யாரே கிளையைப் பிடித்துக் குலுக்கி சருகுகளை ரோமப்பன் மீது விழச் செய்கிறார்கள். ரோமப்பனுக்குக் கோபம் வந்தது. சரி, தின்பதற்கு எதுவும் கிடைக்கவில்லை என்றால் போகட்டும், ஆனால் கொஞ்சம் படுக்கவும் விடமாட்டேன்

என்கிறார்களே! என்ன செய்வது? அது மரத்தின் மேலே பார்த்தது. 'முடிவாலன்' எனும் பெயருடைய குரங்குதான் அது. அது இளித்துக் காட்டியது. ரோமப்பன் கோபத்துடன் தலையைத் திருப்பிக் கொண்டது. 'இந்தக் குரங்கு விளையாடுவதற்கு ஒரு நேரம் பார்த்திருக்கிறது பார்த்தீர்களா!'

"ரோமப்பா, என் மீது ஏன் கோபித்துக்கொள்கிறாய்? உனக்கு ஏற்பட்ட கேலிக்கூத்துக்கெல்லாம் நானா காரணம்?" முடிவாலன் அன்புடன் கேட்டது.

ரோமப்பன் எதுவும் பேசவில்லை.

"ரோமப்பா, கோபப்படாதே. நான் சொல்வதைக் கேள். இங்கிருந்து கொஞ்சம் தூரம் போனால் போதும். அங்கே ஒரு வகை இனிப்பான கிழங்கு நிறைய விளைகிறது. இதுவரை என்னைத் தவிர வேறு எந்தப் பிராணியும் அதைப் பார்த்தது இல்லை. நீ அதில் கொஞ்சம் தின்றால் எனக்கு எந்த நஷ்டமும் வரப்போவதில்லை. வா, நாம் போகலாம்."

ரோமப்பனின் களைப்பும் சோம்பலும் போயே போய்விட்டது. அது எழுந்து முடிவாலனின் பின்னால் நடந்து சென்றது. மரங்களில் தாவியும் குட்டிக்கரணமடித்தும் தொங்கியும் முடிவாலன் வெகு விரைவில் சென்றது. அதனுடன் செல்வதற்கு ரோமப்பன் மிகவும் கஷ்டப்பட வேண்டியிருந்தது. ஆயினும் அந்தக் கஷ்டங்களையெல்லாம் அது பொருட்படுத்தவில்லை.

முடிவாலன் சொன்னது உண்மைதான்! எவ்வளவு கிழங்குகள்! ரோமப்பன் கை நகத்தால் மண்ணைத் தோண்டியது. முதலில் கிடைத்த கிழங்கை வெளியே எடுத்துத் தின்றது. எவ்வளவு இனிப்பு! கூடவே ஒரு புளிப்பும். லட்சக்கணக்கான சிற்றெறும்புகள் வாயிலும் மூக்கிலும் அப்பிக்கொண்டு கடிக்கத் தொடங்கியபோதுதான், அதற்கு கிழங்கின் புளிப்புச் சுவைக்கான காரணம் புரிந்தது. அந்தக் கிழங்கின் உட்புறம் முழுதும் ஒரு வித எறும்புகள் நிறைந்திருக்கின்றன. உட்கூடான, புழு அரித்துக் கிடக்கும் கிழங்குகள் அவை. எத்தனை எறும்புகளைத்தான் தின்ன முடியும்? இந்த எறும்புகளையெல்லாம் தின்பதற்கு அது ஒன்றும் எறும்புத் தின்னி அல்லவே! போதாக்குறைக்கு அவை கடுமையாகக்

கடிக்கின்றன. இரண்டு கைகளாலும் முகத்தைத் துடைத்து எறும்புகளை அகற்றிக்கொண்டு அது பின்வாங்கியது.

தன்னை இந்த சிக்கலில் மாட்டிவிட்ட முடிவாலனை ரோமப்பன் நாற்புறமும் தேடிப்பார்த்தது. அந்தக் குரங்குக்குட்டியை எங்குமே பார்க்க முடியவில்லை. வந்த கோபத்தை அடக்கிக்கொண்டு அது திரும்பி நடந்தது.

வாழ்ந்தது போதும், செத்துவிட்டால் நல்லது என்று ரோமப்பன் நினைத்தது. அது ஏமாற்றத்துடன் ஒரு மரத்தின் வேரில் தலை வைத்துப் படுத்துக் கிடந்தது.

"தொப்!" ஏதோ ஒரு பொருள் ரோமப்பனின் மூக்கில் வந்து விழுந்தது. அதற்கு வலித்தது. மூக்கைத் தடவிக்கொண்டே அந்தப்

பொருளைத் தேடி எடுத்து கையில் வைத்துக்கொண்டது. அதை அப்படியே நசுக்கிவிடும்படியான கோபம் அதற்கு. ஆனால், கொஞ்சம் கவனித்துப் பார்க்கும்போதுதான் தெரிந்தது, அது சிவப்பான ஒரு காட்டுப் பழம்! அதன் கோபமெல்லாம் மறைந்துவிட்டது. அது பழத்தைத் தின்றபடியே மரத்தை அண்ணாந்து பார்த்தது. மரம் நிறையப் பழங்கள்! நன்கு பழுத்த பழங்கள், கை நீட்டினால் எட்டக்கூடிய உயரத்தில் இருக்கின்றன. அது பேராவலுடன் பறித்துப் பறித்து தின்னத் தொடங்கியது. கிளைகளுக்கிடையில், அவ்வளவு பெரிதல்லாத ஒரு தேன்கூட்டை அது கண்டுபிடித்தது. அது குளவிக்கூடல்ல, தேன்கூடுதான் என்று முதலில் முகர்ந்து பார்த்து உறுதி செய்துகொண்டது. பிறகுதான் அதை தன் வாயில் பிழிந்துகொண்டது.

நிறையப் பழங்கள் தின்று தேனும் குடித்ததால் ரோமப்பனுக்கு லேசான மயக்கம் ஏற்பட்டது. கால்களைத் தரையில் சரியாக ஊன்றி நடக்க முடியவில்லை. ஆயினும் அதற்கு மிகவும் உற்சாகம்! அது பாட்டுப் பாடிக்கொண்டே ஆடி ஆடி நடந்தது.

தன் கெட்ட காலம் முடிந்துவிட்டது என்றும் நல்ல காலம் ஆரம்பித்துவிட்டது என்றும் அதற்குத் தெரியும்.

●

கூன்குட்டி

முன்னால், பரந்து விரிந்திருந்தது மணற் பரப்பு. கூன்குட்டி அதைப் பார்த்தவாறே ஏதோ பாடலை முனகிக்கொண்டு நின்றது. வாழ்க்கை மிகவும் இனிமையாக இருப்பதாகவும் அழகாக இருப்பதாகவும் அதற்குத் தோன்றியது. நெருப்பாகக் கொதிக்கும் வெயில். எல்லையற்று பரந்திருக்கும் வெண்மணல்– மகிழ்ச்சிக்கான காரணம் வேறு என்ன வேண்டும்?

கூன்குட்டி பாலைவனத்தில் வசிக்கிறது. சுட்டுக் கொதிக்கும் பாலைவனம். ஒரு நீர்த்துளியைப் பார்க்க வேண்டும் என்றால் பல மைல் தூரம் செல்ல வேண்டும். பார்வை எட்டும் தூரம்வரை வெள்ளை மணல்தான். இப்படிப்பட்ட ஒரு இடத்தில் கூன்குட்டி எப்படி வாழ்கிறது என்று உங்களுக்கு சந்தேகம் ஏற்படும். கூன்குட்டி, ஒரு குட்டி ஒட்டகம். ஒட்டகங்கள் மிகவும் வெப்பமான பாலைவனங்களில்தான் வசிக்கும்.

கூன்குட்டி பிறந்து ஒரு மாதம்தான் ஆகிறது. பிறந்து ஒரு மாதம் ஆன மனிதக் குழந்தையால் மல்லாந்து படுத்திருக்கத்தானே முடியும்? பசிக்கும்போது அழத்தானே முடியும்? ஆனால், கூன்குட்டி ஒரு மாதத்தில் நடக்கக் கற்றுக்கொண்டுவிட்டது. அதன் கால்கள், நீளமான ஒல்லிக் கால்கள். ஆரம்பத்தில், கொஞ்சம் நிமிர்ந்து நிற்க முயற்சி செய்யும்போதெல்லாம் அது விழுந்துவிடும். இப்போது

பிரச்சினை ஒன்றுமில்லை. சிரமம் இல்லாமல் நிற்கவும் விழுந்துவிடாமல் நடக்கவும் அதற்குத் தெரியும்.

கூன்குட்டியின் அம்மா பக்கத்திலேயே அசைபோட்டுக் கொண்டு படுத்திருந்தது. கூன்குட்டி அம்மாவின் அருகே சென்றது. 'என் அம்மா எவ்வளவு அழகாக இருக்கிறார்கள்! நீண்ட அழகான கழுத்து! அழகான சிறிய தலை! பழுப்பு நிற ரோமங்கள் நிறைந்த உடல்! முதுகில் பெரியதொரு திமில்!' என்று நினைத்து மகிழ்ந்தது கூன்குட்டி.

"அம்மா!" அது அழைத்தது. அம்மா ஒட்டகம் திரும்பிப் பார்க்காமல் முனகியது.

"நானும் உங்களைப்போல வளர்ந்துவிடுவேனா, அம்மா?"

"அதில் என்ன சந்தேகம்?" அம்மா ஒட்டகம் சிரித்தது: "நீ அழகுப் பையன் அல்லவா! வேக வேகமாக வளர்ந்து வருகிறாயே! இப்போதே எவ்வளவு பெரிவனாக வளர்ந்துவிட்டாய்!"

கூன்குட்டி மிகவும் மகிழ்ச்சியடைந்தது: "அப்படியா? நான் இன்னும் பெரியவனாக வளர வேண்டும் அம்மா. அப்புறம்தான் இந்த மணலில் நடந்து சென்று இந்த உலகத்தைப் பார்க்க வேண்டும்."

அதன் அம்மா தாடையை இருபக்கமும் கோணிக்கொண்டு அசைபோட்டவாறு படுத்திருந்தது. சற்று நேரத்திற்குப் பிறகு அது சொன்னது: "ஆமாம். சிறிய பிள்ளைகளாக இருக்கும்போது இப்படியெல்லாம் ஆசை ஏற்படும். ஆனால், கொஞ்சம் காலம் சென்ற பிறகு இந்த உலகத்தில் பார்ப்பதற்கு எதுவுமில்லை என்று உனக்குப் புரியும். நிறைய மணலும் பாறையும் அப்புறம் சில சிறிய முட்செடிகளும்தான் நம் உலகம்."

"இருந்தாலும் நான் சென்று உலகத்தைச் சுற்றிப் பார்க்க வேண்டும், அம்மா!"

"பார்க்கலாம். நீ பெரியவனாக வளர்ந்து வா. முதுகில் சுமை ஏற்றிக்கொண்டு நடப்பதற்கான வயது வரட்டும். அப்போது நம் எஜமான் உன்னைச் சும்மா விடுவாரா? நீ பாரம் சுமந்துகொண்டு

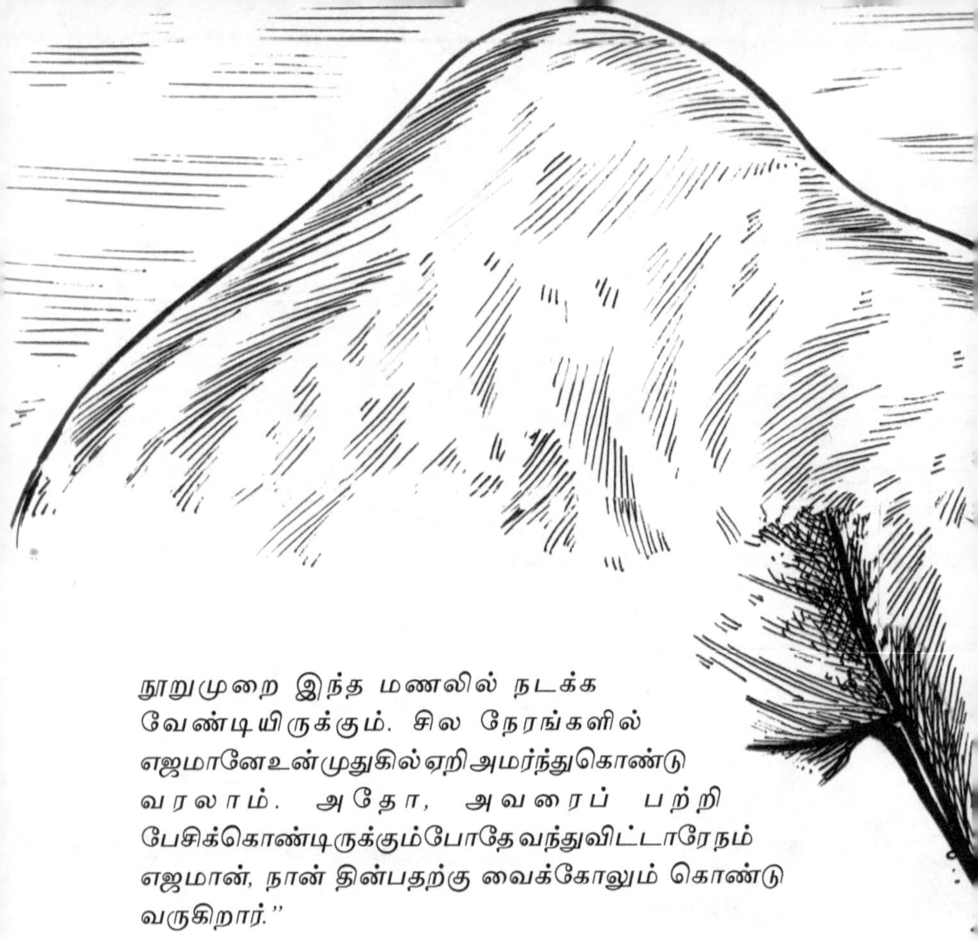

நூறுமுறை இந்த மணலில் நடக்க வேண்டியிருக்கும். சில நேரங்களில் எஜமானேஉன்முதுகில் ஏறி அமர்ந்துகொண்டு வரலாம். அதோ, அவரைப் பற்றி பேசிக்கொண்டிருக்கும்போதே வந்துவிட்டாரே நம் எஜமான், நான் தின்பதற்கு வைக்கோலும் கொண்டு வருகிறார்.''

கூன்குட்டி பார்த்தது. பெரிய வைக்கோல் கட்டைத் தூக்கிக்கொண்டு எஜமான் வருகிறார். அதற்கு எஜமான் மீது பெரிய அன்பு ஏற்பட்டது.

''அம்மா, எஜமான் தினமும் நமக்கு வைக்கோல் கொண்டு வந்து தருகிறார் அல்லவா, எவ்வளவு நல்ல மனிதர்!''

''அதெல்லாம் சரிதான். அவர் நல்ல மனிதர்தான். ஆனால், அவர் ஏன் நமக்கு உணவு கொடுக்கிறார் தெரியுமா? நாம் வேலை செய்வதற்கான சக்தி பெறுவதற்காக. இதைத் தவிர வேறு எந்தக் காரணத்துக்காகவும் அவர் நமக்கு உணவு கொடுக்கவில்லை. ஒட்டகங்கள் இல்லாமல் இந்தப் பாலைவனத்தின் வழியே சுமைகளை எடுத்துச் செல்ல முடியாது. நம்மைப்போல பாலைவனத்தில் நடப்பதற்கு உலகத்தில் வேறு எந்தப் பிராணியால் முடியும்? நமக்கு உள்ளங்காலின் அடியில்

மெத்தைபோன்று மென்மையான தோல் இருக்கிறது. நாம் நடக்கும்போது அந்தத் தோல் விரிந்திருக்கும். பாதம் மணலில் புதையாது. புல்லும் தண்ணீரும் இல்லாமல் வாழ வேண்டுமா? அதுவும் நம்மால் முடியும்! சில சமயங்களில் அப்படியும் வாழ வேண்டியிருக்கும்! பாலைவனம் அல்லவா, ஒரு பச்சைப் புல்கூட முளைக்காது. தண்ணீர் கிடைப்பதற்கு இங்கே நதியோ, குளமோ, கிணறோ இல்லையே."

“எப்படி அம்மா நம்மால் புல்லும் தண்ணீரும் இல்லாமல் வாழ முடியும்? நமக்கு பசிக்காதா? தாகம் எடுக்காதா?” கூன்குட்டி கேட்டது.

“ஒரு இடத்துக்குப் புறப்படும்போது எஜமான் நமக்கு நிறைய புல்லும் தண்ணீரும் தருவார்.” அம்மா ஒட்டகம் விவரித்தது. “அப்படி நிறையச் சாப்பிட்டு, நிறையத் தண்ணீர் குடித்த பிறகு நமக்கு நீண்ட நேரம் பசிக்காது, தாகமும் இருக்காது. நம் திமிலின் உள்ளே ஒரு வித கொழுப்பு இருக்கிறது. பல நாட்கள் வாழ்வதற்கு அது நமக்குப் போதும். அப்புறம், தண்ணீரை நீண்ட நாட்கள் வயிற்றிலேயே பாதுகாத்து வைத்திருப்பதற்கும் நம்மால் முடியும்.”

“அது எவ்வளவு நல்லது அம்மா! நம்மைப்போன்று அதிர்ஷ்டசாலியான வேறு பிராணிகள் இருக்கின்றனவா?” கூன்குட்டிக்கு மிகவும் மகிழ்ச்சி.

“சரிதான், மகனே. நாம் அதிர்ஷ்டசாலிகள்தான்!”

அம்மா ஒட்டகம் முதலில் பின்கால்கள் இரண்டையும் தூக்கியது. பிறகு முன்கால்களை உயர்த்தி மெதுவாக எழுந்து நின்றது. அப்போதுதான் கூன்குட்டி, அம்மாவின் முழங்கால்களையும் நெஞ்சையும் மூடிக்கொண்டிருக்கும் மென்மையான தோல் மெத்தைகளைப் பார்த்தது. தான் இன்னும் கொஞ்சம் வளர்ந்தால் தனக்கும் அதுபோன்ற தோல் மெத்தைகள் முளைக்கும் என்று அதற்குத் தெரியும். சிரமமின்றி தரையில் கால் மடக்கிப் படுத்து ஓய்வெடுப்பதற்காகத்தான் அதுபோன்ற தோல் மெத்தைகள் முளைக்கின்றன என்று அம்மா ஒட்டகம் சொல்லிக்கொடுத்திருந்தது.

அம்மா ஒட்டகம் வைக்கோல் தின்று தண்ணீர் குடித்துக்கொண்டிருக்கும்போது கூன்குட்டி பக்கத்தில் சென்று பார்த்தது. சாப்பிட்டு முடித்தவுடன் எஜமான் அம்மா ஒட்டகத்தை கால் மடக்கிப் படுக்கச் செய்தார். முதுகில் குறுக்காக சேணத்தைத் தொங்கவிட்டார். உடனே அம்மா ஒட்டகம் மிகவும் வலிப்பதுபோல, தேம்பித் தேம்பி அழத் தொடங்கியது. கூன்குட்டி பயந்துவிட்டது.

“ஐயோ! போதும்! வேண்டாம், வேண்டாம்!” என்று அழுதது அம்மா ஒட்டகம்.

“சேணம் போட்டால் மிகவும் வலிக்குமா, அம்மா?”

“வலி ஒன்றும் இல்லை.” அம்மா ஒட்டகம் சொன்னது: “இருந்தாலும் நான் அழுவேன். எஜமான் நம் முதுகில் எந்தப் பொருளையாவது வைத்தால் நாம் அழவேண்டும். அந்தப் பொருள் கனமாக இருந்தாலும் சரி, லேசாக இருந்தாலும் சரி. முடிந்தவரை உரக்க அழுதுவிட வேண்டும்.”

“ஏன் அப்படி அழ வேண்டும்?” அப்படிச் செய்வதன் காரணம் கூன்குட்டிக்குப் புரியவில்லை.

“நாம் அப்படிச் செய்வதுதான் வழக்கம். எனக்கு அவ்வளவுதான் தெரியும். ஒருக்கால், நாம் அழவில்லை என்றால், நம்மால் சுமக்க முடியாத அளவு பாரமான பொருட்களை அவர்கள் நம் முதுகில் வைக்கக்கூடும். எப்படியிருந்தாலும், அதுபோன்ற நேரத்தில் நாம் அழ வேண்டும் என்பது மட்டும் எனக்குத் தெரியும். நீ இதை நன்றாக

ஞாபகத்தில் வைத்துக்கொள். நீ வளர்ந்த பிறகு பொருட்களைச் சுமக்கத் தொடங்கினால் நீயும் அழ வேண்டும்."

"சரி, நானும் அப்படியே அழுகிறேன்!" கூன்குட்டி உறுதியளித்தது. "முடிந்தவரை உரக்க அழுகிறேன். அது இருக்கட்டும் அம்மா. எஜமான் இப்போது எதற்கு உன் மீது சேணம் வைத்தார்?"

"நாம் எங்கோ செல்லப்போகிறோம் என்று நினைக்கிறேன்." அம்மா ஒட்டகம் சொன்னது: "பாலைவனத்தில் ஒரு பயணம்."

"அப்படியா!" கூன்குட்டி மகிழ்ச்சியால் துள்ளிக் குதித்தது: "நான் மணலில் நடந்து நடந்து போவேன். அப்படி நடப்பது எவ்வளவு சுவாரஸ்யமாக இருக்கும்! நடக்க வேண்டும் என்று நீண்ட நாட்களாக விரும்புகிறேனே!"

"அது கூடாது, மகனே!" அம்மா ஒட்டகம் சொன்னது: "நன்றாக நடக்கக்கூடிய வயது உனக்கு இன்னும் வரவில்லை. ஒட்டகக்குட்டிகளுடன் நீண்ட பயணம் போக நேர்ந்தால்,

அவற்றைத் தூக்கிக்கொண்டுதான் போவார்கள். அதைப்போல உன்னையும் தூக்கிக்கொண்டுதான் போவார்கள்.''

கூன்குட்டியின் அப்பா ஒட்டகத்தையும் அழைத்துக்கொண்டு எஜமான் அங்கே வந்தார். அவர் அப்பா ஒட்டகத்தையும் கால் மடக்கிப் படுக்க வைத்தார். முதுகின் குறுக்கே சேணம் வைத்தார். இருபுறமும், கனமான சுமைகளைத் தொங்கவிட்டார். பிறகு எஜமான், கூன்குட்டியைத் தூக்கினார். அப்பா ஒட்டகத்தின் முதுகின் ஒரு பக்கம் கட்டப்பட்டிருந்த சிறிய துணித் தொட்டிலில் கிடத்தினார்.

கூன்குட்டி திகைத்துப்போனது. பயந்து அழுதது. கால்களைப் போட்டு அடித்துக்கொண்டு வளைந்து நெளிந்து துடித்து, துணித் தொட்டியிலிருந்து வெளியே தாவ முயற்சி செய்தது. அப்போது அம்மா ஒட்டகம் அதை சமாதானப்படுத்தியது: "அழாதே மகனே. எஜமான் உன்னைத் தொந்தரவு செய்ய மாட்டார். நீ அப்படியே தொட்டிலில் படுத்துக்கொள். நான் உன் பின்னாலேயே வருவேன். ஒட்டக் குட்டிகள் எல்லாம் இப்படித்தான் பயணம் செய்யும்.''

"நான் உங்கள் முதுகில் இருக்கிறேன், அம்மா. அப்பாவின் முதுகில் வேண்டாம்.'' கூன்குட்டி அடம்பிடித்தது.

"வீணாகப் பிடிவாதம் பிடிக்காதே. நான் எப்போதும் உன்னைப் பார்க்க வேண்டும் என்றுதான் எஜமான் உன்னை அப்பாவின் முதுகில் வைத்திருக்கிறார். நீ என் முதுகில் இருந்தால் என்னைப் பார்க்க முடியுமா? பேசாமல் படுத்துக்கொள்.'' கூன்குட்டி அமைதியடைந்தது. எஜமான் அம்மாவின் முதுகில் ஒரு பெரிய சுமை ஏற்றுவதைப் பார்த்தபடி அசையாமல் படுத்திருந்தது.

'நான் அம்மாவைப் பார்த்தபடியே பாலைவனத்தில் நீண்ட தூரம் போவேனே! அது மிகவும் இனிமையான அனுபவமாக இருக்கும்' என்று நினைத்தது கூன்குட்டி.

எஜமான், அம்மா ஒட்டகத்தையும் அப்பா ஒட்டகத்தையும் எழச் செய்தார். இரண்டு ஒட்டகங்களும் முனகி அழுதுகொண்டும் முணுமுணுத்துக்கொண்டும் எழுந்து நடக்கத் தொடங்கின. கூன்குட்டி படுத்திருந்த துணித் தொட்டில் அங்கும் இங்கும் ஆடி அசைந்தது. ஒட்டகங்களின் நடை வித்தியாசமாக இருப்பதுதான்

இதற்குக் காரணம். முதலில் ஒரு பக்கத்திலுள்ள முன் காலையும் பின் காலையும் எடுத்து வைக்கும். பிறகு மறு பாகத்தில் உள்ள முன் காலையும் பின் காலையும் எடுத்து வைக்கும். இப்படித்தான் ஒட்டகங்கள் நடக்கும். அப்படி நடக்கும்போது அந்த நடை 'தத்தக்கா புத்தக்கா' என்றுதானே இருக்கும். அப்படி சாய்ந்தாடுவது கூன்குட்டிக்கு மிகவும் சுகமாக இருந்தது.

நடந்து நடந்து அந்த ஒட்டகங்கள், நிறைய ஒட்டகங்கள் சுமையுடன் வரிசை வரிசையாகக் காத்திருக்கும் ஒரு இடத்துக்கு வந்தன. கூன்குட்டியின் அப்பா ஒட்டகமும் வரிசையில் சேர்ந்து நின்றது; அதன் பின்னால் அம்மா ஒட்டகம் நின்றது. பிறகு எல்லா ஒட்டகங்களும் வரிசையாக நடந்தன.

இந்தப் பாலைவனம்தான் பார்ப்பதற்கு எவ்வளவு அழகாக இருக்கிறது! சுற்றிலும் எல்லையற்றுப் பரந்து விரிந்திருக்கும் வெண் மணல். மேலே நீல ஆகாயம். தகதகக்கும் சூரியன். அப்பாவின் முதுகில் சுகமாகப் படுத்திருக்கும் கூன்கூட்டியையே பாசத்துடன் பார்த்துக்கொண்டு அம்மா ஒட்டகம் பின்னால் நடந்தது. அம்மா ஒட்டகத்தின் கழுத்திலும் மற்ற ஒட்டகங்களின் கழுத்திலும் கட்டித் தொங்கவிடப்பட்டிருக்கும் மணிகள் இசை லயத்துடன் கிலுங்கிக்கொண்டிருந்தன. கூன்குட்டிக்குத் தூக்கம் வந்தது.

தூங்கி விழித்தபோது மதியப் பொழுதாகியிருந்தது. தீபோன்று சுடும் வெயில். எல்லா ஒட்டகங்களும் ஓய்வுக்காக ஒரு இடத்தில் நிறுத்தப்பட்டன. எஜமான், கூன்குட்டியை துணித் தொட்டிலிலிருந்து தூக்கி தரையில் வைத்தார். அது அம்மாவிடம் ஓடிச் சென்று ஆவலுடன் பால் குடித்தது.

வயிறு நிறைந்ததும் அது அங்கும் இங்கும் நடந்து சுற்றிலும் பார்த்தது. கொஞ்சம் தூரமாகச் செல்ல ஆசையாக இருந்தது. என்றாலும், அம்மாவை விட்டு தூரமாகச் செல்ல துணிச்சல் வரவில்லை. அம்மா ஒட்டகமோ, கால் மடக்கிப் படுத்து தூங்கிக்கொண்டிருந்தது. மீண்டும் புறப்படுவதுவரை அம்மா ஒட்டகமும் அப்பா ஒட்டகமும் மற்ற எல்லா ஒட்டகங்களும் படுத்து ஓய்வெடுக்கும். அந்த ஒட்டகங்களெல்லாம் பாலைவனத்தில் நிறைய முறை பயணம் செய்தவை. எனவே இந்தக் காட்சிகளிலெல்லாம் அவற்றுக்கு ஆர்வம் இல்லை.

ஆனால், கூன்குட்டிக்கு அப்படி இல்லை அல்லவா. அதற்கு, பார்ப்பதெல்லாம் அருமையான காட்சிகளாத் தோன்றின.

எஜமானும், இன்னும் பல எஜமான்களும் சேர்ந்து மணலில் அமர்ந்து பேசிக்கொண்டிருக்கிறார்கள். ‘இவர்கள் இன்னும் எவ்வளவு நேரம்தான் பேசிக்கொண்டிருப்பார்களோ தெரியவில்லையே. எப்போதுதான் புறப்படப்போகிறார்களோ?’ கூன்குட்டிக்கு சலிப்பு ஏற்பட்டது.

திடீரென்று அந்த எஜமான்களெல்லாம் துள்ளி எழுந்தார்கள். ஏதேதோ உரக்கக் கத்திக்கொண்டு அங்கும் இங்கும் ஓடினார்கள். ஒட்டகங்களின் முக பாவங்களும் மாறின. எஜமான்கள் ஒட்டகங்களிடமிருந்து சற்று விலகி நின்றார்கள். ஒட்டகங்களுக்குக் கோபம் வந்தால், பக்கத்தில் இருப்பவர்களை உதைக்கும், கடிக்கும்.

கூன்குட்டி தலை தூக்கிப் பார்த்தது. அலறல்போன்ற ஒரு விசித்திர ஓசை தூரத்திலிருந்து மெதுவாகக் கேட்டது. அது, பாலைவனத்தின் மணல் பரப்பில் உருண்டு உருண்டு வந்தது. அந்த சத்தம், சிறுகச்சிறுக பேரோசையாக ஆனது. அப்போது ஒரு வயதான ஒட்டகம் சொன்னது: “காற்று! காற்று!”

“காற்று வருகிறது!”

காற்று வீசுவதைப் பற்றி கூன்குட்டி நிறையக் கேள்விப்பட்டிருக்கிறது. ஆனால், இப்படி ஒரு பேரோசையை இதுவரை கேட்டதில்லை. அது கத்திக்கொண்டு அம்மாவிடம் ஓடியது. “அது என்ன அம்மா?”

அம்மா ஒட்டகம் சமாதானப்படுத்தியது: “மணல் காற்று, மகனே! பயப்பட வேண்டாம். நீ என் பக்கத்தில் படுத்துக்கொள். தலையை தரையோடு வைத்துப் படுத்துக்கொள். அப்படிச் செய்தால் பயப்பட வேண்டியதில்லை.”

கூன்குட்டி, அம்மா ஒட்டகம் சொன்னதுபோன்றே செய்தது. அது மிகவும் அச்சமடைந்தது. அம்மா ஒட்டகமும் பயந்ததுபோலத் தோன்றியது.

“மணல் காற்று என்றால் என்ன அம்மா? அது எனக்குத் தொல்லை கொடுக்குமோ?”

“நான் சொல்வதுபோலச் செய்தால் போதும்.” அம்மா ஒட்டகம் சொன்னது: “கண்களை இறுக்கமாக மூடிக்கொள். நம் இமைகள் நீளமாக இருக்கின்றன, எனவே கண்களை மூடிக்கொண்டால் மணல் கண்ணுக்குள் போகாது. மணல் புகாதிருப்பதற்காக மூக்கையும் இறுக அடைத்துக்கொண்டு, சற்றும் அசையாமல் படுத்துக்கொள்.”

வெப்பமான புயல் காற்று உரக்க அலறிக்கொண்டு வலுவாக வீசியது. மணல் துகள்கள் சிறுசிறு ஊசிகளைப்போல கூன்குட்டியின் உடலில் வந்து பதிந்தன. அது கண்களையும் மூக்கையும் இறுக மூடிக்கொண்டு படுத்திருந்தது.

எஜமான்கள், ஒட்டகங்களின் பின்னால் சென்று ஒளிந்துகொண்டார்கள். ஒட்டகங்கள் எல்லாம் கண்களையும் மூக்கையும் மூடிக்கொண்டு தலையை தரையோடு சேர்த்து வைத்து அசைவற்றுப் படுத்திருந்தன. வெள்ளை நிற பெரிய மழை மேகங்களைப்போல மணல் துகள்கள் மற்றொரு முறை வீசியடித்தன.

எவ்வளவு நேரம் அப்படிப் படுத்திருந்தோம் என்று கூன்குட்டிக்குத் தெரியவில்லை. பயந்து நடுங்கிக்கொண்டிருந்த அதற்கு, நேரம் அப்படியே நின்றுவிட்டதுபோலவே தோன்றியது. நீண்ட நேரத்துக்குப் பிறகு, காற்றின் ஓசை குறைந்து குறைந்து வந்து மெதுவாக நின்றுபோனது. அந்த அமைதியில், அம்மா ஒட்டகம் அழைப்பதை அது கேட்டது.

“புயல் காற்று நின்றுவிட்டது, மகனே. இனிக் கண்களைத் திறந்து பார். நீ கெட்டிக்காரன்தான். பொதுவாக ஒட்டகக் குட்டிகள் இப்படி முறைப்படி செய்வதில்லை. அங்கும் இங்கும் ஓடிக்கொண்டும் கத்திக்கொண்டும் இருக்கும்.”

கூன்குட்டி கேட்டது: “அம்மா, புயல் காற்று வந்தால் எஜமான்கள் நம் பின்னால் ஒளிந்துகொள்வார்கள், அல்லவா?”

அம்மா ஒட்டகம், கூன்குட்டியை முத்தமிட்டுச் சொன்னது: “ஆமாம், மகனே! நாம் எங்கும் ஒளிந்துகொள்ள வேண்டிய அவசியம் இல்லை. மணல்காற்று வரும் நேரத்தில், ஒட்டகங்களுக்கு இருக்கும் வசதி வேறு யாருக்கும் இல்லை. நாம் பாலைவனத்தின்

பிள்ளைகள். பாலைவனம்தான் நம் அம்மா. நாம் எவ்வளவு பெரிய அதிர்ஷ்டசாலிகள் என்று யோசித்துப்பார்!"

அம்மா சொன்ன விஷயங்களைப் பற்றி யோசித்துக்கொண்டு கூன்குட்டி, அப்பா ஒட்டகத்தின் முதுகில் துணித் தொட்டிலில் படுத்தவாறே பயணத்தைத் தொடர்ந்தது. கண் முன்னால் எல்லையற்றுப் பரந்து விரிந்திருக்கும் இந்தப் பாலைவனத்தில், அதிகத் திறமைகள் கொண்ட ஒரு ஒட்டகமாக வாழ நேர்ந்த தன் அதிர்ஷ்டத்தை எண்ணி அது பெருமை கொண்டது.

தம்பிப் பயலும் பூதங்களும்

தம்பிப் பயல் வராந்தாவில் நின்று வாசலைப் பார்த்தான். நெருப்புபோன்ற வெயில். ஒரு இலைகூட அசையவில்லை. வீட்டில் எல்லோரும் படுத்து ஓய்வெடுத்துக்கொண்டிருக்கிறார்கள் . அப்பா, படித்துக்கொண்டிருந்த செய்தித்தாளை அப்படியே மார்பின் மீது வைத்து மல்லாந்து படுத்துத் தூங்குகிறார். அம்மா, சாய்வு நாற்காலியில் அமர்ந்து புத்தகம் வாசித்துக் கொண்டிருந்தபோதே தூங்கிவிட்டார்கள்போலிருக்கிறது. புத்தகம் தரையில் விழுந்து கிடக்கிறது. அம்மா வாய் திறந்து தூங்கிக்கொண்டிருக்கிறார்கள். வீட்டில் இருக்கும் நாய்க்குட்டியும் பூனைக்குட்டியும் கூட்டில் கிடந்து இடைவிடாமல் கத்திக்கொண்டிருக்கும் கிளியும் – அவ்வளவு ஏன், தொழுவத்தில் பசுவும் கன்றும்கூட தூங்கிக் கொண்டிருக்கின்றன.

ஆனால், என்ன செய்வது? தம்பிப் பயலுக்கு மட்டும் தூக்கம் வரவில்லை. சேர்ந்து விளையாடுவதற்கு யாருமில்லை. ஐம்பது ஏக்கர் ரப்பர் தோட்டத்தில்தான் தம்பிப் பயலின் வீடு. பக்கத்து வீட்டுக்குப் போக வேண்டும் என்றாலும், அது ஒன்றரை மைல் தூரத்தில் இருக்கிறது. தனியாக எவ்வளவு நேரம்தான் விளையாடுவது! ஆடும் நாற்காலியும் பொம்மைக் குழந்தைகளும் சின்ன வண்டியும் குட்டி சைக்கிளுமெல்லாம் சலித்துவிட்டன. யாராவது துணைக்கு இருந்தால் சேர்ந்து விளையாடலாம்.

தம்பிப் பயல் வராந்தாவிலிருந்து மெல்ல வாசலுக்கு இறங்கினான். வெயில் நேரத்தில் வாசலில் நடப்பதைப் பார்த்தால் அம்மா கோபப்படுவார்கள். வெயில் இல்லாவிட்டாலும்கூட, வாசலுக்குச் செல்வது அம்மா அப்பாவுக்குப் பிடிக்காது. வாசலின் எல்லைக்குப் பிறகு, பார்வை எட்டும் தொலைவுவரை ரப்பர் மரங்கள்தான். அவற்றிற்கிடையில் தோட்டப் பயறின்* கொடிகள் படர்ந்திருக்கின்றன. அவற்றின் இடையில் பாம்புகள் இருக்கும் என்பதுதான் அம்மாவின் பயம்.

'பாம்பு இருந்தால் நேரடியாக வந்து என்னிடம் மோதட்டும். நான் யார் என்று அதற்குக் காட்டுகிறேன்! நான் இப்போதும் சிறிய பையன் ஒன்றும் அல்ல. பெரிய ஆளாகிவிட்டேன். நேற்றுதானே எனக்கு ஐந்து வயது முடிந்தது?'

தம்பிப் பயல் வாசலருகில் நிற்கும் செம்பருத்திச் செடியிலிருந்து ஒரு கிளை ஒடித்து கையில் பிடித்துக்கொண்டு, மரங்களின் இடையே நடந்தான்.

'தோட்டத்தின் தெற்கு எல்லையில், புதிய குழிகள் தோண்டுவதாக நேற்றுதானே அப்பா சொன்னார்? புதிதாக குழிகள் தோண்டுவதைப் பார்ப்பதற்கு எவ்வளவு சுவாரஸ்யமாக இருக்கும்! அடியில் சிவப்பு மண்ணை வெட்டி மேலே கொட்டும்போது, ஒரு இனிய வாசனை வரும். அங்கே போய் பார்த்துவிட வேண்டியதுதான்.'

தம்பிப் பயல் கிளை வீசி, மெல்லிய குரலில் ஒரு பாட்டுப் பாடியவாறு மெல்ல நடந்தான். வழியில் குழி தோண்டும் பணியாளர்கள் யாரையும் காணவில்லை. எல்லோரும் போய் தூங்கிக்கொண்டிருக்கலாம்.

'ஓ! இந்த இடத்திலிருந்துதான் புதிய குழிகள் வெட்டுகிறார்கள்போலிருக்கிறது. இங்கே இதோ, ஒரு குழி இருக்கிறதே! இந்தக் குழி எவ்வளவு ஆழமாக இருக்கிறது! பக்கத்தில் சென்று பார்க்கிறேன்!'

"தொப்!"

---

* தோட்டப் பயறு: தோட்டங்களில் இலை உரத்திற்காக வளர்க்கப்படும் ஒரு வகைப் பயறு.

திடீரென்று குழியின் ஓரப் பகுதி உடைந்துவிட்டது. தம்பிப் பயலும் கிளையும் பாட்டுமெல்லாம் குழிக்குள்! நல்ல மென்மையான மண்ணில் வந்து விழுந்ததால் அடிபடவில்லை. பெரிய வலியும் இல்லை. அவன் பதறித் துடித்து எழுந்து நின்றான்.

அப்போது அதோ, ஒரு அதிசயம்! தம்பிப் பயலின் கால் மண்ணில் பதியவில்லை. நிற்கும் பூமி தாழ்ந்து போவதைப்போல இருந்தது. அவன் கால்களை நன்றாக அழுத்தி மிதித்துப் பார்த்தான். ஆமாம், நிஜம்தான்! நிலம் அப்படியே தாழ்ந்து தாழ்ந்து போகிறது. அவனும் கீழே கீழே விழுந்துகொண்டேயிருக்கிறான்.

'நான் எங்கே போகிறேன் என்று தெரியவில்லையே!'

கொஞ்சம் தூரம் உள்ளே சென்ற பிறகு அவனுக்கு ரப்பர் மரங்களோ, ஆகாயமோ தெரியவில்லை. மேலும் கீழும் சிவப்பு மண் மட்டும் தெரிந்தது.

சட்டென்று அவன் முன்னே விழப்பார்த்தான் – ஓடிக்கொண்டிருந்த ரயில் வண்டி திடீரென்று நின்றால் நம் உடல் முன்னோக்கிச் சாயும் அல்லவா, அதுபோல. இப்போது தரை அசையவில்லை என்று அவனுக்குத் தெரிந்தது. எங்கே வந்து சேர்ந்திருக்கிறோம் என்று தெரிந்துகொள்வதற்காக அவன் சுற்றிலும் பார்த்தான். ஒன்றும் புரியவில்லை. மேலும் கீழும் லேசான இருட்டும் மண்ணும்தான். அவன் வலது பக்கமாக நடக்க முற்பட்டான்.

திடீரென்று பயங்கரமான அலறலுடன் ஒரு பூதம் அவன் மீது பாய்ந்தது. அவன் மிகவும் பயந்துவிட்டான். ஆயினும் அந்த பூதத்தைக் கவனித்துப் பார்த்தான். நல்ல பருமனும் உயரமும் உள்ள பயங்கரமான கறுப்பு உருவம்! நீளமற்ற சிறுசிறு தலைமுடிகள். பெருத்த வயிறு. மிகப் பெரிய உருண்டைக் கண்கள். அந்தக் கண்களில் இருந்த வித்தியாசம் தம்பிப் பயலுக்கு சுவாரஸ்யமாக இருந்தது. அந்தக் கண்கள் இட்லிபோன்று வட்டமாக வெண்ணிறத்தில் இருந்தன. அவற்றிற்கு நடுவில் கடுகளவே உள்ள கருவிழிகள்! சட்டென்று பார்க்கும்போது கண்களின் வெள்ளைப் பகுதி மட்டும்தான் நமக்குத் தெரியும்.

“இட்லிக் கண்ணா!” தம்பிப் பயல் குபீரென்று சிரித்தான்.

“நீ யார்?” பூதம் கேட்டது. தன்னைக் கண்டு அஞ்சாத மனிதர்களோ பிராணிகளோ இந்த உலகத்தில் இல்லை என்று அதற்குத் தெரியும். ஆயினும், இப்போது இதோ, விரல் அளவான ஒரு குட்டிப் பயல் தன்னைப் பார்த்து சிரிக்கிறானே என்று அதற்கு அவமானமாக இருந்தது.

“நான் தம்பிப் பயல், நீ யார்?” அவன் சிரித்துக்கொண்டேதான் கேட்டான்.

“நான்தான் பூதம்!”

“இட்லிக் கண் பூதம்!” தம்பிப் பயல் மீண்டும் சிரித்தான். நிறுத்தாமல் குலுங்கிக் குலுங்கிச் சிரித்தான்.

“இட்லிக் கண்ணா?” பூதம் நெற்றியைச் சுளித்து அவனைக் குழப்பமாகப் பார்த்தது.

“ஆமாம். இட்லிக் கண்ணன்தான். நீ இட்லி தின்றதில்லையா, இட்லிக் கண்ணா?”

“இட்லியா? அப்படியென்றால் என்ன?” இட்லிக் கண்ணன் ஆர்வத்துடன் கேட்டது.

‘அது தின்பதற்கான பொருள் என்று சொன்னானே. அது எப்படியிருக்கும்? இதுவரை நான் கேள்விப்பட்டதில்லையே. நல்ல சுவையான ஏதாவது விலங்காக இருக்கும். இந்தப் பையனைத் தின்பதற்கு முன்பு எல்லாவற்றையும் கேட்டுத் தெரிந்துகொள்ள வேண்டும்’ என்று நினைத்தது பூதம்.

தம்பிப் பயல் விளக்கினான்: “இட்லி ஒரு பலகாரம். அரிசியையும் உளுந்தையும் அரைத்து மாவாக்கி இட்லித் தட்டில் ஊற்றி அவித்தால் நமக்கு இட்லி கிடைக்கும். அதை எடுத்துத் தின்னலாம். தேங்காய் சட்டினியுடன் சேர்த்து சாப்பிட்டால் மிகவும் சுவையாக இருக்கும்.”

“யார் அங்கே?” இருட்டிலிருந்து ஒரு ஓசை கேட்டது. இன்னொரு பூதம் கொட்டாவி விட்டவாறே அங்கே வந்தது.

தம்பிப் பயல், பெரிய வாயைத் திறந்து நின்றுகொண்டிருக்கும் அந்த பூதத்தைப் பார்த்தான். அதன் வாயில், தடிமனான நாக்கு இரண்டாக மடங்கியிருந்தது – சுட்டெடுத்த தேசையை இரண்டாக மடக்கி வைத்ததுபோல.

"தோசை நாக்கன்!" தம்பிப் பயல் மீண்டும் சிரிக்கத் தொடங்கினான்.

இட்லிக் கண்ணனும் தேசை நாக்கனும் ஒன்றை ஒன்று பார்த்துக் கொண்டன. அவை இந்த நிலத்தடியில் வசிக்கத் தொடங்கி நீண்ட காலம் ஆகிவிட்டது. யாரும் இதுவரை இங்கே வந்தது இல்லை. அந்தப் பூதங்களோ, இரவு நேரத்தைத் தவிர மற்ற நேரங்களில் வெளியே வருவதில்லை. இரவில் பூதங்களைப் பார்ப்பவர்கள் எல்லாம் பயந்து அலறுவதுதான் வழக்கம்.

'இந்தக் குட்டிப் பயல் பகல் நேரத்தில் இங்கே பயம் இல்லாமல் வந்தது மட்டுமல்லாமல் கேலி செய்து சிரிக்கவேறு செய்கிறானே! இது முக்கியமாக யோசிக்க வேண்டிய ஒரு விஷயம்! நண்பர்கள் எல்லோரையும் எழுப்பி இந்த விஷயத்தைச் சொல்ல வேண்டும்' என்று நினைத்தது இட்லிக் கண்ணன். அது தோசை நாக்கனிடம் சொன்னது:

"மற்ற பூதங்களையெல்லாம் கூப்பிடு!"

"இங்கே இன்னும் பூதங்கள் இருக்கின்றனவா? நீங்களெல்லாம் இங்கே என்ன செய்கிறீர்கள்?" தம்பிப் பயல் கேட்டான்.

"இதுதான் எங்கள் வீடு."

"நல்ல வீடுதான் போங்கள்! காற்றுமில்லை, வெளிச்சமும் இல்லை!"

அவன் சுற்றிலும் பார்த்தான்.

"எங்களுக்குக் காற்றும் வெளிச்சமும் ஒன்றும் தேவையில்லை."

"நீங்கள் என்ன சாப்பிடுவீர்கள்?"

"நாங்கள் இரவு நேரத்தில் வெளியே செல்வோம். வாய்ப்புக் கிடைத்தால், இருட்டில் தனியாக நடக்கும் மனிதர்களையும் ஆடு மாடுகளையும் பிடித்துத் தின்போம்."

"ஐயய்யோ! மனிதர்களைத் தின்பது நல்லது அல்ல. நீங்கள் ஏன் இட்லியும் தோசையும் சாம்பாரும் சாப்பிடக் கூடாது?"

அப்போது இருட்டிலிருந்து இன்னொரு பூதமும் வந்தது. தம்பிப் பயல் அதைப் பார்த்தான். சிவப்பான குண்டு மூக்குள்ள ஒரு பூதம் அது. "தக்காளி மூக்கன்!" அவனுக்கு மீண்டும் சிரிப்பு வந்தது. தக்காளி மூக்கன், தன் மூக்கை விடைத்துக்கொண்டு தம்பிப் பயலைப் பார்த்து நின்றது. அவன் மீண்டும் மீண்டும் சிரித்துக்கொண்டேயிருந்தான்.

அப்போது குபீரென்று சிரித்துக்கொண்டு இன்னொரு பூதம் அங்கே வந்தது. அதைப் பார்த்தபோது அவனுக்கு சிரிப்பை அடக்கவே முடியவில்லை. அந்த பூதத்துக்கு, பழுத்த இரண்டு வாழைப் பழங்களைப்போல உருண்டு நீண்ட இரண்டு மஞ்சள் பற்கள் இருந்தன.

"பழப் பல்லன் பூதம்!" தம்பிப் பயல் தரையில் விழுந்து புரண்டு சிரித்தான். அவன் எதற்காக சிரிக்கிறான் என்று பழப் பல்லனுக்குப் புரியவில்லை என்றாலும், அவனுடன் சேர்ந்து சிரித்தது. சற்று நேரத்திற்குப் பிறகு இவர்களின் சிரிப்பு தொற்றிக்கொண்டதைப்போல, இட்லிக் கண்ணனும் தோசை நாக்கனும் தக்காளி மூக்கனும் சேர்ந்து சிரிக்க ஆரம்பித்தன.

நீண்ட நேரம் சிரித்து சிரித்து எல்லோருக்கும் வயிறு வலியெடுக்க ஆரம்பித்துவிட்டது. தம்பிப் பயல் எழுந்து நின்று பூதங்களைப் பார்த்தான்; அவை அவனைப் பார்த்தன.

"நான் போக வேண்டும். இப்போதே மிகவும் தாமதமாகி விட்டது. அம்மா தேடுவார்கள். நான் எந்த வழியில் போக வேண்டும்?" தம்பிப் பயல் மரியாதையுடன் கேட்டான்.

"என்ன, நீ போகப்போகிறாயா? அது நடக்கிற காரியமா? நாங்கள் உன்னைத் தின்னப்போகிறோம்!" பழப் பல்லன் இளித்துக்கொண்டு சொன்னது.

"இளம் மாமிசமல்லவா, மிகவும் சுவையாக இருக்கும்!" தோசை நாக்கன் நாக்கைச் சப்புக்கொட்டியது.

"நீங்கள் ஏன் என்னைச் சாப்பிடுகிறீர்கள்? நான் சொன்னதுபோல நீங்கள் இட்லியும் தோசையும் சாம்பாரும் பழங்களும் சாப்பிடக் கூடாதா?"

"அவையெல்லாம் எங்கே கிடைக்கும்?" இட்லிக் கண்ணன் கேட்டது. அது, 'இந்தப் பையன் நல்ல உணவுப் பொருட்களைப் பற்றிப் பேசுகிறானே, எப்போதும் சிரித்துக் கொண்டும் இருக்கிறான். இவன் கெட்டிக்காரப் பையன். இவனைத் தின்றுவிடக் கூடாது' என்று நினைத்தது.

"நான் தருகிறேன். நீங்கள் என்னுடன் வீட்டுக்கு வந்தால் போதும்." தம்பிப் பயல் அழைத்தான்.

"என்ன, இந்தப் பகல் நேரத்தில் வருவதா?"

"பகலில் வராமல் இரவிலா வருவீர்கள்? இரவு நேரம் தூங்குவதற்கானது. நீங்கள் என்னுடன் வாருங்கள். நான் இட்லிக் கண்ணனின் கண்களைப்போன்ற இட்லிகளும் தோசை நாக்கனின் நாக்குபோன்ற தோசைகளும் தக்காளி மூக்கனின் மூக்கைப்போன்ற தக்காளிப் பழங்களும் பழப் பல்லனின் பற்களைப்போன்ற வாழைப் பழங்களும் தருகிறேன்." பூதங்கள் தங்களுக்குள், கண்களையும் நாக்கையும் மூக்கையும் பற்களையும் பார்த்துக்கொண்டன. அவற்றின் வாயில் நீர் ஊறியது.

"சரி, நாம் போகலாம்." பூதங்கள் சம்மதித்தன.

"நாம் எந்த வழியில் போக வேண்டும்?" தம்பிப் பயல் கேட்டான்.

"நீ எங்களில் ஒருவரின் தோளில் அமர்ந்துகொள். நாங்கள் உன்னை பூமிக்குக் கொண்டு செல்கிறோம். அது போதுமல்லவா?" என்று சொன்னபடியே தக்காளி மூக்கன் குனிந்து நின்றது. அவன் அதன் முதுகில் ஏறி அமர்ந்து, அதன் குட்டைத் தலை முடிகளை இறுகப் பிடித்துக்கொண்டான். தக்காளி மூக்கன், தம்பிப் பயலைச் சுமந்துகொண்டு காற்றில் எழும்பி உயரே பறக்கத் தொடங்கியது. அதனுடன் மற்ற பூதங்களும் பறக்கத் தொடங்கின.

சற்று தூரம் மேலே சென்ற பிறகு ரப்பர் மரங்களும் ஆகாயமும் தெரியத் தொடங்கின. அவ்வாறு கடைசியில் பூதங்கள் குழிக்கு மேலே வந்தன. தக்காளி மூக்கன் தம்பிப் பயலை கீழே இறக்கிவிட்டது.

தம்பிப் பயல் முன்னால் நடந்தான். அவன் பின்னால் பதற்றத்துடன் பூதங்கள் நடந்தன. பகலில் நடந்து பழக்கமில்லாததால் பூதங்களுக்கு அந்த வெயிலில் கண் கூசியது.

தம்பிப் பயல் வீட்டுக்கு வந்தான். இன்னும் யாரும் எழுந்திருக்கவில்லை. பூதங்களை வராந்தாவில் நிற்கவைத்துவிட்டு, அவன் ஓடிச் சென்று அம்மாவை எழுப்பினான்:

“அம்மா, என்னுடன் நான்கு பூதங்கள் வந்திருக்கின்றன. அவற்றிற்கு இட்லியும் தோசையும் தக்காளி சாம்பாரும் பழங்களும் கொடுக்க வேண்டும். அவை இதுவரை இதெல்லாம் சாப்பிட்டதே இல்லையாம், பாவம்!”

“பூதங்களா? எல்லோருக்கும் கொடுத்தாகிவிட்டது, இனி பூதங்களுக்குக் கொடுக்க வேண்டியதுதான் பாக்கி!” என்று சொன்னபடி அம்மா வராந்தாவுக்கு வந்தார்கள். அப்போது அங்கே யாரும் இல்லை!

“இங்கே யாருமில்லையே!” அம்மா கேட்டார்கள்.

“இருந்தன அம்மா! அவை இங்கே இருந்தன. நீங்கள் திட்டுவீர்கள் என்று பயந்து அவை சென்றிருக்கும், பாவம்! இனி அவற்றிற்கு எங்கிருந்து இட்லியும் தோசையும் கிடைக்கும்? யார் கொடுப்பார்கள்?” தம்பிப் பயலுக்கு அழுகை வந்துவிட்டது. அம்மா அவனை வாரியெடுத்து முத்தம் கொடுத்தார்கள்.

தம்பிப் பயல் கனவு கண்டதாக அவன் அப்பாவும் அம்மாவும் சொல்கிறார்கள். ஆனால், தான் தூங்கவே இல்லை என்றும், தான் சொன்னதெல்லாம் உண்மையில் நடந்தவை என்றும் அவன் சொல்கிறான்.

இந்த விஷயத்தில் நான் தம்பிப் பயலின் பக்கம். நீங்கள்?

●

பாம்பும் பாலும்

ஒரு ஊரில் ஈஸ்வரன் என்பவர் வசித்துவந்தார். அவருக்கு மனைவியும் இரண்டு பிள்ளைகளும் இருந்தார்கள். பாவம்! அவர்கள் மிகவும் ஏழைகள். பசி பட்டினியாகவும் உடுப்பதற்கு போதுமான உடைகள் இல்லாமலும் வாழ்ந்துவந்தார்கள். இடிந்து பாழடைந்த ஒரு பழைய வீடு, அந்த வீடு இருக்கும் ஒரு சிறிய தோட்டம். இதுதான் அவர்களின் சொத்து. எந்த உறவினர் வீட்டிலாவது கல்யாணம், பிறந்த நாள் என்று ஏதாவது விசேஷ நிகழ்ச்சிகள் நடந்தால், இந்தக் குடும்பம் நான்கு நாட்களுக்கு முன்பே அங்கே சென்றுவிடும். நிகழ்ச்சி முடிந்து நான்கு நாட்களுக்குப் பிறகுதான் திரும்பி வரும். இந்த ஒன்பது நாட்களும், அங்கே உட்கார்ந்து மூக்கு முட்டத் தின்பார்கள். சிலர் இவர்களைக் கேலி செய்வார்கள்; சிலர் இவர்களைத் திட்டுவார்கள்; சிலர் இவர்களைப் பார்த்துப் பரிதாபப்படுவார்கள்.

ஒரு நாள், எங்கும் நிச்சயதார்த்தமோ, கல்யாணமோ, வளைகாப்போ, திவசமோ எதுவும் நடக்கவில்லை. ஈஸ்வரனும் அவர் குடும்பமும் முழுப் பட்டினி. அன்றைய நாள் அப்படிக் கடந்தது. மறுநாளும் அப்படித்தான். ஈஸ்வரன் மிகவும் சோர்ந்துபோய், திண்ணைப் படியில் சாய்ந்து படுத்திருந்தார். அப்போது ஒரு அதிசயம் நடந்தது! தங்க நிறத்தில் ஒரு பாம்பு தூணில் சுற்றிக்கொண்டு படம் எடுத்து மெதுவாக ஆடுகிறது! ஈஸ்வரனுக்கு

அச்சம் ஏற்பட்டது. துள்ளி எழுந்தார். பாம்பு நாக்கை நீட்டிக் காட்டியது. அப்போது ஈஸ்வரன், 'பாம்புக்குப் பசிக்கிறதோ? அதனால்தான் நாக்கை நீட்டிக் காட்டுகிறதுபோலிருக்கிறது. இதற்கு சாப்பிடுவதற்கு என்ன கொடுப்பது. இங்கே ஒன்றுமில்லையே' என்று யோசித்துக்கொண்டிருந்தார்.

அப்போது ஒரு ஆடு வாசலுக்கு வந்து ஈஸ்வரன் நட்டு வளர்த்த துளசிச் செடியைக் கடித்துத் தின்னத் தொடங்கியது. அவர் அதை விரட்டுவதற்காக வாசலுக்கு வந்தார். அப்போது அவருக்கு திடீரென்று ஒரு எண்ணம் ஏற்பட்டது: 'இந்த ஆட்டிடம் கொஞ்சம் பால் கறந்து பாம்புக்குக் கொடுத்தால் என்ன? மற்றவர்களின் ஆட்டிடம் பால் கறப்பது பாலைத் திருடுவதுபோலத்தான். ஆனால், நான் எனக்காகச் செய்யவில்லையே. ஒரு வாயில்லாப் பிராணிக்காகத்தானே செய்கிறேன்.'

ஈஸ்வரன் வீட்டுக்குள் சென்று ஒரு சிறிய பாத்திரம் எடுத்து வந்து ஆட்டிடம் பால் கறந்தார். அதை எடுத்துச் சென்று தூணுக்குப் பக்கத்தில் வைத்தார். பாம்பு இறங்கி வந்து பால் குடித்துவிட்டு மெதுவாக வாசலில் இறங்கிச் சென்றது. ஈஸ்வரன் மீண்டும் திண்ணையில் படுத்தார். சற்று நேரத்துக்குப் பிறகு அதோ, பாம்பு மீண்டும் வருகிறது! அது, நாக்கை நீட்டிக் காட்டியபோது, அதன் வாயிலிருந்து ஒரு தங்கக் காசு ஈஸ்வரனின் மடியில் விழுந்தது. பால் கொடுத்ததற்காகத்தான் பாம்பு இதைக் கொடுக்கிறது என்று ஈஸ்வரனுக்குப் புரிந்தது. அவர் அதை மகிழ்ச்சியுடன் ஏற்றுக்கொண்டார்.

அடுத்த நாள் முதல் பாம்பு தினமும் அந்த நேரத்தில் வரத் தொடங்கியது. ஈஸ்வரனும் தினமும் அதற்கு பால் கொடுத்து வந்தார். பாம்பு தினமும் அவருக்கு ஒவ்வொரு தங்கக் காசு கொடுக்கும். ஈஸ்வரன் மெல்ல மெல்ல பெரிய பணக்காரராகிவிட்டார். வீட்டை புதுப்பித்துக் கட்டினார். வயலும் நிலமும் பசுவும் வாங்கினார். எப்போதும் மற்றவர்கள் தரும் உணவை உண்டுவந்த அவர், இப்போது அடிக்கடி நிறையப் பேருக்கு அன்னதானம் செய்தார்.

அப்படி நாட்கள் கடந்து சென்றன. ஒரு நாள் ஈஸ்வரன் ஒரு உறவினர் வீட்டுக்குப் போக வேண்டியிருந்தது. மூத்த மகன் கிருஷ்ணனை அழைத்து, பாம்புக்கு தினமும் பால் கொடுக்க மறந்துவிடாதே என்று நினைவுபடுத்திவிட்டுத்தான் புறப்பட்டார். பாம்பு வழக்கமான நேரத்தில் வந்தது. கிருஷ்ணன் அதற்கு பால் எடுத்து வைத்தான். பாம்பு அதைக் குடித்துவிட்டு ஒரு தங்கக் காசை துப்பிவிட்டு ஊர்ந்து சென்றது. அது எங்கே செல்கிறது என்று தெரிந்துகொள்வதற்காக அவன் பின்தொடர்ந்து சென்றான். பாம்பு வாசலில் சற்று தூரம் ஊர்ந்து சென்ற பிறகு, தோட்டத்தில் புகுந்து ஒரு மரத்தடிப் புற்றுக்குள் சென்றது.

பேராசைகொண்ட கிருஷ்ணன், ‘பாம்பு இந்தப் புற்றுக்குள்தான் தங்கக் காசுகளை வைத்திருக்கிறதுபோலிருக்கிறது. ஒரு நாளுக்கு ஒரு தங்கக் காசு கிடைத்து என்ன பயன்? பாம்பிடம் இருக்கும் தங்கம் முழுவதையும் எடுக்க வேண்டும்’ என்று நினைத்தான். அவன் ஒரு தடி எடுத்து புற்றை அடித்து உடைத்தான். பாம்பு வெளியே தாவி அவனைப் பார்த்து சீறியது. அவன் பாம்பின்

தலையில் ஓங்கி ஒரு அடி அடித்தான். வலி தாங்க முடியாத பாம்பு முன்னால் பாய்ந்து அவனைக் கொத்தியது. கடும் விஷம் பாதித்து அவன் அப்போதே இறந்துபோனான். ஈஸ்வரன் திரும்பி வந்த பிறகு என்ன பார்த்தார்? மகன் இறந்துவிட்டான். அதுவும், எல்லா செல்வங்களுக்கும் காரணமான நெருங்கிய நண்பன் பாம்பு கடித்து இறந்துவிட்டான். அவர் துயரத்தால் துவண்டு அப்படியே அமர்ந்துவிட்டார். அவர் இப்படி பிரார்த்தித்தார்:

"அருமையான பாம்பே, என் மகன் அறிவில்லாமல் நடந்துகொண்டு உன் கோபத்துக்கு ஆளாகிவிட்டான். அவன் செய்த தவறை மன்னித்து அவனுக்கு மீண்டும் உயிர் கொடுக்க வேண்டும். எப்போதும்போல நீ என்னிடம் அன்பாக இருக்க வேண்டும்."

ஆனால், அந்தப் பிரார்த்தனையால் எந்தப் பயனும் ஏற்படவில்லை. மகனது உடலை அடக்கம் செய்யவேண்டி வந்தது.

மறுநாள் ஈஸ்வரன் வழக்கமான நேரத்தில் பால் கொண்டு வந்தார். ஆனால், பாம்பு வரவில்லை. அவர் நீண்ட நேரம் அழைத்த பிறகு, உடைந்து சிதைந்த பொந்துக்குள்ளிருந்து பாம்பு வெளியே தலை நீட்டியது. இந்தப் பாம்புதானே என் செல்ல மகனைக் கொன்றது என்று நினைத்தபோது, அவருக்கு அந்தப் பாம்பைப் பழிவாங்க வேண்டும் என்று தோன்றியது. அதே நேரத்தில், பாம்பின் காயம்பட்ட தலையைப் பார்த்து இரக்கம் ஏற்பட்டது; பாம்பு தனக்கு செய்த உதவியை நினைத்து அவர் மனதில் நன்றி உணர்ச்சி பெருகியது.

அப்போது பாம்பு சொன்னது: "நல்ல மனிதரே, நடந்து முடிந்த சம்பவங்களை நம் இருவராலும் மறக்க முடியாது. நான் மனிதர்களிடமிருந்து அனுபவிக்க நேர்ந்த துரோகத்தை மறக்க மாட்டேன். பாம்பு இனத்திடமிருந்து அனுபவிக்க நேர்ந்த துயரத்தை நீங்கள் மறக்க மாட்டீர்கள். பிறகு எப்படி நாம் நட்பாக இருக்க முடியும்? அதனால் நான் இனி வரமாட்டேன். நீங்களும் என்னை அழைக்காதீர்கள். நீங்கள் இதுவரை எனக்குச் செய்த உதவிகளுக்காக இதோ, இந்த வைரத்தை எடுத்துக்கொள்ளுங்கள். உங்கள் குடும்பத்தில் ஒருபோதும் வறுமை ஏற்படாது."

சிவப்பு வைரக் கல் ஒன்றைத் துப்பிய பிறகு, பாம்பு மெதுவாக அங்கிருந்து ஊர்ந்து சென்றது.

பிறகு அந்தப் பாம்பை யாரும் பார்க்கவில்லை.

●

அப்ப மரம்

ஒரு ஊரில் அப்பாவும் அம்மாவும் இருந்தார்கள். அவர்களுக்கு ராமு, செல்வி என்று இரண்டு பிள்ளைகள். ராமு அண்ணன். செல்வி தங்கை. ஒரு நாள் அப்பாவும் ராமுவும் சற்றுத் தொலைவில் உள்ள உறவினர் வீட்டுக்கு விருந்துக்குச் சென்றார்கள். அங்கே சாப்பிட்டுவிட்டு, ஒரு அப்பமும் அடையும் பொட்டலம் கட்டி எடுத்து வந்தார்கள்.

வீட்டுக்குத் திரும்பி வந்துகொண்டிருந்தபோது ராமுவுக்கு ஒரு யோசனை வந்தது. அவன் சொன்னான்: "அப்பா, நாம் இந்த அடையைத் தின்றுவிட்டு, அப்பத்தைப் புதைத்து வைத்தால் என்ன? அப்ப மரம் முளைத்தால், பிறகு நமக்கு சாப்பாட்டுக்குக் கவலையில்லை அல்லவா. தினமும் அப்பம் தின்னலாமே."

அப்பாவும் சம்மதித்தார். அப்பத்தை மண்ணில் புதைத்தால் அது வீணாகுமே தவிர, அப்ப மரம் முளைக்காது என்று அவருக்குத் தெரியும். அதைச் சொன்னால் ராமு ஏற்றுக்கொள்ள மாட்டான் என்றுதான் அவர் அப்படிச் சொன்னார். ராமு பிடிவாதக்காரன். ஒன்று நினைத்தால் அதைச் செய்து முடித்துவிட்டுத்தான் மறு வேலை பார்ப்பான். அது மட்டும் அல்ல, இந்த அப்பத்தைப் புதைத்தால், பெரிய நஷ்டம் எதுவும் ஏற்படாது. இது நடுப்பக்கம் வேகாமலும் ஓரம் கருகியும் கல்போன்று இருக்கிறது. ராமுவின் அம்மாவால் இதைவிட நல்ல அப்பம் செய்ய முடியும்.

வீட்டுக்குச் சென்றதும் ராமு அப்பத்தை இரண்டு துண்டாக வெட்டினான். ஒரு துண்டு சற்றுப் பெரியதாக இருந்தது. அதை ராமு தின்றான். பிறகு அவன் வீட்டின் தெற்குப் பகுதியில் ஒரு பள்ளம் தோண்டி இன்னொரு துண்டைப் புதைத்தான். புதைத்தால் மட்டும் போதுமா? பாத்தி கட்டி தண்ணீர் ஊற்றினால்தானே வளரும்? ராமு யோசித்தான். புதைத்திருப்பது சாதாரண விதை ஒன்றும் அல்ல, அப்பம். அதனால், சாதாரண மண்ணால் பாத்தி கட்டி சாதாரண தண்ணீர் ஊற்றினால் போதாது. ராமு வீட்டுக்குள் ஓடினான். அம்மா, பொருட்கள் வைக்கும் அறையைத் திறந்து ஏதோ எடுத்துக்கொண்டிருந்தார். ராமு, சர்க்கரை சாடிக்குள் கையை விட்டு ஒரு தேங்காய் அளவு சர்க்கரை உருட்டி எடுத்தான். அம்மா திட்டியதைப் பொருட்படுத்தாமல் அதை எடுத்துக்கொண்டு ஓடினான். அந்த சர்க்கரையால் அழகாக பாத்தி கட்டினான். பிறகு மறுபடியும் வீட்டுக்குள் வந்து தேன் புட்டியையும் பால் பாத்திரத்தையும் எடுத்துக்கொண்டு வாசலுக்கு ஓடினான். அம்மா உரக்கத் திட்டிக்கொண்டு சற்று தூரம் அவன் பின்னால் ஓடி வந்தார். ஆனால், ராமு பயப்படவில்லை. தெற்குப்புறத் திண்ணையில் தாத்தா உட்கார்ந்திருப்பார். அம்மா, தாத்தாவின் முன்னால் தன்னைத் திட்ட மாட்டார் என்று அவனுக்குத் தெரியும். ராமு அந்த அப்பப் பாத்தி நன்கு ஊறும் அளவு அதில் தேனும் பாலும் ஊற்றினான்.

ஆயினும் ராமுவுக்கு ஒரு பயம். அப்பம் முளைக்கவில்லை என்றால் என்ன செய்வது? பட்ட பாடெல்லாம் வீணாகிவிடுமே!

தாத்தா திண்ணையில் தூங்கிக்கொண்டிருந்தார். ராமு ஓடிச் சென்று அவர் வெற்றிலைப் பெட்டியிலிருந்து பாக்குவெட்டியை எடுத்துக்கொண்டு வந்தான். அப்பப் பாத்தியை நோக்கி பாக்குவெட்டியை ஆட்டியவாறு சொன்னான்: "நாளைக்கு அப்பம் முளைக்கவில்லை என்றால் இந்தப் பாக்குவெட்டியால் உன்னை வெட்டிவிடுவேன்!"

மறுநாள் காலையில் ராமு விழித்த உடனே அப்பப் பாத்திக்குச் சென்று பார்த்தான். பார்த்தால், உண்மையிலேயே அப்பம் முளைத்திருக்கிறது! ராமுவின் சுண்டுவிரல் நீளமுள்ள தண்டில் இரண்டு சின்னஞ்சிறிய இலைகள் துளிர்த்திருக்கின்றன. ராமு புன்னகைத்தான். இதிலிருந்து என்ன தெரிகிறது?

புதைக்கப்பட்டிருந்த அப்பம் பாக்குவெட்டியைப் பார்த்துப் பயந்துவிட்டது! ஆனால், அந்தப் பாக்குவெட்டிக்கு கொஞ்சம்கூட கூர்மை இல்லையென்று ராமுவுக்குத் தெரியும். நேற்று தாத்தா அத்தப் பாக்குவெட்டியால் ஒரு பாக்கை வெட்டுவதற்கு எவ்வளவு கஷ்டப்பட்டார்! ஆனால், அப்பத்துக்கு அது தெரியாது அல்லவா?

ராமு மற்றொரு முறை அச்சுறுத்தினான்: "நாளை இந்த அப்பச் செடி பெரிதாகி, அப்ப மரமாகவில்லை என்றால் தாத்தாவின் பாக்குவெட்டியால் உன்னை வெட்டிவிடுவேன்!"

பாக்குவெட்டியின் மீது அச்சம் கொண்ட அப்பம் அப்படியே செய்தது. மறு நாள் காலை ராமு வந்து பார்த்தபோது, ஒரு பெரிய அப்ப மரம் காற்றில் தலையசைத்து நிற்கிறது! மரத்தின் தண்டும் கிளைகளும் அடர்தவிட்டு நிறத்தில் பளபளப்பாக இருந்தன! கிளிப் பச்சை நிறத்தில் பட்டுப்போன்ற மெல்லிய இலைகள்!

ராமு மிகவும் மகிழ்ந்தான். அவன் சொன்னான்: "நாளைக்கு அப்ப மரம் பூபூக்கவில்லை என்றால் தாத்தாவின் பாக்குவெட்டியால் உன்னை வெட்டிவிடுவேன்!"

மறு நாள் ராமு பார்த்தபோது, மரம் நிறைய அழகும் வாசனையும் உள்ள வெள்ளைப் பூக்கள்! தூரத்தில் நின்றால்கூட வாசனை வரும். ராமு அப்பம் விதைத்த கதை எதுவும் ராமுவின் தாத்தாவுக்குத் தெரியாது. அவருக்கு பார்வை மங்கலாகத்தான் இருக்கும். காதும் லேசாகத்தான் கேட்கும். மல்லிகைப்பூவை அவர் மூக்கில் வைத்தால்கூட அவருக்கு வாசனை தெரியாது. அந்த தாத்தாதான், "இப்படிப்பட்ட அருமையான வாசனை எங்கிருந்து வருகிறது?" என்று கேட்டார்!

ராமு மீண்டும் அப்ப மரத்தை அச்சுறுத்தினான்: "நாளைக்கு இந்தப் பூக்களெல்லாம் காய்களாகவில்லை என்றால் தாத்தாவின் பாக்குவெட்டியால் வெட்டிவிடுவேன்!"

அப்பப் பூக்களெல்லாம் காய்களாக ஆயின. பழுக்காத பச்சை நிற அப்பங்கள் எல்லாக் கிளைகளிலும் தொங்கிக்கொண்டிருந்தன. ராமுவுக்கு, அவற்றைச் சாப்பிட்டுப்பார்க்க வேண்டும் என்ற ஆவல் அதிகரித்தது. அவன் ஒன்றிரண்டு அப்பக் காய்களைப் பறித்துத் தின்றுபார்த்தான். சுவையில்லை. புளிப்பு!

"நாளைக்கு அப்பக் காய்களெல்லாம் பழுத்து அப்பங்கள் ஆகவில்லை என்றால் தாத்தாவின் பாக்குவெட்டியால் வெட்டிவிடுவேன்!"

அப்ப மரம், இதுவரை அவன் சொன்னதையெல்லாம் கேட்டது. இதையும் கேட்பதைத் தவிர வேறு வழி என்ன இருக்கிறது? மறு நாள் அப்பக் காய்களெல்லாம் பழுத்து, தின்னக்கூடிய பக்குவத்துக்கு வந்துவிட்டன. மினுமினுக்கும் அருமையான இனிப்பு அப்பங்கள்!

ராமு அப்ப மரத்தில் ஏறி அப்பங்களைப் பறித்துத் தின்ன ஆரம்பித்தான். அவன் சாப்பிடுவதற்குக் கூட கீழே இறங்கி வரவில்லை. இவ்வளவு இனிமையான அப்பங்கள் இருக்கும்போது வேறு சாப்பாடு எதற்கு! அதிசய அப்ப மரத்தைப் பற்றி ஊர் முழுதும் செய்தி பரவியது. அப்ப மரத்தைப் பார்ப்பதற்கும் அப்பம் தின்பதற்கும் பலர் வந்துகொண்டிருந்தார்கள். ராமு மரத்தின் மீது ஏறி எல்லோருக்கும் அப்பம் பறித்துப் போட்டான். பறித்தாலும் பறித்தாலும் தீராத அப்பங்கள்! எல்லோரும் தின்று பசியாறட்டும்!

அப்போதுதான் ஒரு சூனியக்காரி, கிழிந்த சாக்கை தோளில் போட்டுக்கொண்டு, சாப்பிடுவதற்கு ஏதும் கிடைக்குமா என்று பார்த்தவாறு அந்த வழியே வந்தாள்.

அப்ப மரத்தின் மேல் அமர்ந்திருக்கும் ராமுவைப் பார்த்தபோது அவளுக்கு வாயில் நீர் ஊறியது. அந்த அப்பங்களைப் பார்த்ததால் அவளுக்கு வாயில் நீர் ஊறவில்லை. அவளுக்கு அப்பம் தின்பதற்குப் பெரிய ஆசை ஒன்றும் இல்லை. ஆனால், நல்ல போஷாக்குடன் கொழுகொழுவென்று இருக்கும் ராமுவைத் தின்னத்தான் அவளுக்கு ஆசை. ஆனால், யாருக்கும் தெரியாமல் ராமுவை எப்படிப் பிடித்துக்கொண்டு போவது? அவள் ஒரு தந்திரம் செய்தாள். அப்ப மரத்தின் கீழே சென்று நின்று மேலே பார்த்தாள். மிகவும் மென்மையான குரலில் கேட்டாள்: "ராமு, ராமு! எனக்கும் ஒரு அப்பம் தருவாயா? எனக்குப் பசி தாங்க முடியவில்லை."

ராமு கீழே பார்த்தான். வந்திருப்பது ஒரு சூனியக்காரிதான் என்று அவன் தெரிந்துகொண்டான். ஆனால், சாதாரண பிள்ளைகளைப்போல ராமு அஞ்சவில்லை. சூனியக்காரி அல்ல, பெரிய அரக்கி வேண்டுமானாலும் வரட்டும், ராமுவிடம் அவர்கள்

பாச்சா பலிக்காது. ராமு அலட்சியமாக ஒரு அப்பத்தைப் பறித்துக் கீழே போட்டான்.

"அடடா, ராமு! அப்பம் குப்பையில் விழுந்துவிட்டதே! இன்னொரு அப்பம் பறித்துப் போடேன்." சூனியக்காரி மீண்டும் கேட்டாள். அவன் இன்னொரு அப்பம் பறித்துப் போட்டான்.

"அடடா, ராமு! நீ பறித்துப் போட்ட அப்பம் சேற்றில் விழுந்துவிட்டதே. இன்னொரு அப்பம் பறித்துப் போடேன்." ராமுவுக்கா அப்பத்துக்குப் பஞ்சம்! அவன் இன்னொரு அப்பம் பறித்துப் போட்டான்.

"அடடா, ராமு! நீ பறித்துப் போட்ட அப்பம் உருண்டு உருண்டு எங்கோ போய்விட்டதே. அதைப் பார்க்க முடியவில்லை. இருக்கட்டும். ராமு நீ ஒரு காரியம் செய். நீ இப்படி அப்பத்தைப் பறித்துக் கீழே போட வேண்டாம். அப்படிப் போடுவதால்தானே எல்லாம் வீணாகிறது? நீ ஒரு அப்பத்தைப் பறித்து உன் நீளமான தலை முடியில் கட்டிக்கொள். பிறகு கைகளாலும் கால்களாலும் ஒரு கிளையைப் பற்றிக்கொண்டு தலை கீழாகத் தொங்கு. நான் உன் முடியை அவிழ்த்து அப்பத்தை எடுத்துக்கொள்கிறேன்."

ராமு அறிவாளிதான் என்றாலும், சாகசம் செய்வதில் விருப்பமுள்ளவன். மரத்தின் மீது வௌவாலைப்போல தலைகீழாகத் தொங்குவது என்பது அவனுக்கு மிகவும் பிடித்துவிட்டது. அவன் சூனியக்காரி சொன்னதுபோன்றே செய்தான். சூனியக்காரியோ, அவன் தலைமுடியிலிருந்து அப்பத்தை அவிழ்த்து எடுக்கவில்லை. ராமுவையே பிடித்துக் கீழே இழுத்தாள். அவனை சாக்கில் போட்டுக் கட்டி தோளில் தொங்கவிட்டுக்கொண்டு புறப்பட்டாள். கால்களை நீட்டி நீட்டி வைத்து வேகமாகச் சென்றாள். வீட்டுக்குச் சென்றுதானே ராமுவை அவித்து சாப்பிட வேண்டும். அவளுக்குப் பசி தாங்க முடியவில்லை.

போகும் வழியில் சூனியக்காரிக்கு சட்டென்று நினைவு வந்தது. வீட்டில் ஒரு விறகுகூட இல்லை. அவளுக்கு ஒரு மகள் இருக்கிறாள். பெரிய பெண்ணாக இருந்தாலும் அவள் பெயர் 'குட்டிப்பெண்.' ஆனால், அவளை மட்டிப் பெண் என்றுதான் அழைக்க வேண்டும். அவளுக்கு எதுவும் தெரியாது. எப்போதும் தூங்கிக்கொண்டே

இருப்பாள். அவள் சுள்ளி எதுவும் பொறுக்கிக்கொண்டு வந்திருக்க மாட்டாள். விறகு இல்லாமல் எப்படி இவனை அவித்துத் தின்பது? சூனியக்காரி பாசி நிறைந்த ஒரு குட்டையின் ஓரத்தில் சாக்கு மூட்டையை இறக்கி வைத்தாள். பிறகு சுள்ளி பொறுக்கச் சென்றாள்.

ராமு சாக்குக்குள் வந்த உடனே, சாக்கு அங்கும் இங்கும் கிழிந்திருப்பதைப் பார்த்திருந்தான். அப்போதிருந்து அவன் அந்தக் கிழிசல்களுக்குள் கை நுழைத்து கிழிசல்களைப் பெரிதுபடுத்தியவாறே வந்துகொண்டிருந்தான். சூனியக்காரி மூட்டையைக் கீழே வைத்தபோது அவன் உடனே இன்னும் பெரிதாகக் கிழித்து வெளியே வந்துவிட்டான்.

ஆனால், சூனியக்காரி வந்து சாக்கை தூக்கிப் பார்த்தால் அதில் ராமு இல்லை என்று தெரிந்துகொள்வாள் அல்லவா. அப்போது சிக்கலாகிவிடுமே? சாக்குக்குள் ஏதாவது போட்டு நிரப்பி வைக்க வேண்டும் என்று ராமு முடிவு செய்தான். குளத்திலிறங்கி நிறையப் பாசிகளை எடுத்து வந்து சாக்குக்குள் போட்டான். குளத்தின் ஓரத்திலிருந்த முட்செடியிலிருந்து நிறைய முட்கள் ஒடித்து அவற்றையும் சாக்கினுள் போட்டான். அந்த மூட்டையை முன்பிருந்ததுபோலவே கட்டி வைத்துவிட்டு, ஒரே ஓட்டமாக வீட்டுக்கு வந்து அப்ப மரத்தில் ஏறிக்கொண்டான்.

நிறைய சுள்ளிகளைப் பொறுக்கி கட்டிக்கொண்டு சூனியக்காரி திரும்பி வந்தாள். சாக்கு மூட்டையைத் தூக்கிப் பார்த்தாள். மிகவும் கனமாக இருந்தது. தோளில் போட்டுக்கொண்டு நடக்க முடியாது. உள்ளே இருப்பது நனைந்த பாசிகள்தானே. ஆனால், அது சூனியக்காரிக்குத் தெரியாது அல்லவா. இவன் ஏன் திடீரென்று இவ்வளவு கனமாகிவிட்டான் என்று யோசித்தபடியே அவள் மூட்டையை எடுத்து தலையில் வைத்துக்கொண்டாள்.

அப்போது, ஈரப் பாசிகளிலிருந்து வந்த தண்ணீர் சூனியக்காரியின் தலையிலும் முகத்திலும் வழியத் தொடங்கியது. சூனியக்காரிக்குக் கோபம் வந்தது. 'இவன் என் மேல் சிறுநீர் கழித்து என்னை அவமானப்படுத்துகிறானே!' என்று நினைத்தாள் அவள். "அடேய், பையா! நீ என் தலையிலா சிறு நீர் கழிக்கிறாய்! நான் உனக்கு ஒரு பாடம் புகட்டுவேன்!" என்று அச்சுறுத்தினாள் அவள். மூட்டையின்

உள்ளே அசைவு ஏதும் இல்லை. அப்போது ஒரு முள் அவள் தலையில் குத்தியது. அவள் மீண்டும் கத்தினாள்: "அடேய், பையா! என் தலையில் நகத்தால் குத்தாதே! நான் உனக்கு ஒரு பாடம் புகட்டுவேன்!" ஆயினும், தண்ணீர் வழிவதும் முள் குத்துவதும் நிற்கவில்லை. 'இருக்கட்டும், வீட்டுக்குச் செல்வதுவரை பொறுத்துக்கொள்ளத்தான் வேண்டும். அப்போது இவன் ஒன்றும் செய்ய முடியாது. இவனை அப்படியே அவித்துத் தின்ன வேண்டியதுதான்' என்று நினைத்தாள் சூனியக்காரி.

வீட்டுக்கு வந்து சாக்கு மூட்டையை அவிழ்த்துப் பார்த்தபோது, சூனியக்காரியின் முகம்போன போக்கைப் பார்க்க வேண்டுமே! மூட்டைக்குள் ராமுவும் இல்லை, மாமுவும் இல்லை! நிறைய பாசிகளும் முட்களும் மட்டும்தான் இருந்தன! "இதைவிட அவமானம் வேறு என்ன இருக்கிறது. விரல் அளவான ஒரு மனிதச் சிறுவன் என்னைத் தோற்கடித்துவிட்டானே!" என்று சூனியக்காரி குமுறினாள்.

உடனே சூனியக்காரி, ராமுவைத் தேடி ஓடினாள். ராமுவின் வீட்டு வேலியை அப்படியே தாண்டிக் கடந்து, அப்ப மரத்தின் கீழே வந்தாள். ராமு, சூனியக்காரியைப் பார்க்கவில்லை. ஒரு அப்பத்தை பிட்டுத் தின்றுகொண்டு ஏதோ கற்பனையில் மூழ்கியிருந்தான். சூனியக்காரி அப்ப மரத்தின் கிளையைப் பிடித்துத் தாழ்த்தினாள். ராமுவைத் தூக்கி சாக்கில் போட்டுக் கட்டினாள். அதை தோளில் போட்டு பிடித்துக்கொண்டாள். மூட்டை அவள் தோளில் தொங்கி ஆடியது. பிறகு அவள் கால்களை நீட்டி நீட்டி வைத்து விரைவாக நடந்தாள். மூட்டையை வழியில் எங்கும் இறக்கி வைக்காமல் நேராக வீட்டுக்குச் சென்றாள்.

குட்டிப்பெண் படுத்துத்தூங்கிக்கொண்டிருந்தாள். சூனியக்காரி அவளை எழுப்பிச் சொன்னாள்: "இதோ பார். நீ இந்தப் பையனை வெட்டிக் கொன்று, ஒரு பாத்திரம் ரத்தம் நான் முகம் கால் கழுவவும், ஒரு பாத்திரம் ரத்தம் நான் குடிக்கவும் எடுத்துவை. பிறகு மாமிசத்தை நன்றாக அரிந்து வேகவை. நான் என்னை தேய்த்துக் குளித்துவிட்டு வருகிறேன்."

குட்டிப்பெண்ணுக்கு தூக்கம் முற்றிலும் கலையவில்லை. அம்மா, சாப்பாடு பற்றி ஏதோ சொல்கிறாள் என்று மட்டும்

அவளுக்குப் புரிந்தது. அவள் தூக்கக் கலக்கத்துடன் “சரி” என்றாள். சூனியக்காரி எண்ணெய்க் கிண்ணமும் சீயக்காய்த் தூளும் எடுத்துக்கொண்டு குளத்துக்குச் சென்றாள்.

குட்டிப் பெண் எழுந்து, “அடே, பையா, நீ என் மடியில் தலை வைத்துப் படுத்துக்கொள். நான் உன்னை வெட்டுகிறேன்” என்று சொன்னாள்.

“சரி. நான் படுத்துக்கொள்கிறேன். ஆனால், நமக்கு இன்னும் நிறைய நேரம் இருக்கிறதே! நீ வேண்டுமானால் இன்னும் கொஞ்சம் நேரம் தூங்குகிறாயா? உன் அம்மா குளித்துவிட்டு வரப்போகும் நேரத்தில் நான் உன்னை எழுப்புகிறேன்.”

குட்டிப்பெண்ணுக்கு இந்த உலகத்தில் தூக்கத்தைவிட வேறு எதுவும் முக்கியமில்லை. அவள் சொன்னாள்:

"சரி. அப்படியென்றால் நான் இன்னும் கொஞ்சம் தூங்குகிறேன். நீ அப்புறம் என்னை எழுப்பிவிடு." அவள் உடனே தரையில் படுத்துத் தூங்கத் தொடங்கினாள். தூங்கும்போது அவள் தன் தலையை வறட் வறட்டென்று சொறிந்துகொண்டு திரும்பிப் படுத்தாள். அப்போது ராமு இனிமையான குரலில் கேட்டான்: "குட்டிப்பெண்ணே, குட்டிப்பெண்ணே, நான் உன் தலையில் பேன் பார்க்கட்டுமா?" அவள் தூங்கிக் கொண்டே, "ம்" என்றாள். அவன் இறவாணத்தில் செருகியிருந்த வெட்டுக் கத்தியை எடுத்து

வைத்துக்கொண்டான். அவள் தலைமுடியை பகுத்துப் பகுத்து பேன் பார்க்கத் தொடங்கினான். அந்த சுகத்தில் அவள் நன்றாகத் தூங்கிவிட்டாள்.

உடனே ராமு, வெட்டுக்கத்தி எடுத்து குட்டிப்பெண்ணை வெட்டினான். சூனியக்காரி குளிக்கப்போகும்போது சொன்னதுபோல, முகம் கால் கழுவ ஒரு பாத்திரம் ரத்தமும் குடிப்பதற்கு ஒரு பாத்திரம் ரத்தமும் எடுத்து வைத்தான். மாமிசத்தை நன்றாக அரிந்து அவித்து வைத்தான். பிறகு பரண் மீது ஏறி ஒளிந்துகொண்டான்.

சூனியக்காரி எண்ணெய் தேய்த்து நன்றாகக் குளித்தாள். குளக்கரையில் இன்னொரு சூனியக்காரியுடன் பேசிக்கொண்டிருந்ததால் நேரம் போனது தெரியவில்லை. குளித்து முடித்தவுடன் கடுமையாகப் பசித்தது. வீட்டுக்கு விரைந்து வந்தாள். அவள் சொல்லிவிட்டுச் சென்றதுபோலவே, முகம் கால் கழுவுவதற்கு ஒரு பாத்திரம் ரத்தம் எடுத்து வைக்கப்பட்டிருந்தது. அவள் கால் முகம் கழுவி உள்ளே சென்றபோது எல்லாம் தயாராக இருந்தன. இலை போட்டு, அமர்வதற்கு பலகை இடப்பட்டிருந்தது. பக்கத்திலேயே, குடிப்பதற்கு ஒரு பாத்திரம் ரத்தமும் இருந்தது. சூனியக்காரி ஆவலுடன் பாதியளவு ரத்தம் குடித்தாள். பாதியை குட்டிப்பெண்ணுக்குக் கொடுப்பதற்காக வைத்தாள். பிறகு மாமிசத்தைத் தின்னத் தொடங்கினாள். ‘அந்தப் பையனின் மாமிசம் எவ்வளவு சுவையாக இருக்கிறது! ஆனால், இதையெல்லாம் தயார் செய்துவிட்டு குட்டிப்பெண் எங்கே போய் படுத்திருக்கிறாளோ தெரியவில்லையே. அவளுக்கு எப்போதும் தூக்கம்தான்’ என்று நினைத்து அவள் உரக்க அழைத்தாள்: “குட்டிப்பெண்ணே, குட்டிப்பெண்ணே, சீக்கிரம் வா. அந்தப் பையனின் மாமிசத்தை நாம் தின்போம்!”

அப்போது பரணிலிருந்து ஒரு குரல் வந்தது: “உன் மகளை நீயே தின்கிறாய்!”

“யாரது?” சூனியக்காரி உரக்கக் கேட்டாள். பதில் வரவில்லை. குரல் கேட்டதாக தனக்குத்தான் சும்மா அப்படித் தோன்றியிருக்கிறது என்று நினைத்து சூனியக்காரி மீண்டும் தின்னத் தொடங்கினாள். மீண்டும் அழைத்தாள்: “குட்டிப்பெண்ணே, குட்டிப்பெண்ணே,

சீக்கிரம் வா. அந்தப் பையனின் மாமிசத்தை நாம் தின்போம்!"

அப்போதும் பரணிலிருந்து ஒரு குரல் கேட்டது: "உன் மகளை நீயே தின்கிறாய்!" நிச்சயமாக ஏதோ மனிதக் குரல்தான் கேட்கிறது என்று சூனியக்காரி புரிந்துகொண்டாள். அந்தக் குரல் ராமுவின் குரலாக இருக்கும் என்று அவளுக்குத் தோன்றியது. அவளுக்கு அச்சம் ஏற்பட்டது. 'அவன்தான் செத்துவிட்டானே... அவனது ஆவிதான் இப்படிப் பேசுகிறதோ!' அவள் மீண்டும் மீண்டும் அழைத்தாள்: "குட்டிப்பெண்ணே, குட்டிப்பெண்ணே, சீக்கிரம் வா. அந்தப் பையனின் மாமிசத்தை நாம் தின்போம்!"

"உன் மகளை நீயே தின்கிறாய்!" மூன்றாம் முறையாக பரண் மீதிருந்து குரல் கேட்டது. அந்தக் குரல் என்ன சொல்கிறது என்று அப்போதுதான் சூனியக்காரிக்குப் புரிந்தது. 'என் மகளை நானே தின்கிறேன் என்றா அந்தக் குரல் சொன்னது! அடக்கடவுளே! அந்தப் பையன் ஏமாற்றிவிட்டானா? அப்படியென்றால் நான் குட்டிப்பெண்ணின் மாமிசத்தையா தின்றுகொண்டிருக்கிறேன்?' சூனியக்காரி கையை உதறிக்கொண்டு துள்ளி எழுந்தாள். பரண் மீது ஏறினாள். சூனியக்காரியைக் கண்டவுடன் ராமு கூரையின் மீது ஏறினான். சூனியக்காரியும் ஏறினாள். அப்போது ராமு கீழே குதித்து கிணற்றடிக்குச் சென்றான். அங்கே ஒரு பெரிய பாறை கிடந்தது. ராமு அந்தப் பாறையை எடுத்து உரக்கக் கத்திக்கொண்டே கிணற்றில் போட்டான். தான் கிணற்றில் விழுந்துவிட்டதாக சூனியக்காரி நினைக்க வேண்டும் என்பதற்காகத்தான் அப்படிச் செய்தான்.

அப்படியேதான் சூனியக்காரி நினைத்தாள். அவள் ராமுவைப் பிடிப்பதற்காக கிணற்றில் குதித்தாள். குதித்த வேகத்தில் கிணற்றின் அடியில் கிடந்த பாறையில் மோதி அவள் கால் உடைந்தது. உடைந்த காலால் நீந்தி தண்ணீருக்கு வெளியே வர அவளால் முடியவில்லை. அவ்வாறு சூனியக்காரி மூழ்கி இறந்துபோனாள்.

ராமு திரும்பி வந்து அப்ப மரத்தில் ஏறி அமர்ந்து அப்பங்கள் பறித்துத் தின்னத் தொடங்கினான்.

●

பேரன்பின் பூக்கள்

மழை பெய்து ஓய்ந்தது. ஆயாகம் தெளிந்தது. வசந்தகாலம் வந்தது. செண்பக மரம் தங்க நிற மஞ்சள் பூக்களால் தன்னை அலங்கரித்துக்கொண்டு நின்றது. கொன்றை மரம் கொத்துக் கொத்தாக தங்க நிறப் பூக்களுடன் ஒய்யாரமாக நின்றது. மரமல்லி, வெண் முத்துகள்போன்ற பூக்களுடன் குலுங்கியது. ராஜமல்லியின்

பூக்கள் சிவப்பு வைரங்கள்போன்று பளீரிட்டன. பவளத்தையும் வைரத்தையும் கலந்ததுபோன்று பளபளக்கும் பவளமல்லியின் பூக்கள்தான் அனைத்துப் பூக்களையும்விட அழகு என்று எல்லா மரங்களும் செடிகளும் ஏற்றுக்கொண்டன. மாமரம், தன் இலைகளெல்லாம் மறையும்படி பூக்களையே புடவைபோன்று அணிந்திருந்தது. மந்தாரப் பூக்களின் வெண்மை நிறத்தைப் பார்த்து முல்லைக்கு பொறாமை கலந்த ஒரு சந்தேகம், 'என் பூக்கள் அந்தளவு வெள்ளையாக இல்லாமல், லேசாக ஒரு மஞ்சள் நிறம் கலந்திருக்கிறதோ?' செம்பருத்திச் செடிக்கு எந்த சந்தேகமும் இல்லை. அது இப்படி நினைத்தது: 'பூக்களால் மிகவும் அற்புதமாக தன்னை அலங்கரித்துக்கொண்டிருப்பது யார்? இதில் என்ன சந்தேகம்? அது நான்தான்! மங்களம், ஆபத்து, புரட்சி, பக்தி, பயம், பிரகாசம் ஆகியவற்றின் சின்னமான சிவப்புதானே என் நிறம்!' ஆனால் முள்முருங்கையின் பூக்கள் தன் பூக்களைவிடச் சிவப்பாக இருப்பதுதான் அதற்குச் சற்று வருத்தமாக இருந்தது.

எல்லா இடத்திலும் மகிழ்ச்சி! வண்ணத்துப்பூச்சிகளும் வண்டுகளும் தேன்சிட்டுகளும் சிட்டுக்குருவிகளும் மரங்கள்தோறும் செடிகள்தோறும் கொடிகள்தோறும் பாட்டுப் பாடி ஆட்டம் ஆடி பறந்துதிரிந்தன.

கோயில் முற்றத்தில் முழு வளர்ச்சியடைந்து நிற்கும் அசோக மரம் மட்டும் துயரத்துடன் தலை குனிந்து நின்றது. அந்த மரத்தில் ஒரே ஒரு பூகூட பூக்கவில்லை. கடந்த வருடமே எல்லா மரங்களும் செடிகொடிகளும் முணுமுணுத்தன. "இந்த அசோக மரம் என்ன மலடா? பருவம் வந்தும் ஏன் பூக்கவில்லை?" என்று சிவப்பு அரளிச் செடியும் குவளை மலர்ச் செடியும் கடந்த வருடம் பேசி சிரித்துக்கொண்டதை அசோக மரம் கவனிக்காமல் இல்லை. 'நான் அவர்களைப்போன்று தரம் தாழ்ந்தவள் அல்ல. இலை தெரியாதபடி பூத்து யாருக்கும் தேவைப்படாமல் வாடி உதிர்வதற்கானவை அல்ல என் பூக்கள். காமதேவனின் அம்புகளில் தாமரைக்குப் பிறகு இரண்டாம் இடம் எனக்குத்தான். மணமும் குணமும் மதிப்பும் மரியாதையும் இல்லாதவர்கள் என்ன சொன்னாலும் எனக்கு ஒன்றுமில்லை. ஆனாலும் அவர்கள் சொன்னது சற்று வருத்தமாகத்தான் இருந்தது. கொஞ்சம் பொறுங்கள், அடுத்த வருடம் நான் எப்படிப் பூக்கிறேன் என்று பார்த்துக்கொள்ளுங்கள்

என்று என் மனதில் சொல்லிக்கொண்டேன். அவர்களிடம் சண்டைக்கு ஒன்றும் போகவில்லை'

புதிய வருடம் வந்தது. மரம் செடி கொடிகளெல்லாம் பூத்தன. ஒவ்வொரு நொடியும் அசோக மரம் காத்திருந்தது. 'இனி என் மீது முளைக்கப்போவது, செம்பட்டுபோன்ற மொட்டுக்குலையாக இருக்கும்...' என்றெல்லாம் முதல் மொட்டுகளின் தீண்டலை கற்பனையில் அனுபவித்து அது சிலிர்த்து நின்றது. ஆனால், எதிர்பார்ப்பு வீணாகிவிட்டது. புதிதாகத் துளிர்ப்பதெல்லாமே இலைகளாகத்தான் இருந்தன. குவளை மலர்ச் செடியும் அரளிச் செடியும் மட்டுமல்ல, அசோக மரத்தின் நெருங்கிய தோழிகளான மாமரமும் முல்லையும், நேரடியாகவும் மறைவாகவும் கேலி செய்து சிரிப்பதைக் கேட்கவும் நேர்ந்தது.

வண்ணாத்திக்குருவி எல்லா வருடமும் அசோக மரத்தின் கிளையில்தான் கூடு கட்டும். இப்போது அந்தக் குருவி, பறந்து களைத்து பெருமூச்சுடன் அசோக மரத்தின் மீது வந்து அமர்ந்தது. அசோகம் சோர்ந்திருப்பதை அது கவனிக்காமல் இல்லை. அதற்கான காரணத்தையும் வண்ணாத்திக்குருவியால் ஊகிக்க முடிந்தது. அது ஆறுதல் சொன்னது:

"பரவாயில்லை, அசோக மரமே! நீ கவலைப்படாதே. இந்தப் பூமியில் பிறந்துவிட்டால் பிறகு நாம் நினைப்பதுபோன்று எதுவும் நடக்காது. எல்லாம் விதிதான்."

"ஆயினும், என் வண்ணாத்திக்குருவியே," அசோக மரத்தின் குரல் இடறியது: "பூக்காத ஒரு மரமாகப் பிறந்து என்ன பயன்? பார்த்தாயா, நான் இங்கே தனியாக இருக்கிறேன். எனக்கு யாரும் துணை இல்லை. வண்ணத்துப்பூச்சிகளும் வண்டுகளும் கிளிகளும் என்னிடம் வருவதில்லை. பூக்காத மரம் யாருக்கும் தேவையில்லை. அப்படியே முறிந்து விழுந்து செத்துவிட்டால் நன்றாக இருக்குமே என்று அடிக்கடி நினைக்கிறேன். என் தோழிகள்கூட என்னைக் கேலி செய்யத் தொடங்கிவிட்டார்கள்..." அசோக மரத்தின் கண்களிலிருந்து கண்ணீர் பெருகியது.

அப்போது, அசோக மரத்தின் கீழே நின்று ஏதோ யோசித்துக்கொண்டிருந்த இளம் பெண் நினைத்தாள்: 'நேற்று

லேசாகப் பனி பொழிந்தது; அந்தப் பனித் துளிகள்தான் இலைகளிலிருந்து சொட்டுகின்றனபோலிருக்கிறது.'

"நான் ஒரு காரியம் செய்கிறேன்." வண்ணாத்திக்குருவி சொன்னது: "இதற்கு நிச்சயம் ஒரு தீர்வு இல்லாமல் இருக்காது. யாராவது அறிவாளிகளிடம் இது பற்றிக் கேட்க வேண்டும். நம் கிளியம்மா இருக்கிறதே, அதுதான் அனைவரைவிடவும் அறிவு மிக்கது! அது எல்லா புராணங்களையும் இலக்கியங்களையும் நன்றாகப் படித்திருக்கிறது! எந்தப் புத்தகத்திலாவது உன் பிரச்சினையைத் தீர்ப்பதற்கான வழி இருக்கிறதா என்று நான் அதனிடம் கேட்டுப்பார்க்கிறேன்."

அசோக மரம் நன்றியுடன் வண்ணாத்திக்குருவியைப் பார்த்தது. வண்ணாத்திக்குருவி பச்சைக்கிளியைத் தேடிப் பறந்து சென்றது.

உண்மையில், கிளியம்மா எங்கே இருக்கும் என்று எதுவும் தெரியாமல்தான் வண்ணாத்திக்குருவி தேடிப் புறப்பட்டது. பார்ப்பவர்களிடம் விசாரிக்கலாம் என்று நினைத்துப் பறந்தபோது, முதலில் அது மைனாக் குருவியைப் பார்த்தது:

"மைனா, மைனா, கொஞ்சம் நில்லேன். நான் உன்னிடம் ஒரு விஷயம் கேட்க வேண்டும்."

"நான் மிகவும் வேலை நெருக்கடியில் இருக்கிறேன். என்ன விஷயம் என்று சீக்கிரம் சொல். இன்று தாமரைக் குளத்தின் கரையில் ஒரு கூட்டம் நடக்க இருக்கிறது. நான் அதற்குத்தான் சென்றுகொண்டிருக்கிறேன்." மைனா, கௌரவமாகச் சொன்னது.

"என்ன கூட்டம்?" வண்ணாத்திக்குருவி வியப்படைந்தது. 'இந்த மைனாவுக்கு என்று முதல் இப்படியொரு அந்தஸ்து வந்தது?'

"அதுவா? அடுத்த மாதம் ஆற்றங்கரை மணற்பரப்பில், அகில இந்திய பறவைகள் மாநாடு நடக்கவிருக்கிறது. அந்த மாநாட்டுக்கு பருந்துதான் தலைவர். வெண்புறா செயலாளர். வெளிநாடுகளிலிருந்து வரும் பறவைப் பிரதிநிதிகள் பலர் இதில் கலந்துகொள்வார்கள். மாநாட்டுக்கான நிர்வாகக் குழுவில் நான், பச்சைக்கிளி, அன்னம், குயில், மீன்கொத்தி, செம்போத்து, ஆந்தை, கொக்கு, மயில், காகம் ஆகியோர் இடம்பெற்றிருக்கிறோம்.

நிர்வாகக் குழு கூட்டம்தான் இன்று நடக்கவிருக்கிறது. உனக்கு இந்த விஷயமெல்லாம் தெரியாதா? ஆச்சரியம்தான்!"

"எனக்கு ஒன்றும் தெரியாது. இப்படி ஒரு மாநாடு நடப்பது நல்லதுதான். ஒரு முக்கியமான விஷயத்துக்காக நான் பச்சைக்கிளியைத் தேடிக்கொண்டிருக்கிறேன். அது எங்கே இருக்கிறது என்று உனக்குத் தெரியுமா என்று கேட்கத்தான் உன்னை அழைத்தேன். நீ போ. நானும் உன்னுடன் தாமரைக் குளத்துக்கு வருகிறேன்."

இரண்டு பறவைகளும் தாமரைக் குளத்துக்குச் சென்றபோது அன்னமும் மீன்கொத்தியும் பச்சைக்கிளியும் மட்டும்தான் வந்திருந்தன. ஆந்தைக்கு பகலில் கண் சரியாகத் தெரியாததால் அது கூட்டத்துக்கு வருமா என்று அந்தப் பறவைகளுக்குச் சந்தேகமாக இருந்தது. கூட்டம் இன்னும் ஆரம்பிக்கவில்லை என்று தெரிந்துகொண்ட வண்ணாத்திக்குருவி மகிழ்ச்சியடைந்தது. அது பச்சைக்கிளியை பக்கத்தில் அழைத்து தன் பிரச்சினையைச் சொன்னது.

கிளியம்மா மேலே பார்த்தபடி யோசித்தது. அந்த சிறிய உருண்டைக் கண்களில் மாறி மாறித் தோன்றிய உணர்ச்சிகள் வண்ணாத்திக் குருவிக்கு வியப்பளித்தன. அது, 'அறிவு இருந்தால் எல்லா பிரச்சினைகளையும் தீர்த்துவிடலாம். அறியாமைதான் மிகப் பெரிய துயரம்' என்று நினைத்தது.

சற்று நேரம் யோசித்த பிறகு கிளியம்மா சொன்னது: "அசோக மரம் பூக்காமல் இருக்கும்போது, அதைப் பூக்க வைக்க ஒரு வழி இருப்பதாக புராணங்கள் சொல்கின்றன. சர்வ லட்சணமான ஒரு பெண் தொட்டால், உடனே அந்த மரம் பூத்துவிடும். அதற்கு என்ன வழி இருக்கிறது என்று நீ யோசித்துப்பார். இதோ, பறவைகள் வரத் தொடங்கிவிட்டார்கள். நானும் கூட்டத்தில் கலந்துகொள்ள வேண்டும். நான் இப்போதே உன்னை அழைக்கிறேன், வண்ணாத்திக்குருவியே! அகில இந்திய பறவைகள் மாநாட்டுக்கு நீ அவசியம் வர வேண்டும். அப்போது உனக்கு பல பறவைகளின் அறிமுகம் கிடைக்கும். பல வகையான பறவைகளின் பல வகையான பழக்க வழக்கங்களைத் தெரிந்துகொள்ளலாம். மிகவும் சுவாரஸ்யமாக இருக்கும். என்ன சொல்கிறாய்?"

“பார்க்கிறேன். முடிந்தால் வருகிறேன்.” வண்ணாத்திக்குருவி மிடுக்காகக் சொன்னது. அது பச்சைக்கிளிக்கு நன்றி தெரிவித்தது. அசோக மரத்திடம் பறந்து சென்று, பச்சைக்கிளி சொன்ன விஷயங்களைத் தெரிவித்தது. “சர்வ லட்சணமும் நிறைந்த பெண்ணை எங்கே போய்த் தேடுவது? நோயும் குணமாகாது, குணமாவதற்கான மருந்தும் கிடைக்காது என்றால் என்ன செய்வது?” என்று வருந்தியது அசோக மரம்.

சற்று தூரத்திலிருந்து வரும் அழகான இளஞனைப் பார்த்தபோது, அசோக மரத்தின் கீழே நின்றிருந்த இளம் பெண்ணின் அழகான கன்னங்களில் அசோகப் பூக்களும் கண்களில் நீலத் தாமரைகளும் உதடுகளில் ரோஜாக்களும் பூத்தன.

அந்த இளைஞன் பக்கத்தில் வந்தான். அவள், தன் கையிலிருந்த கோயில் பிரசாதத்தை – சந்தனமும் துளசிப் பூக்களும்- அவனிடம்

கொடுத்தாள். அவன் அவளையே பார்த்தபடி அதை வாங்கிக்கொண்டான்.

அந்த இளைஞனை நேசிக்கும் இவள் சர்வ லட்சணம் வாய்ந்த ஒரு பெண்தான் என்று வண்ணாத்திக்குருவிக்குத் தோன்றியது. அது சந்தோஷமாகக் கத்தியது.

இளைஞனும் பெண்ணும் அசோக மரத்தைப் பார்த்தார்கள்.

"இதைப் பார்த்தீர்களா? சுற்றுப்புறத்திலுள்ள எல்லா மரங்களும் பூத்திருக்கின்றன. இந்த அசோக மரம் மட்டும் பூக்கவில்லையே, ஏன்?" அந்தப் பெண் சற்று வியப்புடன் இளைஞனிடம் கேட்டாள்.

"சர்வ லட்சணம் கொண்ட ஒரு பெண் தொட்டால், அசோக மரம் பூக்கும் என்பது நம்பிக்கை." இளைஞன் சிரித்தபடி சொன்னான்.

"சர்வ லட்சணமான பெண்ணை எங்கே போய்த் தேடுவது? வாருங்கள் போகலாம். நேரமாகிவிட்டது." அவள் அவசரப்பட்டாள்.

"அப்படிப்பட்ட பெண்ணைத் தேடி எங்கும் போக வேண்டாம். இதோ, என் முன்னால் நிற்கிறாயே, நீதான் அவள். வா, அசோக மரத்தின் தளிரைப் பறித்து உன் தலையில் சூடிக் கொண்டு, உன் கரங்களால் அந்த மரத்தைத் தொடு. அது பூக்கிறதா என்று நாம் பொறுத்திருந்து பார்ப்போம்." இளைஞன் ஒரு தளிர்க் கொத்தைப் பறித்து அவள் கையில் கொடுத்தான்.

அவள் மிகவும் வெட்கப்பட்டாள். தான் அவ்வளவு அழகான பெண் என்று அவள் நினைத்தே பார்த்ததில்லை. 'இவர் கண்களுக்கு நான் சர்வ லட்சணம் கொண்ட பெண்ணாகத் தெரிவது என் அதிர்ஷ்டம்தான்' என்று நினைத்த அவள் தலையசைத்து மறுத்தாள்.

அதைப் பார்த்த வண்ணாத்திக்குருவி ஏமாற்றத்துடன் கத்தியது. இவள் போய்விட்டால் பிறகு எந்தப் பெண் வந்து இந்த அசோக மரத்தைத் தொடுவாள்?

"அதோ, கேட்டாயா? அந்தப் பறவையும் சொல்கிறது, நீதான் மிகப் பெரிய அழகி என்று. வா, வந்து ஒரு முறை மரத்தைத் தொட்டுப் பார். அசோக மரம் பூக்கவில்லையென்றால், நீதான் உலகத்திலேயே அசிங்கமான பெண் என்று நான் ஒத்துக்கொள்கிறேன். அப்படி இல்லாமல் மரம் பூத்துவிட்டாலோ, உன் அழகைப் பற்றி உனக்குக் கொஞ்சமாவது மதிப்பு ஏற்படும் என்று நான் மகிழ்வேன்!" இளைஞன் கட்டாயப்படுத்தினான்.

அன்பு நிறைந்த அந்தப் பெண், தளிரை தன் கூந்தலில் சூடிக்கொண்டாள். மனம் கனிந்து, மிகவும் கருணையுடன் அசோக மரத்தை அணைத்துக்கொண்டாள். அசோக மரத்துக்கு உடல் முழுதும் சிலிர்த்தது.

மூன்று நாட்களுக்குப் பிறகு அந்த வழியே வந்த வண்ணாத்திக் குருவி பார்த்தது. அசோக மரத்தின் உடலில் சிலிர்ப்பு ஏற்பட்ட

இடங்களிலெல்லாம் பூங்குலைகள் தோன்றியிருந்தன. அசோக மரம், மகிழ்ச்சியால் சிவந்த முகத்துடன் வண்ணாத்திக் குருவிக்கு நன்றி சொன்னது.

வண்ணாத்திக்குருவி சிரித்தது: "உண்மையில் நான் அன்று பச்சைக்கிளியிடம் விசாரித்த பிறகு மிகவும் ஏமாற்றத்துடன்தான் திரும்பி வந்தேன். அப்படி சர்வ லட்சணம் பொருந்திய ஒரு பெண் இந்த பூமியில் இருக்க மாட்டாள் என்பதுதான் என் நம்பிக்கை. ஆனால், நான் ஒரு விஷயத்தை கற்றுக்கொண்டேன். அன்புதான் சர்வ லட்சணம்! அதுதான் பேரழகு! சாதாரணமான அந்தப் பெண்ணை, சர்வ லட்சணம் வாய்ந்தவளாக மாற்றியது அவளது காதல்தான். அந்த இளைஞனின் நேசம் நிறைந்த வேண்டுகோள் அவள் இதயத்தை சிலிர்க்கச் செய்தது. காதலின் அழகு கொண்ட

அந்தக் கரங்கள் உன் மீது பட்டபோது உனக்குள்ளும் பேரன்பு ஏற்பட்டது. அந்தப் பேரன்பின் பூக்கள்தான் உன் மீது மலர்ந்திருக்கின்றன! உன்னிடம் தங்கள் அன்பை வெளிப்படுத்தி உன்னைப் பாராட்ட எண்ணற்ற வண்ணத்துப்பூச்சிகள் வந்திருக்கின்றன; நிறைய வண்டுகளும் வந்திருக்கின்றன! அன்பைவிட அழகான வேறொன்றும் இந்த உலகத்தில் இல்லை. அன்பால் சாத்தியமாகாத செயலும் இல்லை."

அசோக மரம் தன் பூங்குலைகளை அசைத்து அதை ஏற்றுக்கொண்டது.

கோயிலுக்கு வந்த அந்த இளம் பெண், அசோக மரத்தின் உடல் முழுதும் செம்பூக்கள் நிறைந்திருப்பதைப் பார்த்தாள். இளைஞனைப் பார்க்க வெட்கப்பட்டு, தன் சிவந்த முகத்தைக் குனிந்துகொண்டாள்.

●

ராஜாவைப் பிடித்த பூதம்

இது நீண்ட நெடுங்காலத்துக்கு முன்னால் நடந்த கதை. அவந்தி நாட்டை கருணாகரன் என்ற ராஜா ஆண்டுவந்தான். கருணை என்பது அவன் பெயரில் மட்டும்தான் இருந்தது. இவ்வளவு கொடூரமான ஒரு ராஜா முன்பு எப்போதுமே இருந்தது இல்லை

என்று மக்கள் பேசிக்கொண்டார்கள். மற்றவர்களின் வேதனைகளைப் பார்த்து ரசிப்பதைவிட, ராஜாவுக்கு வேறு மகிழ்ச்சி ஏதும் இல்லை. சாதாரண குற்றத்துக்குக்கூட அவன் பயங்கரமான தண்டனைகள் கொடுப்பான். தன் மக்களிடமிருந்து அவன் கணக்குவழக்கில்லாமல் வரி வசூலிப்பான். வரி கொடுக்க வழி இல்லாதவர்களிடம் இருக்கும் அனைத்தையும் பறித்துக்கொள்வான். அப்படி, அந்த நாட்டு மக்களெல்லாம் பட்டினி கிடக்க நேர்ந்தது.

ராஜாவின் மனைவி பெயர் குணவதி. பெயருக்குப் பொருத்தமாக நல்ல குணங்கள் கொண்டவள். தன் கணவன் செய்யும் கொடுமைகளையெல்லாம் பார்த்து அவள் மிகவும் துயரம் கொண்டாள். அவள் ராஜாவுக்கு எண்ணற்ற முறை அறிவுரைகள் சொல்லிப் பார்த்தாள். ஆயினும் பயன் ஒன்றும் இல்லை. அவள் அவனுக்கு அறிவுரைகள் சொல்லச் சொல்ல, அவனது கொடூரமான செயல்கள்தான் அதிகரித்தன. இதைப் பார்த்து அவள் கடவுளை வணங்கி காலம் கடத்திக்கொண்டிருந்தாள்.

ராஜாவுக்கு பிரியம்வதன் எனும் ஒரு மந்திரியிருந்தான். அவன் பொதுவாக நல்லவன்தான் என்றாலும் கோழை. ராஜா சொல்வதற்கு மாறாக அவன் எதுவுமே சொல்ல மாட்டான். மக்கள் அவனிடம் புகார் சொல்ல வந்தால், அவன் எல்லாவற்றையும் பொறுமையுடன் கேட்டுக்கொண்டிருப்பான். அவர்களின் விருப்பத்துக்கு மாறாகவும் எதுவும் சொல்ல மாட்டான். இப்படி முதுகெலும்பில்லாத ஒரு மந்திரியால் என்ன பயன்? யார் என்ன சொன்னாலும் அவன் சம்மதிப்பான். அவனால் எந்தச் செயலையும் தனியாகச் செய்ய முடியாது. ஆயினும் ராஜாவுக்கு இந்த மந்திரியை மிகவும் பிடிக்கும்.

ராஜா, இரவில் மாறுவேடத்தில் ஊர் முழுதும் சுற்றுவது வழக்கம். எதற்குத் தெரியுமா? மக்களிடம் ஏதாவது புகார் இருந்தால் தெரிந்துகொண்டு அதைத் தீர்ப்பதற்காக அல்ல. புகார் சொல்பவர்களைப் பிடித்து தண்டிப்பதற்காகத்தான்.

அன்று இரவும் ராஜா வழக்கம்போல மாறுவேடமணிந்து நகரத்தில் நடந்துகொண்டிருந்தான். நகரம் அமைதியாக இருந்தது. மக்கள் சாப்பிட ஏதுமில்லாமல் தங்கள் வீடுகளில் சுருண்டு

படுத்திருந்தார்கள். நாட்டில் பரவியிருக்கும் அமைதியையும் சமாதானத்தையும் பார்த்து ரசித்தவாறு ராஜா, தெருக்களில் மெதுவாக நடந்தான்.

அந்த நேரத்தில் மிகப் பெரியதொரு பூதம் ராஜாவின் முன்னால் வந்து நின்றது. அவன் சற்று பயந்தான் என்றாலும் தைரியத்தை வரவழைத்துக்கொண்டு வாளை உருவினான். “நீ யார்?” என்று கேட்டான்.

அந்த பூதம் இடி இடிப்பதுபோன்று சிரித்தது: “நான்தான் பசி! எல்லா மக்களின் வயிற்றிலும் நான் வசிக்கிறேன். உணவு சாப்பிட்டால் அதை செரிக்க வைப்பதும் மீண்டும் சாப்பிட வேண்டும் என்ற ஆசையை ஏற்படுத்துவதும்தான் என் வேலை.

எனக்கு, என் வேலைதான் உணவு. ஆனால், இங்கே மக்களுக்கு உணவு இல்லாததால் எனக்கு வேலை இல்லை. நானும் பட்டினி கிடக்கிறேன். அதனால் நான் வெளியே வந்து வேலை தேடி அலைகிறேன். ராஜாவே, இந்த நாட்டில் வயிறு நிறைய சாப்பிடும் ஒரே ஒரு ஆள் நீங்கள்தான். அதனால் எனக்கு வேறு எங்கும் வேலை கிடைக்காது!"

இப்படிச் சொன்ன பூதம், நொடிப் பொழுதில் ராஜாவின் வாய்க்குள் புகுந்து வயிற்றுக்குள் சென்றுவிட்டது!

பூதம் வயிற்றுக்குள் வந்த பிறகு, ராஜாவுக்கு என்னென்னவோ உணர்வுகள் ஏற்பட்டன. சோறும் காய்கறிகளும் கூட்டுபொரியல்களும் பலகாரங்களும் பாயசங்களும் பழங்களும் பாலும் போதுமான அளவு சாப்பிட்டுவிட்டுத்தான் அவன் அரண்மனையிலிருந்து புறப்பட்டான். ஆனால், இந்த பூதம் உள்ளே சென்றவுடன் அவனுக்கு கடுமையாக பசிக்கத் தொடங்கியது. பசி என்று சாதாரணமாகச் சொல்ல முடியாது, இதுவரை யாருக்கும் ஏற்பட்டிராத அதிபயங்கரமான பசி அது!

ராஜா வயிற்றை அழுத்திப் பிடித்துக்கொண்டு மெல்ல மெல்ல நடந்து எப்படியோ அரண்மனைக்கு வந்து சேர்ந்தான். அரண்மனையில் இருக்கும் உணவுப் பொருட்களை எல்லாம் கொண்டுவரும்படி சேவகர்களுக்குக் கட்டளையிட்டான். அவர்கள் கொண்டு வந்த எல்லாவற்றையும் தின்று முடித்த பிறகும் பசி அடங்கவில்லை. எரியும் நெருப்பில் எண்ணெய் ஊற்றியதுபோல மேலும் அதிகமாகப் பசித்தது.

அப்படி நாட்கள் கடந்து சென்றன. ராஜாவுக்குப் பகலிலும் இரவிலும் ஒரே ஒரு எண்ணம்தான்: சாப்பிட வேண்டும்! மேலும் மேலும் சாப்பிட வேண்டும்! அவன் இரவில் தூங்குவதில்லை. இடைவிடாமல் எண்ணற்ற உணவுப் பொருட்களை சாப்பிட்டுக்கொண்டே இருந்தான். ஆயினும் அவன் பசி தீர்ந்ததா? இல்லவே இல்லை! நாட்டில் உள்ள உணவுப் பொருட்கள் அவனுக்குப் போதவில்லை. எனவே வெளிநாடுகளிலிருந்தும் உணவுகளை வரவழைத்தான். அதுவும் போதவில்லை. அவன் ராணியின் உணவையும் தன் சிறிய மகனின் உணவையும் தட்டிப் பறித்து உண்ணத் தொடங்கினான்.

ராணியும் மந்திரியும் யோசித்தார்கள். இது ஒரு வகையான நோய் என்பதுதான் ராணியின் கருத்து. மந்திரி பிரியம்வதன் அதை ஏற்றுக்கொண்டான். ராஜாவின் நோயைப் போக்கும் திறமையுள்ள வைத்தியர்கள் யாரேனும் இருக்கிறார்களா என்று, நாடு முழுதும் முரசு கொட்டி அறிவிக்கச் செய்தான். பணம் பறிப்பதற்கு இதுதான் நல்ல வாய்ப்பு என்று நினைத்த அரைகுறை வைத்தியர்கள் பலர் ஓடி வந்தார்கள். சில நல்ல வைத்தியர்களும் வந்தார்கள். ராஜாவுக்கு பற்பல மூலிகை மருந்துகளை கொடுத்துப் பார்த்தார்கள். என்ன செய்தும் பயன் ஒன்றும் இல்லை. நோய் குணமாகவில்லை. பிறகு ஜோதிடர்களும் மந்திரவாதிகளும் வரவழைக்கப்பட்டார்கள். அவர்களும் என்னென்னவோ செய்து பார்த்தார்கள். எல்லாம் வீண்தான்.

அரண்மனைக்கு முன்னால் உள்ள ஆலமரத்தின் அடியில், புனிதமான ஒரு துறவி வந்து அமர்ந்திருக்கிறார் என்று ராணி கேள்விப்பட்டாள். அவள் உடனே சென்று துறவின் காலில் விழுந்து வணங்கினாள். எல்லா விஷயங்களையும் சொன்னாள். கடைசியில் துறவி பேசினார்:

“மகளே, நீ கவலைப்படாதே! நாட்டு மக்களுடைய பசியின் பூதம்தான் ராஜாவைப் பிடித்திருக்கிறது. அதைத் துரத்துவதற்கு ஒரே ஒரு வழிதான் இருக்கிறது. இன்று முதல் ஏழு நாட்களுக்கு ராஜா பட்டினி கிடக்க வேண்டும். தண்ணீர்கூட குடிக்கக் கூடாது.”

ராணி துயரத்துடன் கேட்டாள்: “குருவே, அது எப்படி நடக்கும்? சாப்பிடாமல் ஏழு நொடிகூட இருக்க முடியாத ராஜா எப்படி ஏழு நாட்கள் பட்டினி கிடப்பார்?”

“அதைத் தவிர வேறு வழி எதுவும் இல்லை, மகளே. லட்சக்கணக்கான மக்களின் பசியெல்லாம் ஒன்று சேர்ந்துதான் ராஜாவின் வயிற்றில் நுழைந்திருக்கிறது. ஏழு நாட்கள் எந்த உணவும் சாப்பிடாமல் இருந்தால் பூதம் அவர் உடலை விட்டுவிட்டு, உணவு சாப்பிடும் ஏதாவது உடலைத் தேடிப் போய்விடும். அப்படிப் போகும்போது, அது உன் உடலிலோ, உன் மகனின் உடலிலோ, மந்திரியின் உடலிலோ புகுந்துவிட்டால் துன்பம்தானே? அதனால் இந்த ஏழு நாட்களும் நாட்டு மக்கள் அனைவருக்கும் வயிறு நிறைய உணவு கொடுக்கவும் வேண்டும்.”

நல்ல குணமுடைய ராணி, அப்படியே செய்வதாக சம்மதித்தாள். ஏழு நாட்கள் எப்படி ராஜாவை பட்டினி போடுவது என்பதுதான் அவள் முன்னால் உள்ள பிரச்சினை. வயிற்றுக்குள் பசி, தீபோன்று பற்றி எரியும்போது பட்டினி கிடக்க வேண்டும் என்று சொன்னால் யாரேனும் ஏற்றுக்கொள்வார்களா? ஆனால், இப்படிச் செய்தால்தான் நோய் குணமாகும் என்று துறவி உறுதியாகச் சொன்னதால், இதை நடத்தியே தீர வேண்டும் என்று ராணி முடிவு செய்தாள்.

ராஜாவை சிறைப்படுத்த வேண்டும் என்று ராணி தீர்மானித்தாள். அவள் மந்திரியை அழைத்து தன் கருத்தைத் தெரிவித்தாள். மந்திரி பயந்து நடுங்கினான் என்றாலும் ராணியின் கருத்தை ஏற்றுக்கொண்டான். அவ்வாறு,

தன் கணவனின் மீது மிகவும் அன்புகொண்ட ராணி, தன் கைகளாலேயே ராஜாவை படுக்கையறையில் தள்ளிப் பூட்டினாள்.

ராஜா கோபம் கொண்டான். சன்னல் வழியே பார்த்துத் திட்டினான். கதவைத் திறக்கும்படி எல்லோரிடமும் மாறி மாறிக் கேட்டுக் கத்தினான். கடைசியில், "எனக்கு மிகவும் பசிக்கிறது, சாப்பிடுவதற்கு ஏதாவது தாருங்கள்!" என்று கெஞ்சிக் கேட்டான். ராஜா அப்படி கெஞ்சிக் கேட்கும்போது ராணிக்கு மிகவும் வேதனையாக இருந்தது. என்றாலும், ராஜாவின் நோய் குணமாக வேண்டுமே என்பதற்காக அந்த வேதனையைத் தாங்கிக் கொண்டாள். துறவி கட்டளையிட்டதுபோல, நாட்டு மக்களுக்கெல்லாம் நல்ல உணவு கொடுக்க ஏற்பாடு செய்தாள்.

மூன்று நாட்கள் கடந்தபோது, படுக்கையறையிலிருந்து ராஜாவின் குரலுடன் வேறொரு குரலும் சேர்ந்து கேட்டது. ராணி மிகவும் பயந்துவிட்டாள். ஜன்னல் பக்கத்தில் சென்று செவிகூர்ந்து கேட்டபோது, அந்தப் பயங்கரமான குரல் இப்படிச் சொல்வது புரிந்தது: "எனக்கு வேலை கொடு, உணவு கொடு, எனக்கு வேலை கொடு, உணவு கொடு..."

ராணி ஓடிச் சென்று அந்தத் துறவியிடம் விவரத்தைத் தெரிவித்தாள். துறவி மகிழ்ச்சியுடன் சொன்னார்: "பூதம் இப்போதே பொறுமை இழந்துவிட்டது. இன்னும் மூன்று நாட்கள் பொறுத்துக்கொள், மகளே! ராஜாவுக்கு குணமாகிவிடும்."

ஏழாம் நாள் இரவில் அந்த பயங்கரமான குரல் நின்றுவிட்டது. நீண்ட நாட்களாக இரவு பகலாக சாப்பிட்டுக்கொண்டிருந்து, ஏழு நாட்களாக பசித்துக் கத்திக்கொண்டிருந்த ராஜா துவண்டுபோய் தூங்கத் தொடங்கினான். பூதம் ராஜாவை விட்டுச் சென்றுவிட்டது என்று ராணிக்குப் புரிந்தது. தூங்கி விழித்தபோது ராஜா முன்பு இருந்ததுபோன்று ஆகிவிட்டான்.

பசியின் சக்தியை அனுபவித்து அறிந்துகொண்ட ராஜா, பின்பு ஒருபோதும் மக்கள் பசித்திருக்கும் சூழலை உருவாக்கவில்லை.

●

முருகேசனும் புலியும்

விவசாயி முருகேசன் ஒரு நாள் மாட்டுச் சந்தைக்குச் சென்றார். அதிர்ஷ்டவசமாக அவரால் குறைந்த விலையில் ஒரு காளையை வாங்க முடிந்தது. காளை மிகவும் ஒல்லியாக இருந்தது. அதனால்தான் அது முருகேசனுக்கு மலிவான விலைக்குக் கிடைத்தது. அந்த சாதுவான விலங்கின் உடலில் எலும்பையும் தோலையும் தவிர வேறு எதுவும் இல்லை. வீட்டுக்குச் சென்ற பிறகு நிறைய புண்ணாக்கும் தவிடும் பருத்திக்கொட்டையும் வடிகஞ்சியும் கொடுத்து காளையின் உடலைத் தேற்றிவிடலாம் என்று முருகேசன் தைரியமாக இருந்தார். அவரிடம் நிறைய வைக்கோலும் இருந்தது. கடந்த வருட அறுவடையில் கிடைத்த வைக்கோல், ஒரு கட்டுகூட விற்கவில்லை. இதைத் தவிர, முருகேசனின் வீட்டுக்குப் பின்பக்கம் பசுமையான ஒரு குன்றும் இருந்தது. அந்தக் குன்றில் மேயவிட்டால் போதும், எந்த நோஞ்சான் காளையும் கொழுகொழுவென்று ஆகிவிடும்.

முருகேசன் தான் வாங்கிய காளையைப் பற்றி பல விதமாகக் கற்பனை செய்தவாறு நடந்தார். அதனால் வழி தவறியது அவருக்குத் தெரியவில்லை. காலில் ஒரு முள் குத்தியபோதுதான் நின்று, நாற்புறமும் பார்த்தார். இரவு நேரம் நெருங்கிக்கொண்டிருந்தது. முன்பு எப்போதும் வந்திராத காட்டில்தான் அவர் இப்போது நின்றுகொண்டிருந்தார்! அவர் திடுக்கிட்டுப்போனார்.

எந்த வழியில் செல்ல வேண்டும் என்று தெரியாமல் முருகேசன் குழம்பி நின்றுகொண்டிருந்தார். அப்போது ஒரு உறுமல் கேட்டது. பார்த்தால், ஒரு பெரிய புலி! முருகேசன் ஓட முற்பட்டார். அப்போது புலி சொன்னது: "மனிதரே, ஓட வேண்டாம். நான் உங்களை ஒன்றும் செய்ய மாட்டேன். ஆனால், நீங்கள் எனக்கு ஒரு உதவி செய்ய வேண்டும். ஒரு வேட்டைக்காரன் என்னைச் சுட்டுவிட்டான். என் காலில் குண்டு பட்டுவிட்டது. அந்தக் காயத்துடனே வெகு தூரம் ஓடி வந்துவிட்டேன். என்னால் வலியைத் தாங்கிக்கொள்ளவே முடியவில்லை. வேட்டைக்காரன் என்னைத் துரத்திக்கொண்டு வருகிறான். நீங்கள் எங்காவது என்னை மறைத்து வைத்து அவனிடமிருந்து காப்பாற்ற வேண்டும்."

புலியின் காலிலிருந்த பெரிய காயத்திலிருந்து ரத்தம் கொட்டிக்கொண்டிருப்பதைப் பார்த்தபோது முருகேசனுக்குப் பாவமாக இருந்தது. வேட்டைக்காரனிடமிருந்து எப்படி புலியைக் காப்பாற்றுவது என்று யோசித்தார்.

முருகேசனின் தோளில் கனமான ஒரு கம்பளிப் போர்வை கிடந்தது. அதிகாலையில் எழுந்து சந்தைக்குச் செல்லும்போது குளிராக இருந்ததால் போர்த்திக்கொள்ள எடுத்து வந்தது. அவர் அந்த போர்வையால் புலியை மூடி, காளைக் கயிற்றால் வரிந்து மூட்டை கட்டினார். புலி மிகவும் பெரிதாக இருந்ததால், அந்த மூட்டைக்குள் அடங்காமல் முனகித் திணறியது. வேட்டைக்காரன் பக்கத்தில் வரும் சத்தம் கேட்டபோது, புலி கிடுகிடுவென நடுங்கியது.

முருகேசன் அந்தப் புலி மூட்டையைத் தூக்கித் தோளில் வைத்துக்கொண்டு அசையாமல் நின்றார். புலியின் கால் காயத்திலிருந்து பெருகிய ரத்தம் அவர் கைகளிலும் படிந்திருந்தது. அதைக் காளையின் முதுகில் துடைத்தபோது, கையில் ஒரு துப்பாக்கியுடன் வேட்டைக்காரன் வந்தான்.

“காயம்பட்ட புலி ஒன்று இந்தப் பக்கம் வந்ததா?” வேட்டைக்காரன் கேட்டான்.

“இல்லையே...” முருகேசனுக்குப் பொய் சொல்லிப் பழக்கம் இல்லாததால் திக்கித் திக்கிப் பதில் சொன்னார்.

“அப்படியா?” வேட்டைக்காரன் சந்தேகத்துடன் முருகேசனை உற்றுப் பார்த்துவிட்டு நடந்து சென்றான்.

“அவன் போய்விட்டான் அல்லவா? இனி மூட்டையை அவிழ்த்து என்னை வெளியே விடுங்கள். இன்னும் சற்று நேரம் நான் மூட்டைக்குள் இருந்தால் மூச்சுத் திணறி செத்துவிடுவேன்” என்று புலி சொன்னது. முருகேசன் மூட்டையை அவிழ்த்து புலியை வெளியே விட்டார்.

உடனே புலி சொன்னது: “நண்பரே, நீங்கள் என்னை ஆபத்திலிருந்து காப்பாற்றினீர்கள். ஆனால், இப்போது எனக்கு மிகவும் பசிக்கிறது. நான் என்ன செய்வது? நீங்கள் எனக்கு இன்னொரு முறை உதவி செய்வீர்களா?”

“என்னால் முடிந்ததைச் செய்கிறேன்.” நல்ல மனிதரான முருகேசன் பதில் சொன்னார்.

“உங்கள் காளை வெறும் எலும்பும் தோலுமாகத்தான் இருக்கிறது. அதைத் தின்பதால் எந்தப் பயனும் இல்லை. அதனால் உங்களைத் தின்று என் பசியைத் தீர்த்துக்கொள்ள சம்மதிக்க வேண்டும்.” இப்படிச் சொன்ன புலி, முருகேசனை நோக்கித் தாவியது. இப்படி நடக்கும் என்று சற்றும் எதிர்பார்க்கவில்லை என்றாலும், முருகேசன் உடனடியாகச் சுதாரித்துக்கொண்டு தப்பி ஓடினார். புலி அவரைத் துரத்தியது.

சற்று தூரம் ஓடிய பிறகு முருகேசன் களைத்துப்போனார். காலில் உள்ள காயத்தின் காரணமாக புலியாலும் மேற்கொண்டு ஓட முடியவில்லை. அப்போது புலி சொன்னது:

“நண்பரே, நாம் ஒரு காரியம் செய்யலாம். வயதான மூவரிடம் நாம் இதைப் பற்றிக் கருத்துக் கேட்கலாம். அவர்கள் என்ன சொல்கிறார்களோ அதன்படி செய்வோம்.”

முருகேசன் ஏற்றுக்கொண்டார். அவ்வாறு, முருகேசனும் புலியும் சற்று தூரம் சென்றபோது, சிறியதொரு வீட்டு வாசலில்

வயதான மாமரம் ஒன்று நிற்பதைப் பார்த்தார்கள். முருகேசன் நடந்ததையெல்லாம் சொல்லி மாமரத்திடம் ஆலோசனை கேட்டார். புலியும் தன் தரப்பு நியாயத்தைச் சொன்னது.

மாமரம் புலியிடம் சொன்னது: "புலியே, மனிதர்களைப்போல ஒரு நன்றிகெட்ட இனம் கிடையாது. என் விஷயத்தையே எடுத்துக்கொள்ளேன். நான் பிறந்ததிலிருந்தே இந்த வீட்டுக்காரனுக்கு நன்மைதான் செய்திருக்கிறேன். வீட்டுக்காரனின் பிள்ளைகள் என் நிழலில்தான் விளையாடுவார்கள். என் காய்களைப் பறித்து ஊறுகாய் போட்டு பல ஜாடிகள் வைத்திருக்கிறான். என் பழங்களைத் தின்றுதான் இவனும் இவன் குடும்பத்தினரும் பருத்துவிட்டார்கள். ஆயினும் இப்போது எனக்கு வயதாகிவிட்டது என்று சொல்லி, நகரத்தில் உள்ள யாரோ ஒருவனுக்கு என்னை விற்றுவிட்டான். நாளை மரம் வெட்டிகள் வந்து என்னை வெட்டி வீழ்த்துவார்கள். அதனால் புலியே, உன் கருத்துதான் மிகவும் சரியானது. நன்றி கெட்ட மனித இனத்தை விட்டுவைக்கக் கூடாது."

புலி உடனே முருகேசனை நோக்கித் தாவியது. ஆயினும் முருகேசன் சம்மதிக்கவில்லை: "நாம் இன்னும் இரண்டு பேரிடம் ஆலோசனை கேட்க வேண்டுமே!" என்று சொல்லி அவர் ஓடினார். புலியும் அவர் பின்னால் நொண்டி நொண்டி ஓடியது. சற்று தூரம் சென்றதும், இன்னொரு வீடு இருந்தது. வீட்டு வாசலில் வயதான பசுமாடு கட்டிக் கிடந்தது. முருகேசன் பசுவிடம் விஷயங்களையெல்லாம் சொல்லி ஆலோசனை கேட்டார். இந்தப் பிரச்சினைக்கு ஒரு நீதி வழங்கும்படி புலியும் கேட்டது.

பசு, புலியிடம் சொன்னது: "மனிதர்களைப்போன்று நன்றிகெட்ட இனம் வேறு கிடையாது. என் விஷயத்தையே எடுத்துக்கொள். என்னால் முடிந்த காலம்வரை இந்த வீட்டு எஜமானுக்கு நான் உதவிதான் செய்திருக்கிறேன். இவன் பிள்ளைகள் என் பால் குடித்துதான் வளர்ந்தனர். என் வெண்ணெயும் தயிரும் விற்றுத்தான் இவனும் இவன் குடும்பத்தினரும் இத்தனைக் காலம் வாழ்ந்தனர். என் சாணத்தைக் காயவைத்து அடுப்பெரித்துதான் இவன் மனைவி சோறு சமைப்பாள். என் பிள்ளைகளைத்தான் இவன் நிலம் உழுவதற்குப் பயன்படுத்துகிறான். இவ்வளவு ஏன், என்னால்தான் இவன்

பணக்காரன் ஆனான். ஆனால், இப்போது எனக்கு வயதாகிவிட்டது என்று சொல்லி நகரத்தில் உள்ள யாரோ ஒருவனுக்கு என்னை விற்றுவிட்டான். நாளை கசாப்புக்காரர்கள் வந்து என்னை அறுத்துக் கொல்வார்கள். அதனால் புலியே, நீ சொல்வதுதான் மிகவும் சரி. நன்றி கெட்ட மனித இனத்தை விட்டுவைக்கக் கூடாது.''

புலி மீண்டும் முருகேசனை நோக்கித் தாவியது. ஆயினும் அவர் ஓடித் தப்பினார். "நாம் இன்னும் ஒருவரிடம் ஆலோசனை கேட்க வேண்டுமே!'' என்று சொல்லிப் பாய்ந்து ஓடினார். வேறு வழி இல்லாத காரணத்தால் புலியும் அவர் பின்னால் ஓடியது. சற்று தூரம் சென்ற பிறகு இன்னொரு வீடு இருந்தது. வீட்டு வாசலில் வெண்ணிறத் தாடியுடன் ஒரு தாத்தா அமர்ந்திருந்தார். ஒரு மனிதரைப் பார்த்தபோது முருகேசனுக்கு பெரிய நிம்மதி. புலி அவரிடம், நடந்ததையெல்லாம் சொல்லி ஆலோசனை கேட்டது.

எல்லாவற்றையும் கேட்ட பிறகு தாத்தா புலியிடம் சொன்னார்: "என்ன நடத்தது என்று நீ சொன்னதால் மட்டும் என்னால் புரிந்துகொள்ள முடியவில்லை. புலியை நான் வேட்டைக்காரனிடமிருந்து காப்பாற்றினேன் என்று இந்த மனிதர் கூறுகிறார். ஆனால், அவர் கம்பளியால் மூட்டை கட்டி என்னைத் திணறடித்தார் என்று நீ சொல்கிறாய். யார் சொல்வதை நான் நம்புவது? அதனால், என்ன நடந்ததோ அதை அப்படியே நடித்துக் காட்டுகிறீர்களா?''

உடனே முருகேசன் போர்வையை விரித்தார். புலி அதன் நடுவில் படுத்தது. உடனே அவர் புலியை மூடி, காளைக் கயிற்றால் வரிந்து மூட்டை கட்டினார்.

"இதோ, என் நிலை இப்படித்தான் இருந்தது!'' மூட்டைக்குள்ளிருந்து மூச்சுத் திணறியபடி சொன்னது புலி. அது முருகேசனிடம், "இனி மூட்டையை அவிழ்த்து என்னைத் திறந்துவிட்டது எப்படி என்று காட்டுங்கள்! சீக்கிரம்! எனக்கு மூச்சுத் திணறுகிறது!'' என்றது.

முருகேசன் மூட்டையை அவிழ்க்க முற்பட்டபோது தாத்தா திட்டினார்: "அட, படுமுட்டாளே! மனிதனைத் தின்னும் புலியை உன்னைத் தவிர வேறு யாராவது திறந்துவிடுவார்களா?''

"அப்படியென்றால் நான் என்ன செய்வது?" முருகேசன் அப்பாவியாகக் கேட்டார்.

தாத்தாவுக்குக் கோபம் வந்தது: "அடேய், மூடனே! புலி உன்னைக் கொல்ல வேண்டுமா? அல்லது நீ புலியைக் கொல்ல வேண்டுமா என்று முடிவு செய்தால் போதும்!"

அப்போதுதான் முருகேசனின் மரமண்டைக்கு, தான் செய்த தவறு என்னவென்று புரிந்தது. அவர் தலையைக் குலுக்கிக்கொண்டு புலி மூட்டையை எடுத்துத் தோளில் வைத்துக்கொண்டார். பிறகு, தன் காளையை விட்டு வந்த இடத்துக்குச் சென்றார். காளையுடன் பல வழிகளில் சுற்றித் திரிந்து, கடைசியில் வீட்டுக்கான சரியான வழியைக் கண்டுபிடித்தார். மூட்டைக்குள் கிடந்த புலி மூச்சுவிட முடியாமல் வெகு நேரம் திமிறியது; உறுமியது. ஆயினும் முருகேசன் அதைப் பொருட்படுத்தவில்லை.

முருகேசன் வீட்டுக்கு வந்து மிகவும் கவனமாக, மிகவும் மெதுவாக மூட்டையை அவிழ்த்துப் பார்த்தார். புலி மூச்சுமுட்டி இறந்திருந்தது. இந்தச் செய்தியைக் கேள்விப்பட்ட பலரும் முருகேசனின் வீட்டுக்கு வந்து பார்க்கத் தொடங்கினார்கள். இவ்வளவு பெரிய புலியை இதற்கு முன்பு யாருமே பார்த்தது இல்லை. இறந்த புலியுடன் முருகேசன் இருப்பதுபோன்ற படம் பத்திரிகைகளில் எல்லாம் வெளியானது. அது மட்டுமல்ல, புலியின் தோல், நகங்கள், பற்கள் ஆகியவற்றை முருகேசன் நல்ல தொகைக்கு விற்றார்.

இதெல்லாம், தான் சந்தையிலிருந்து வாங்கிய காளையின் அதிர்ஷ்டத்தால் ஏற்பட்டது என்று முருகேசன் நம்புகிறார். அவர் தினமும் தன் கையால் அந்தக் காளைக்குத் தீவனம் கொடுப்பார். முன்பு எலும்பும் தோலுமாக இருந்த காளையை இப்போது பார்த்தால் உங்களுக்கே அடையாளம் தெரியாது. அந்தளவு குண்டுக் காளையாக மாறிவிட்டது. மாநிலத்திலேயே நல்ல காளைக்கான பரிசு, இந்த வருடம் முருகேசனின் காளைக்குத்தான் கிடைத்திருக்கிறது!

●

குண்டப்பனும் குண்டம்மாவும்

குண்டப்பனும் குண்டம்மாவும் கணவன் மனைவி. அவர்கள் மிகவும் குள்ளமானவர்கள். பருத்துக் கறுப்பு நிறத்தில் இரும்புக் குண்டுபோல இருப்பார்கள். அவர்கள் நடப்பதைப் பார்த்தால், இரும்புக் குண்டுகள் உருண்டு செல்வதுபோல இருக்கும். அதைப் பார்த்துதான் ஊர்க்காரர்கள் அவர்களுக்கு குண்டப்பன் குண்டம்மா என்று பெயர் வைத்திருக்கிறார்கள். ஆனால், 'கிருஷ்ணன்', 'லட்சுமி' என்பதுதான் அவர்களின் உண்மையான பெயர். ஆனால், இப்படித் தங்களுக்கு ஒவ்வொரு பெயர் இருக்கிறது

என்ற விஷயத்தையே அவர்கள் மறந்துவிட்டார்கள். எல்லோரும் குண்டப்பன் என்றும் குண்டம்மா என்றும்தானே அழைக்கிறார்கள். அதைக் கேட்டுக் கேட்டு பழகிவிட்டது.

குண்டப்பனும் குண்டம்மாவும் மிகவும் சோம்பேறிகள். மிகவும் ஆசை கொண்டவர்கள். எப்போதும் வெயில் காய்ந்துகொண்டு வராந்தாவில் அமர்ந்திருப்பதுதான் அவர்களுக்கு மிகவும் பிடிக்கும். அப்போது கொறிப்பதற்கு ஏதாவது தின்பண்டமும் வேண்டும். ஆனால், எந்த வேலையும் செய்யாமல் சும்மா இருந்தால் தின்பதற்கு ஏதாவது கிடைக்குமா? அதனால் அவர்கள் இருவரும் அடிக்கடி பட்டினி கிடக்க நேர்ந்தது. இனியும் பசியைத் தாங்கிக்கொள்ள முடியாது என்ற நிலை வரும்போது அவர்கள் எழுவார்கள். எந்த வீட்டிலாவது யாசித்தோ, அல்லது திருடியோ தின்னப் புறப்படுவார்கள். ஆனால், உழைத்துச் சாப்பிடுவது என்ற விஷயத்தை அவர்களால் நினைத்தே பார்க்க முடியாது.

ஒரு நாள் இருவரும் வராந்தாவில் அமர்ந்து வெயில் காய்ந்துகொண்டிருந்தார்கள். அப்போது உடலில் ஊர்ந்து ஏறிய எறும்பை கையசைத்து தட்டிவிடக்கூட அவர்களுக்கு சோம்பலாக இருந்தது. அப்போது பக்கத்து வீட்டிலிருந்து, நல்ல நெய்யப்பத்தின் வாசனை காற்றில் மிதந்து வந்தது. குண்டப்பனும் குண்டம்மாவும் மூக்கைத் தூக்கி மோப்பம் பிடித்தார்கள். இருவர் வாயிலும் நீர் ஊறியது. ஆசையை அடக்க முடியவில்லை. என்ன செய்வது? பக்கத்து வீட்டுக்குப் போய் கேட்பதில் பயனில்லை. கெட்டுப்போய் தூக்கியெறியக்கூடிய பொருட்களைக்கூட அவர்கள் யாருக்கும் கொடுக்க மாட்டார்கள். பக்கத்து வீட்டுக்காரர்கள் அந்தளவுக்கு படுகஞ்சர்கள். குண்டப்பனும் குண்டம்மாவும் நாக்கை சப்புக்கொட்டி எச்சில் விழுங்கி அமர்ந்திருந்தார்கள். சற்று நேரத்துக்குப் பிறகு விழுங்குவதற்கு எச்சில் இல்லாதவாறு அவர்களுக்கு நாக்கே வறண்டுவிட்டது.

அப்போது குண்டம்மா துள்ளி எழுந்தாள்: "நாமும் அப்பம் சுட்டு சாப்பிட வேண்டும்!"

அதை குண்டப்பனும் ஏற்றுக்கொண்டான். ஆனால், அப்பம் சுட என்னென்ன பொருட்கள் வேண்டும்? அரிசி, சர்க்கரை,

தேங்காய், நெய், விறகு ஆகியவையெல்லாம் எங்கிருந்து கிடைக்கும்?

குண்டம்மா ஒரு வழி சொன்னாள்: "நான் நம் தெருவில் உள்ள பணக்காரரின் வீட்டுக்குச் செல்கிறேன். அவர் மனைவியிடம், நாளை என் அப்பாவின் திவசம் என்று சொல்லி அரிசியும் நெய்யும் கேட்டு வாங்கி வருகிறேன். நீங்களும் அதே வீட்டுக்குச் செல்லுங்கள். அந்தப் பணக்காரரிடம், நாளை உங்கள் அப்பாவின் திவசம் என்று சொல்லி சர்க்கரையும் தேங்காயும் கேட்டு வாங்கி வர வேண்டும். பிறகு நாம் காட்டுக்குச் சென்று சுள்ளி சேகரித்து வரலாம்."

இந்த திட்டம் குண்டப்பனுக்குப் பிடித்துவிட்டது. ஆசையால் தங்களை மறந்து அவர்கள் புறப்பட்டார்கள். அவர்கள் அந்தப் பணக்காரரின் வீட்டுக்குச் சென்று யாசித்து, தேவையான பொருட்களைப் பெற்று வந்தார்கள். பிறகு சுள்ளி பொறுக்க காட்டுக்குச் சென்றார்கள். நிறைய சுள்ளி சேகரித்து இரண்டு கட்டாகக் கட்டினார்கள். அப்போது குண்டப்பன் ஒரு கட்டை குண்டம்மாவின் தலையில் தூக்கி வைத்தான். குண்டப்பனின் தலையில் தூக்கி வைப்பதற்கு ஆள் இல்லை. என்ன செய்வது என்று தெரியாமல் இருவரும் ஒருவரை ஒருவர் பார்த்துக்கொண்டிருந்தனர்.

அந்த நேரத்தில் ஒரு புலி அங்கே வந்தது. இந்தப் புலியைப் பற்றி இரண்டு வார்த்தை எடுத்துச் சொல்ல வேண்டியிருக்கிறது. அது சாதாரணப் புலிகளைப்போன்றது அல்ல; மிகவும் கருணையுள்ள புலி. அது பிராணிகளைக் கொன்று தின்பதை அதிகபட்சம் தவிர்த்து வந்தது. பசியும் தாங்க முடியவில்லை, சாப்பிடவும் வேறு எதுவும் இல்லை எனும் நிலையில்தான், அது எந்தப் பிராணியையாவது கொன்று தின்னும். புலி, குண்டப்பனையும் குண்டம்மாவையும் பார்த்தது. அவர்களுக்கு ஏதோ பிரச்சினை என்று, அறிவுடைய அந்தப் புலிக்குத் தெரிந்துவிட்டது.

"என்ன ஆயிற்று?" புலி, இனிமையான குரலில் கேட்டது.

குண்டப்பன் விஷயத்தைச் சொன்னான். அப்போது புலி ஆறுதல் சொன்னது: "பரவாயில்லை, குண்டப்பா. விறகுக் கட்டை உன் தலையில் தூக்கி வைக்க ஆள் இல்லாத காரணத்தால், நீங்கள்

அப்பம் தின்னாமல் இருக்க வேண்டாம். விறகுக் கட்டை நான் உன் தலையில் தூக்கி வைக்கிறேன். ஆனால்...''

குண்டப்பனும் குண்டம்மாவும் மிகவும் கவனமுடன் கேட்டார்கள். 'கடவுளே! இந்தப் புலி என்ன சொல்லப்போகிறதோ தெரியவில்லையே!'

புலி சொன்னது: ''எனக்கும் நூறு அப்பம் தர வேண்டும்.''

குண்டப்பனுக்கும் குண்டம்மாவுக்கும் மகிழ்ச்சி ஏற்பட்டது: ''அவ்வளவுதானே! அதைத் தந்துவிடுகிறோம்!''

புலி விறகுக் கட்டைத் தூக்கி, குண்டப்பனின் தலையில் வைத்தது. ''இரவு வருகிறேன்'' என்று சொல்லிச் சென்றது.

குண்டப்பனும் குண்டம்மாவும் வீட்டுக்கு வந்தார்கள். அரிசி இடித்து மாவாக்கினார்கள். மாவு கரைத்து சர்க்கரை உருக்கிக் கலந்தார்கள். தேங்காய்த் துண்டுகள் சேர்த்தார்கள். அப்பச்சட்டியை அடுப்பில் வைத்து நெய் ஊற்றி அப்பம் சுடத் தொடங்கினார்கள்.

அப்பமெல்லாம் சுட்டு முடித்த பிறகு நூறு அப்பங்களை எண்ணி புலிக்கு எடுத்து வைத்தார்கள். பார்த்தால், மிச்சம் இரண்டு அப்பங்கள்தான் இருக்கின்றன! குண்டப்பனும் குண்டம்மாவும் ஆளுக்கு ஒரு அப்பம் தின்றார்கள். அவர்களுக்குப் போதவில்லை. இவ்வளவு கஷ்டப்பட்டு அப்பம் சுட்டு ஒரே ஒரு அப்பம் தின்றால் மட்டும் போதுமா? என்ன செய்வது? அவர்கள் புலிக்காக வைத்திருந்த அப்பக் குவியலைப் பார்த்துப் பார்த்து ஏங்கினார்கள்.

சற்று நேரத்துக்குப் பிறகு குண்டப்பனால் பொறுத்துக்கொள்ள முடியவில்லை. அவன் சொன்னான்: "நான்தானே சர்க்கரையும் தேங்காயும் விறகும் கொண்டு வந்தேன்? நான்தானே மாவரைத்தேன், அடுப்பில் நெருப்பு மூட்டினேன்? புலி விறகுக் கட்டை என் தலையில் தூக்கி வைத்தது, அவ்வளவுதானே? அதனால், புலிக்கு தொண்ணூற்று ஒன்பது அப்பம் போதும்" என்று அவன் ஒரு அப்பத்தை எடுத்துத் தின்றான்.

குண்டம்மா சும்மா இருப்பாளா? "நான்தானே அரிசியும் நெய்யும் விறகும் கொண்டு வந்தேன்? நான்தானே மாவு கலக்கினேன், அப்பம் சுட்டேன்? புலி, விறகுக் கட்டை சும்மா தலையில்தானே தூக்கி வைத்தது? புலிக்கு தொண்ணூற்று எட்டு அப்பம் போதும்!" அவளும் ஒரு அப்பத்தை எடுத்துத் தின்றாள்.

அதைப் பார்த்தபோது, குண்டப்பன் மேலும் ஒரு அப்பம் எடுத்தான். உடனே குண்டம்மாவும் ஒரு அப்பம் எடுத்தாள். குண்டப்பன் விடவில்லை. அவன் இன்னொன்று எடுத்தான். குண்டம்மாவுக்கும் ஆசை அதிகமல்லவா, அவளும் ஒன்று எடுத்தாள். அப்படி இருவரும் மாறி மாறி எடுத்துத் தின்று நூறு அப்பங்களும் தீர்ந்துவிட்டன!

புலிக்காக எடுத்து வைத்திருந்த அப்பங்களையெல்லாம் இருவரும் சேர்ந்து தின்று தீர்த்துவிட்டார்கள். இனி புலி வரும்போது என்ன செய்வது? புலி நல்ல குணம் படைத்த புலிதான் என்றாலும் நம்பிக்கைத் துரோகம் செய்தால் அது பொறுத்துக்கொள்ளாது. அது கொன்று தின்னவும் செய்யலாம்.

குண்டப்பனும் குண்டம்மாவும், புலியை ஏமாற்ற வேண்டும் என்று முடிவு செய்தார்கள். அவர்கள் வாசல் முழுதும் மூங்கில்

முட்களை ஊன்றி வைத்தார்கள். வராந்தாவில் ஏறும் இடத்தில், தலையில் மோதும் வகையில் ஒரு அம்மியைக் கட்டித் தொங்கவிட்டார்கள். படிக்கட்டுகளில் நெல்லிக்காய்களைப் பரப்பி வைத்தார்கள். படுக்கையில் அரிப்புப் பொடியைத் தூவினார்கள். அடுப்புச் சாம்பலிடையில் காட்டு வெள்ளரிக்காய்களை இட்டார்கள். குடத்தினுள் தண்ணீர்ப் பாம்பை பிடித்துப் போட்டார்கள். கிணற்றின் ஓரத்தில் பசை காய்ச்சி ஊற்றினார்கள். கிணற்றில் ஒரு முதலையையும் பிடித்துப் போட்டார்கள். அப்புறம் விளக்கையெல்லாம் அணைத்துவிட்டு பரண் மீது ஏறி ஒளிந்திருந்தார்கள்.

இரவு நீண்ட நேரத்துக்குப் பிறகு, "குண்டப்பா, குண்டம்மா, எனக்கான அப்பம் எங்கே?" என்று கேட்டுக்கொண்டே புலி வந்தது. குண்டப்பனும் குண்டம்மாவும் மூச்சுக் காட்டுவார்களா? புலி

மீண்டும் மீண்டும் கேட்டவாறு வளாகக் கதவைத் திறந்து வாசலுக்கு வந்தது. அப்போது அதன் கால் முழுதும் மூங்கில் முள் குத்தியது. "ஐயோ! முள்!" என்று கத்தியவாறு துள்ளி விலகியபோது, அங்கும் முட்கள்தான்! முட்கள் குத்திக் குத்தி அதன் பாதங்கள் நான்கும் புண்ணாகிவிட்டன. தட்டுத்தடுமாறி நடந்து வராந்தாவில் ஏறியபோது, தலையில் அம்மி பலமாக மோதியது! "ஐயோ! என் தலை போய்விட்டது!" என்று கத்திக்கொண்டு புலி உள்ளே ஓடியது. அதன் கால்களிலிருந்தும் தலையிலிருந்தும் ரத்தம் கொட்டியது. அதற்கு தலை சுற்றத் தொடங்கியது.

'கொஞ்சம் நேரம் படுத்து ஓய்வெடுக்கலாம்' என்று நினைத்த புலி, படிக்கட்டில் ஏற முற்பட்டது. படிகளில் நெல்லிக்காய்கள் அல்லவா பரப்பப்பட்டிருக்கின்றன! புலி உருண்டு விழுந்தது. வலி தாங்க முடியாமல் கத்திக்கொண்டே நெல்லிக்காய்களையெல்லாம் தட்டி அகற்றிவிட்டு படியேறி வீட்டுக்குள் வந்து, அங்கிருந்த படுக்கையில் படுத்தது. படுக்கையில் கொட்டப்பட்டிருந்த அரிப்புப் பொடி பட்டு உடலெல்லாம் தாங்க முடியாத அரிப்பு ஏற்பட்டது. இது என்ன தொந்தரவு என்று புலிக்குப் புரியவில்லை. வீட்டில் எங்கும் துளி வெளிச்சம்கூட இல்லை. முற்றிலும் கண் தெரியவில்லை.

'இது என்னவென்று நான் தெரிந்துகொண்டே ஆக வேண்டும்! விளக்கு கொளுத்திப் பார்க்கிறேன்' என்று நினைத்த புலி மெல்ல கீழே இறங்கியது. சமையலறைக்குச் சென்று அடுப்பூதியது. சாம்பல்களுக்குள் கிடந்த நெருப்புகள் பற்றி எரிந்தன. அப்போது வெள்ளரிக்காய்கள் வெடித்துத் தெறித்து புலியின் கண்களில் அடித்தன. பாவம் புலி! உரக்க அலறிக்கொண்டு கண்களை மூடி அப்படியே தரையில் அமர்ந்தது. கண்கள் குருடாகிவிட்டனவோ என்றுகூட அதற்குச் சந்தேகமாக இருந்தது. 'இருக்கட்டும், நான் கண்களைக் கொஞ்சம் கழுவிக்கொள்கிறேன்' என்று நினைத்துக்கொண்டு சமையலறையில் தடவித்தடவி நடந்தபோது, குடம் தட்டுப்பட்டது. அது நிம்மதியாக குடத்துக்குள் கை விட்டது. குடத்துக்குள் சிறிதளவு தண்ணீரில் கிடந்து கோபம் கொண்டிருந்த பாம்பு, அதன் கையில் பலமாகக் கடித்தது. பரிதாபம்! புலி கதறித் துடித்தது.

சற்று நேரம் அப்படியே அமர்ந்து அழுதுகொண்டிருந்த புலி, தண்ணீர் எடுப்பதற்காக கிணற்றடிக்கு வந்தது. அங்கே பசை காய்ச்சி ஊற்றப்பட்டிருந்ததால் வழுக்கி கிணற்றுக்குள் விழுந்துவிட்டது! கிணற்றில் முதலை காத்துக்கொண்டிருந்தது. பாவப்பட்ட புலியின் கதை அத்துடன் முடிந்தது!

குண்டப்பனும் குண்டம்மாவும் மெல்ல பரணிலிருந்து இறங்கி வந்தார்கள். புலியை முதலை தின்னும் காட்சியைப் பார்ப்பதற்காக கிணற்றடிக்கு வந்தார்கள். அவர்களும் பசையில் வழுக்கி கிணற்றில் விழுந்துவிட்டார்கள். முதலை அவர்களையும் தின்றுவிட்டது.

நம்பிக்கைத் துரோகம் செய்த குண்டப்பன், குண்டம்மாவின் கதை அப்படித்தான் முடிந்தது!

●

மாடப்புறா

மாடப்புறா, மீனா எனும் பெண்மணியின் வீட்டு வாசலில் இருக்கும் ஒரு பலா மரத்தின் பொந்தில்தான் வசித்துவந்தது. மீனாவும் மாடப்புறாவும் நெருங்கிய நண்பர்கள். அடிக்கடி இருவரும் பல விஷயங்களைப் பற்றி பேசிக்கொண்டிருப்பார்கள்.

ஒருவருக்கொருவர் உதவி செய்துகொள்வார்கள். இப்படி ஒரு நட்பும் மரியாதையும் இருப்பதால்தான், மாடப்புறா மீனாவின் வீட்டு வாசலிலேயே முட்டையிட்டது. மொத்தம் ஐந்து முட்டைகள்.

"பாம்பும் காக்கையும் பூனையும் வந்து இந்த முட்டைகளைத் தின்றுவிடாமல் பார்த்துக்கொள்ளுங்கள்" என்று மீனாவிடம் சொன்னது புறா. பிறகு அது, இரை தேடுவதற்காக வெளியே பறந்து சென்றது.

அந்த முட்டைகளைப் பார்த்ததும் மீனாவுக்கு ஆசையை அடக்க முடியவில்லை. 'இந்த முட்டைகளை அவித்துத் தின்றால் நன்றாக இருக்குமே. இந்த முட்டைகளிலிருந்தெல்லாம் புறாக் குஞ்சுகள் வந்து அவை வளர்ந்துவிட்டால், பிறகு அவற்றின் தொல்லையைத் தாங்க முடியாதே. வாசலும் கிணற்றுத் தண்ணீரும் உத்திரமும் எல்லாம், அவற்றின் எச்சத்தால் அசிங்கமாகிவிடும். இந்த ஒரு புறாவின் தொந்தரவையே தாங்க முடியவில்லை. ஏதோ இத்தனை நாள் பழகிவிட்டோமே என்று பொறுத்துக்கொள்ள வேண்டியிருக்கிறது. இந்த முட்டைகள் பொரிந்து குஞ்சுகள் வரும்படி விடக்கூடாது. நாளைக்கு முட்டைக் குழம்பு வைத்துவிட வேண்டியதுதான்!' என்று நினைத்த மீனா முட்டைகளை எடுத்து ஒளித்து வைத்தாள்.

மாடப்புறா திரும்பி வந்து முட்டைகளைக் கேட்டது. மீனா அதைப் பொருட்படுத்தாமல் வீட்டு வேலைகள் செய்துகொண்டிருந்தாள். மாடப்புறா அவள் பின்னாலேயே சென்று, தன் முட்டைகளைத் தரும்படி மீண்டும் மீண்டும் கேட்டது. கடைசியில் பொறுமை இழந்த மீனா திரும்பி நின்று சொன்னாள்: "நான் உன் முட்டைகளைத் தர மாட்டேன். உன்னால் என்ன செய்ய முடியுமோ செய்துகொள்!"

அவள் இப்படி தன்னை ஏமாற்றுவாள் என்று மாடப்புறா கனவில்கூட கருதியதில்லை. ஆயினும் அவள் முட்டைகளை சமைப்பதற்கு முன்பு எப்படியாவது அவற்றை வாங்கிவிட வேண்டும். அதற்கு என்ன வழி?

மீனா, சமையலறை வாசலில் ஒரு வாழை மரம் நட்டு வளர்த்திருந்தாள். அது சாதாரண வாழை அல்ல. ஒரு குலையில்,

யானைத் தந்தம் அளவு பருமனுடைய ஆயிரம் காய்கள் காய்க்கும் அபூர்வ வாழை! மீனா அதை எங்கிருந்தோ கொண்டு வந்து அருமை பெருமையாக வளர்த்து வந்தாள். அந்த வாழையை முறித்துவிடுவதாக அச்சுறுத்தினால், அவள் முட்டைகளைத் திருப்பித் தந்துவிடுவாள் என்று மாடப்புறாவுக்குத் தோன்றியது. அது சென்று, தன் அலகையும் கால்களையும் பயன்படுத்தி வாழை மரத்தைக் குத்தி கீழே தள்ள முயற்சித்தது. ஆனால், ஒரு மாடப்புறாவுக்கு வாழை மரத்தைக் கீழே தள்ளுமளவு சக்தி இருக்குமா? வாழை மரம் சற்று அசையக்கூட இல்லை. மாடப்புறா விரைவிலேயே சோர்ந்துபோனது. மீனாவோ, அதைப் பார்த்துக் கை தட்டிச் சிரித்தாள்!

மாடப்புறா துயரத்துடன் வெளியே பறந்து சென்றது. என்ன செய்வது என்று தெரியாமல் ஒரு காட்டுக்குச் சென்று அமர்ந்தது. அப்போது அந்த வழியாக ஒரு பன்றி வந்தது. பன்றியைப் பார்த்தவுடன் மாடப்புறா சொன்னது: "பன்றி, பன்றி, நான் மீனாவின் வீட்டு வாசலில் ஐந்து முட்டையிட்டேன். அவள் அவற்றை எடுத்து ஒளித்து வைத்துக்கொண்டாள். நான் பல முறை கேட்டுப்பார்த்தும் தர மறுக்கிறாள். நீ எனக்காக, அவள் சமையலறை வாசலில் இருக்கும் வாழை மரத்தைக் குத்தி வீழ்த்துவாயா?"

பன்றி கேலியாகச் சிரித்தது: "சரிதான், போ! கண்டவர்களின் வீட்டில் உள்ள வாழை மரத்தைக் குத்தி வீழ்த்துவதுதான் என் வேலையா? என்னால் முடியாது, மாடப்புறாவே!" என்று உறுமிக்கொண்டு சென்றது.

அப்போதுதான், வில்லையும் அம்பையும் கையில் பிடித்துக்கொண்டு அந்த வழியாக ஒரு வேடன் வந்தான். வேடனைப் பார்த்தவுடன் மாடப்புறா சொன்னது: "வேடரே, வேடரே, நான் மீனாவின் வீட்டு வாசலில் ஐந்து முட்டையிட்டேன். அவள் அவற்றை எடுத்து ஒளித்து வைத்துக்கொண்டாள். நான் பல முறை கேட்டுப்பார்த்தும் தர மறுக்கிறாள். அவள் சமையலறை வாசலில் இருக்கும் வாழை மரத்தைக் குத்தி வீழ்த்தாத பன்றி மீது நீ எனக்காக அம்பு விடுவாயா?"

வேடன் கேலியாகச் சிரித்தான்: "சரிதான், போ! கண்ட பன்றிகள் மீதெல்லாம் அம்பு விடுவதுதான் என் வேலையா? என்னால்

முடியாது, மாடப்புறாவே!" என்று சொல்லிவிட்டு அவன் பாட்டுப் பாடிக்கொண்டு அங்கிருந்து சென்றான்.

அப்போது அந்த வழியாக ஒரு எலி வந்தது. எலியைப் பார்த்தவுடன் மாடப்புறா சொன்னது: "எலியே, எலியே, நான் மீனாவின் வீட்டு வாசலில் ஐந்து முட்டையிட்டேன். அவள் அவற்றை எடுத்து ஒளித்து வைத்துக்கொண்டாள். நான் பல முறை கேட்டுப் பார்த்தும் தர மறுக்கிறாள். அவள் சமையலறை வாசலில் இருக்கும் வாழை மரத்தைக் குத்தி வீழ்த்தாத பன்றி மீது அம்பு விடாத வேடனின் வில் நாணை எனக்காக அறுப்பாயா?"

எலி கேலியாகச் சிரித்தது. "சரிதான், போ! கண்டவரின் வில் நாணை அறுப்பதுதான் என் வேலையா? என்னால் முடியாது, மாடப்புறாவே!" என்ற எலி, "கீச், கீச்..." என்று கத்திக்கொண்டு சென்றது.

அப்போது அந்த வழியாக ஒரு பூனை வந்தது. பூனையைப் பார்த்தவுடன் மாடப்புறா சொன்னது: "பூனையே, பூனையே, நான் மீனாவின் வீட்டு வாசலில் ஐந்து முட்டையிட்டேன். அவள் அவற்றை எடுத்து ஒளித்து வைத்துக்கொண்டாள். நான் பல முறை கேட்டுப்பார்த்தும் தர மறுக்கிறாள். அவள் சமையலறை வாசலில் இருக்கும் வாழை மரத்தைக் குத்தி வீழ்த்தாத பன்றி மீது அம்பு விடாத வேடனின் வில் நாணை அறுக்காத எலியை நீ எனக்காகக் கொல்வாயா?"

பூனை கேலியாகச் சிரித்தது: "சரிதான், போ! கண்ட எலியைக் கொல்வதுதான் என் வேலையா? என்னால் முடியாது, மாடப்புறாவே!" என்று சொல்லிவிட்டு அது "மியாவ்!" என்று கத்தியபடி நடந்தது.

அப்போது ஒரு நாய் அந்த வழியாக வந்தது. நாயைப் பார்த்தவுடன் மாடப்புறா சொன்னது: "நாயே, நாயே, நான் மீனாவின் வீட்டு வாசலில் ஐந்து முட்டையிட்டேன். அவள் அவற்றை எடுத்து ஒளித்து வைத்துக்கொண்டாள். நான் பல முறை கேட்டுப்பார்த்தும் தர மறுக்கிறாள். அவள் சமையலறை வாசலில் இருக்கும் வாழை மரத்தைக் குத்தி வீழ்த்தாத பன்றி மீது அம்பு விடாத வேடனின் வில் நாணை அறுக்காத எலியைக் கொல்லாத பூனையை நீ எனக்காக பிடித்துத் தருவாயா?"

நாய் கேலியாகச் சிரித்தது: "சரிதான், போ! கண்ட பூனையைப் பிடிப்பதுதான் என் வேலையா? என்னால் முடியாது, மாடப்புறாவே!" என்று சொல்லிவிட்டு அது "லொள், லொள்!" என்று குரைத்துக்கொண்டு நடந்தது.

மாடப்புறா மிகவும் ஏமாற்றமடைந்தது. அது சொன்னதை யாருமே கேட்கவில்லை. அது வருத்தத்துடன் மெதுவாக காட்டின் உள்ளே பறந்தது. அப்போது வழியில் ஒரு கம்பு உருண்டு உருண்டு வருவதைப் பார்த்தது. கம்பைப் பார்த்தவுடன் அது சொன்னது:

“கம்பே, கம்பே, நான் மீனாவின் வீட்டு வாசலில் ஐந்து முட்டையிட்டேன். அவள் அவற்றை எடுத்து ஒளித்து வைத்துக்கொண்டாள். நான் பல முறை கேட்டுப்பார்த்தும் தர மறுக்கிறாள். அவள் சமையலறை வாசலில் இருக்கும் வாழை மரத்தைக் குத்தி வீழ்த்தாத பன்றி மீது அம்பு விடாத வேடனின் வில் நாணை அறுக்காத எலியைக் கொல்லாத பூனையைப் பிடிக்காத நாயை நீ எனக்காக அடிப்பாயா?”

கம்பு கேலியாகச் சிரித்தது: “சரிதான், போ! கண்ட நாயை அடிப்பதுதான் என் வேலையா? என்னால் முடியாது, மாடப்புறாவே!” என்று சொல்லிவிட்டு அது மிக விரைவாக உருண்டு சென்றது.

மாடப்புறா மீண்டும் பறந்து சென்றபோது, ஒரு இடத்தில் காய்ந்த இலைகளின் மீது தீ பற்றி எரிவதைப் பார்த்தது. தீயைப் பார்த்தவுடன் அது சொன்னது: “தீயே, தீயே, நான் மீனாவின் வீட்டு வாசலில் ஐந்து முட்டையிட்டேன். அவள் அவற்றை எடுத்து ஒளித்து வைத்துக்கொண்டாள். நான் பல முறை கேட்டுப்பார்த்தும் தர மறுக்கிறாள். அவள் சமையலறை வாசலில் இருக்கும் வாழை மரத்தைக் குத்தி வீழ்த்தாத பன்றி மீது அம்பு விடாத வேடனின் வில் நாணை அறுக்காத எலியைக் கொல்லாத பூனையைப் பிடிக்காத நாயை அடிக்காத கம்பை நீ எனக்காக எரிப்பாயா?”

தீ கேலியாகச் சிரித்தது: “சரிதான், போ! கண்ட கம்பை எரிப்பதுதான் என் வேலையா? என்னால் முடியாது, மாடப்புறாவே!” என்று சொல்லிவிட்டு அது மேலும் அதிகமாக எரிந்தது.

மாடப்புறா மீண்டும் பறந்தது. சற்று தூரம் பறந்து சென்றபோது, பாறைகளின் இடையே ஒரு அருவி விழுவதைப் பார்த்தது. அருவியைப் பார்த்தவுடன் அது சொன்னது: “அருவியே, அருவியே, நான் மீனாவின் வீட்டு வாசலில் ஐந்து முட்டையிட்டேன். அவள் அவற்றை எடுத்து ஒளித்து வைத்துக்கொண்டாள். நான் பல முறை கேட்டுப்பார்த்தும் தர மறுக்கிறாள். அவள் சமையலறை வாசலில் இருக்கும் வாழை மரத்தைக் குத்தி வீழ்த்தாத பன்றி மீது அம்பு விடாத வேடனின் வில் நாணை அறுக்காத எலியைக் கொல்லாத பூனையைப் பிடிக்காத நாயை அடிக்காத கம்பை எரிக்காத தீயை நீ எனக்காக அணைப்பாயா?”

அருவி கேலியாகச் சிரித்தது: "சரிதான், போ! கண்ட தீயை அணைப்பதுதான் என் வேலையா? என்னால் முடியாது, மாடப்புறாவே!" என்று சொல்லிவிட்டு அது களகளவென்று ஓடியது.

அப்போது அந்த வழியாக, பெரிய தந்தங்கள் கொண்ட யானை ஒன்று வந்தது. யானையைப் பார்த்தவுடன் மாடப்புறா சொன்னது: "யானையே, யானையே, நான் மீனாவின் வீட்டு வாசலில் ஐந்து முட்டையிட்டேன். அவள் அவற்றை எடுத்து ஒளித்து வைத்துக்கொண்டாள். நான் பல முறை கேட்டுப்பார்த்தும் தர மறுக்கிறாள். அவள் சமையலறை வாசலில் இருக்கும் வாழை மரத்தைக் குத்தி வீழ்த்தாத பன்றி மீது அம்பு விடாத வேடனின் வில் நாணை அறுக்காத எலியைக் கொல்லாத பூனையைப் பிடிக்காத நாயை அடிக்காத கம்பை எரிக்காத தீயை அணைக்காத அருவியை நீ எனக்காகக் குடித்து வற்றச் செய்வாயா?"

யானை கேலியாகச் சிரித்தது: "சரிதான், போ! கண்ட அருவியைக் குடிப்பதுதான் என் வேலையா? என்னால் முடியாது, மாடப்புறாவே!" என்று சொல்லிவிட்டு அது பிளிறிக்கொண்டு சென்றது.

அந்த மாடப்புறாவுக்கு உதவி செய்ய ஒருவரும் இல்லை. அது தாங்க முடியாத துயரத்துடன் தலை குனிந்து அழத் தொடங்கியது. அப்போது ஒரு குரல் கேட்டது: "மாடப்புறாவே, மாடப்புறாவே, நீ எதற்கு அழுகிறாய்? உனக்கு என்ன வேண்டும். என்னால் செய்ய முடிந்த உதவியை நான் உனக்குக் கட்டாயம் செய்வேன்!" மாடப்புறா தலை நிமிர்ந்து பார்த்தது. ஒரு கட்டெறும்பு இப்படிச் சொல்லிவிட்டு அதைக் கருணையுடன் பார்த்து நின்றது.

கட்டெறும்பைப் பார்த்தவுடன் மாடப்புறா சொன்னது: "கட்டெறும்பே, கட்டெறும்பே, நான் மீனாவின் வீட்டு வாசலில் ஐந்து முட்டையிட்டேன். அவள் அவற்றை எடுத்து ஒளித்து வைத்துக்கொண்டாள். நான் பல முறை கேட்டுப்பார்த்தும் தர மறுக்கிறாள். அவள் சமையலறை வாசலில் இருக்கும் வாழை மரத்தைக் குத்தி வீழ்த்தாத பன்றி மீது அம்பு விடாத வேடனின் வில் நாணை அறுக்காத எலியைக் கொல்லாத பூனையைப் பிடிக்காத நாயை அடிக்காத கம்பை எரிக்காத தீயை அணைக்காத அருவியைக்

குடித்து வற்றச் செய்யாத யானையின் தும்பிக்கையில் நீ எனக்காகக் கடிப்பாயா?"

"அதில் என்ன கஷ்டம்?" என்றது கட்டெறும்பு. மாடப்புறாவும் கட்டெறும்பும் புறப்பட்டன.

யானை ஒரு இடத்தில் நின்று மூங்கில் கம்புகளை ஒடித்துத் தின்றுகொண்டிருந்தது. கட்டெறும்பு அதன் தும்பிக்கையில் மெதுவாகக் கடித்துச் சொன்னது: "நீ மரியாதையாகச் சென்று அந்த அருவியைக் குடித்து வற்றச் செய்! இல்லாவிட்டால் இன்னும் கடுமையாகக் கடிப்பேன். உன்னால் தாங்க முடியாது!"

"ஐயோ! வேண்டாம், வேண்டாம்! என்னைக் கடிக்காதே. நீ சொன்னதுபோன்றே செய்கிறேன்!" என்று ஓடியது யானை.

கூழாங்கற்களுக்கு இடையே அருவி நீர் ஓடிக்கொண்டிருந்தது. யானை சென்று தும்பிக்கையை நீட்டி அருவியிலிருந்து கொஞ்சம் நீர் குடித்துச் சொன்னது: "நீ மரியாதையாகச் சென்று அந்த தீயை அணைத்துவிடு! இல்லாவிட்டால் உன்னை முற்றிலும் குடித்து வற்றச் செய்துவிடுவேன்!"

"ஐயோ! வேண்டாம், வேண்டாம்! என்னை வற்றச் செய்துவிடாதே. நீ சொன்னதுபோன்றே செய்கிறேன்!" என்று ஓடியது நீர்.

காய்ந்த இலைகளைச் சாம்பலாக்கியபடி தீ எரிந்துகொண்டிருந்தது. அருவி சென்று தீயை லேசாக அணைத்தவாறு சொன்னது: "நீ மரியாதையாகச் சென்று அந்த கம்பை எரித்துவிடு! இல்லையென்றால் நான் உன்னை முற்றிலும் அணைத்துவிடுவேன்!"

"ஐயோ! வேண்டாம், வேண்டாம்! என்னை அணைத்துவிடாதே. நீ சொன்னதுபோன்றே செய்கிறேன்!" என்று கம்பைத் தேடிச் சென்றது தீ.

கம்பு, மர நிழலில் படுத்துத் தூங்கிக்கொண்டிருந்தது. தீ சென்று அதை லேசாகச் சுட்டுச் சொன்னது: "நீ மரியாதையாகச் சென்று அந்த நாயை அடித்துவிடு! இல்லையென்றால் நான் உன்னை முற்றிலும் எரித்துவிடுவேன்!"

“ஐயோ! வேண்டாம், வேண்டாம்! என்னை எரித்துவிடாதே. நீ சொன்னதுபோன்றே செய்கிறேன்!” என்று, நாயைத் தேடி உருண்டு சென்றது கம்பு.

நாய் ஒரு குப்பை மேட்டில் படுத்து ஓய்வெடுத்துக்கொண்டிருந்தது. கம்பு சென்று நாயின் தலையில் மெதுவாக அடித்துச் சொன்னது: “நீ மரியாதையாகச் சென்று அந்தப் பூனையைப் பிடி! இல்லையென்றால் நான் இன்னும் பலமாக உன்னை அடித்துவிடுவேன்!”

“ஐயோ! வேண்டாம், வேண்டாம்! என்னை அடித்துவிடாதே. நீ சொன்னதுபோன்றே செய்கிறேன்!” என்று, பூனையைத் தேடி ஓடியது நாய்.

பூனை சமையலறையில் சுருண்டு படுத்து தூங்கிக் கொண்டிருந்தது. நாய் சென்று பூனையைப் பிடித்துச் சொன்னது: “மரியாதையாகச் சென்று எலியைக் கொல்! இல்லையென்றால் நான் உன்னைக் கடித்துக் குதறிவிடுவேன்!”

“ஐயோ! வேண்டாம், வேண்டாம்! என்னைக் கடித்துக் குதறிவிடாதே. நீ சொன்னதுபோன்றே செய்கிறேன்!” என்று, எலியைத் தேடி ஓடியது பூனை.

எலி பரண் மீது துணியைக் கடித்துத் தின்றுகொண்டிருந்தது. பூனை சென்று எலியைப் பிடித்துச் சொன்னது: “மரியாதையாகச் சென்று வேடனின் வில் நாணை அறுத்துவிடு. இல்லையென்றால் நான் உன்னைக் கொன்றுவிடுவேன்!”

“ஐயோ! வேண்டாம், வேண்டாம்! என்னைக் கொன்றுவிடாதே. நீ சொன்னதுபோன்றே செய்கிறேன்!” என்று, வேடனைத் தேடி ஓடியது எலி.

வேடன் அம்பைத் தரையில் வைத்து வில்லைத் துடைத்துக்கொண்டிருந்தான். எலி சென்று வில்லின் நாணைக் கடித்துச் சொன்னது: “வேடனே, மரியாதையாகச் சென்று அந்தப் பன்றியின் மீது அம்பு விடு! இல்லையென்றால் நான் உன் வில்லின் நாணைக் கடித்து அறுத்துவிடுவேன்!”

“ஐயோ! வேண்டாம், வேண்டாம்! என் வில்லின் நாணை அறுக்காதே. நீ சொன்னதுபோன்றே செய்கிறேன்!” என்று, பன்றியைத் தேடி ஓடினான் வேடன்.

பன்றி சேற்றுக் குழியில் படுத்திருந்தது. வேடன் சென்று, பன்றியின் மீது லேசாகப் படும்படி அம்பு எய்து சொன்னான்: “நீ மரியாதையாகச் சென்று அந்த வாழை மரத்தைக் குத்திக் கீழே தள்ளு! இல்லையென்றால் நான் அம்பு எய்து உன்னைக் கொன்றுவிடுவேன்!”

“ஐயோ! வேண்டாம், வேண்டாம்! என் மீது இனியும் அம்பு விடாதே. நீ சொன்னதுபோன்றே செய்கிறேன்!” என்று, வாழை மரத்தைத் தேடி ஓடியது பன்றி.

அப்போதுதான் மீனா வாழை மரத்தின் கீழே அமர்ந்து பாத்திரம் விளக்கிக்கொண்டிருந்தாள். பன்றி சென்று வாழை மரத்தைக் குத்தி வீழ்த்திச் சொன்னது: "நீ மரியாதையாகச் சென்று மாடப்புறாவின்முட்டைகளைக்கொடுத்துவிடு! இல்லையென்றால் உன்னையும் குத்திக் கீழே வீழ்த்திவிடுவேன்!"

"ஐயோ! வேண்டாம், வேண்டாம்! நீ சொன்னதுபோன்றே செய்கிறேன்!" என்றாள் மீனா.

"ஐயோ! என் வாழை மரம் விழுந்துவிட்டதே!" என்று அழுதுகொண்டே உள்ளே சென்றாள். முட்டைகளை எடுத்துக்கொண்டு வந்து மாடப்புறாவிடம் கொடுத்தாள். மாடப்புறா தன் முட்டைகளை எடுத்துக்கொண்டு காட்டுக்குச் சென்றது. நான் இந்தக் கதையை எடுத்துக்கொண்டு வீட்டுக்கு வந்தேன்.

●

ரோஜா

வீட்டு வாசலில் இருக்கும் ரோஜாச் செடி, முதன் முதலாகப் பூக்கிறது.

ரோஜாப்பூ மெதுவாகக் கண் திறந்து பார்த்தது. கண் இமைகளில் பற்றிக்கொண்டிருக்கும் பனித் துளிகளை அகற்றுவதற்காக அது முகத்தைச் சற்றுக் குலுக்கியது. ரோஜாப்பூவுக்கு உதவி

செய்வதற்காக ஒரு மெல்லிய குளிர் காற்று தவழ்ந்து வந்தது. "டப், டப்" என்று மூன்று நான்கு பனித் துளிகள் தரையில் விழுந்தன.

"ரோஜா தங்கச்சி, நீ அழுகிறாயா?" நேற்று மலர்ந்த ஒரு செம்பருத்திப்பூ கேட்டது.

புன்னகையால் சிவந்த முகத்துடன் ரோஜா பதில் சொன்னது: "இல்லை, செம்பருத்தி அக்கா. இவ்வளவு அழகான உலகத்தில் யாரேனும் அழுவார்களா? அதோ பார், கிழக்கில் சூரியன் உதிக்கிறது. அதைப் பார்த்துக்கொண்டே இருக்கலாம்போலிருக்கிறது, எவ்வளவு அழகு!"

"உம், பார்க்கலாம். இன்னும் கொஞ்சம் நேரம் போகட்டும். சூரியன் உன்னை வாட்டி வதைக்கும்."

"எவ்வளவு சுகமான காற்று!" என்றது ரோஜா.

செம்பருத்திப்பூ கேலியாகச் சிரித்தது.

அப்போது வீட்டுக்குள்ளிருந்து ஐந்து வயதுள்ள ஒரு சிறுமி வந்தாள்.

"ஓ! புதிதாக ஒரு ரோஜாப்பூ பூத்திருக்கிறது! எவ்வளவு அழகான பூ!"

சிறுமி, செடியின் பக்கத்தில் வந்து பூப்பறிக்க கை நீட்டினாள். ரோஜா பயந்து நடுங்கியது. அது முடிந்தவரை தலையை உயர்த்திக்கொண்டு அசையாமல் நின்றது. செம்பருத்திப்பூ சிரித்தது.

"அடடா, பூ எட்டவில்லையே!" சிறுமி சொன்னாள்.

ஒரு இளம் காற்று வீசியது. அது ஒரு போக்கிரிக் காற்று. செடியின் கிளை, தலை குனிய நேர்ந்தது. அப்போது அதனுடன் ரோஜாவும் குனியவேண்டிய கட்டாயம் ஏற்பட்டுவிட்டது. சிறுமியின் கை, ரோஜாவின் காம்பில் பட்டது. ஒரு நொடி! எல்லாம் முடிந்துவிட்டது என்று ரோஜா அஞ்சியது. செம்பருத்திப்பூகூட மூச்சைப் பிடித்துக்கொண்டு பார்த்தது.

ஆனால், ரோஜாவின் சகோதரனான முள், இந்த முறை ரோஜாவைக் காப்பாற்றியது. சிறுமியின் கையில் முள் குத்தி ரத்தம்

வந்தது. அவள் அழுதுகொண்டு உள்ளே ஓடினாள்.

“நீ இப்போதும் ஏன் நடுங்கிக் கொண்டிருக்கிறாய். இனி கொஞ்சம் நேரத்துக்கு பயப்பட வேண்டியதில்லை.” முள் சொன்னது.

“என் கதை முடிந்தது என்றே நினைத்துவிட்டேன்!” ரோஜா சொன்னது.

“நீ நினைத்ததுபோல உலகம் அழகானது அல்ல என்று இப்போது புரிந்ததா?” செம்பருத்தி கேட்டது.

வெயிலின் வெப்பம் அதிகரிக்கத் தொடங்கியது. ரோஜாவுக்கு தாகமாகவும் களைப்பாகவும் இருந்தது. அதன் முகம் மங்கியது. செம்பருத்திப்பூ வாடித் துவண்டு, ஒரு காற்று வீசினால்கூட விழுந்துவிடும் நிலையில் இருந்தது.

அந்த நேரத்தில் ஒரு இளம் பெண், வீட்டுக்குள்ளிருந்து வந்தாள். புதிதாகப் பூத்திருக்கும் ரோஜாவை அவளும் பார்த்து ரசித்தாள்.

அவள்பூப்பறிக்ககைநீட்டினாள். ‘இதோ, வாழ்க்கை முடியப் போகிறது!’ என்று ரோஜா நினைத்தது. அது அழுதுகொண்டு செம்பருத்திப்பூவிடம், “நான் போகிறேன், செம்பருத்தி அக்கா”

என்றது. செம்பருத்திப்பூ துயரத்துடன் தலையாட்டி, அப்படியே உதிர்ந்துவிட்டது. கூர்மையான கல்லின் மீது உணர்வற்றுக் கிடக்கும் செம்பருத்திப்பூவைப் பார்த்த ரோஜா, மிகவும் வருந்தியது.

அப்போது, வீட்டுக்குள்ளிருந்து யாரோ அந்தப் பெண்ணை அழைத்தார்கள். அவள் பூப்பறிக்காமல் அவசரமாகச் சென்றாள்.

"இந்த முறையும் நான் தப்பித்துவிட்டேன்!" என்று மகிழ்ச்சியுடன் சொன்னது ரோஜா.

செம்பருத்திப்பூ பதில் சொல்லவில்லை. அது இறந்துவிட்டிருந்தது.

உச்சி வெயிலில் வாடித் தளர்ந்து நிற்கும்போது ரோஜா, செம்பருத்திப்பூவை நினைத்துப்பார்த்தது.

வெயில் தணிந்தபோது, வீட்டுக்குள்ளிருந்து ஒரு பாட்டி வந்தார்: "இந்தப் பூவை நான் இதற்கு முன்பு பார்த்தது இல்லையே. இது பூஜைக்கு ஏற்ற பூவாக இருக்கிறதே!" இப்படிச் சொன்னவாறே அந்தப் பாட்டி வந்து ரோஜாவைப் பறித்தார்!

திடீரென்று ஏற்பட்ட ஆபத்தை நினைத்து ரோஜா மனம் உருகி அழுதது.

"என்னால் உன்னைப் பாதுகாக்க முடியவில்லையே, என்ன செய்வேன்!" என்று முள் வேதனைப்பட்டது.

"சின்னஞ்சிறு ரோஜாப்பூவே, என் செல்ல மகளே, என்னை விட்டுப் போகிறாயே!" என்று செடி கதறியது.

அம்மா, அம்மா என்று அழுதபடியே ரோஜா, நிராதரவாக பாட்டியின் கைக்குள் கிடந்தது.

பாட்டி, ரோஜாவுடன் வீட்டுக்குள் சென்றார். வீட்டுக்குள் சூரிய வெளிச்சமும் இல்லை, இளம் காற்றும் இல்லை. அதனால் ரோஜாவுக்கு மூச்சுத் திணறியது.

வாடிச் சோர்ந்து கிடக்கும் நிறைய பூக்களின் நடுவில்தான் ரோஜாப்பூ சென்று விழுந்தது. துவண்டு சாய்ந்து கிடந்த ஒரு தாமரைப்பூ சொன்னது: "இங்கிருக்கும் விளக்குகளின்

வெப்பத்தை எங்களால் தாங்க முடியவில்லை. ஊதுபத்திப் புகையால் மூச்சுமுட்டுகிறது. இப்படித்தான் நாங்கள் இந்த இருட்டறையில் காலையிலிருந்து கிடக்கிறோம்!" அங்கு கிடந்த மந்தாரப்பூவும் துளசிப்பூவும் தெச்சிப்பூவும் சோர்ந்த குரலில், "ஆமாம், ஆமாம்!" என்றன.

'இவர்களைவிட நான் அதிர்ஷ்டசாலிதான். இவ்வளவு நேரமாவது என்னால் வாழ முடிந்ததே!' என்று ரோஜா, தன்னைத்தானே சமாதானப்படுத்திக்கொண்டது.

சற்று நேரத்துக்குப் பிறகு அந்த இளம் பெண் அங்கே வந்தாள். ரோஜாவைத் தேர்ந்தெடுத்து தன் சடையில் சூடிக்கொண்டாள். எண்ணெய்ப் பளபளப்புடைய ரோமங்கள் தன் முகத்தில் வந்து படிந்தபோது ரோஜாப்பூவுக்குக் குமட்டலெடுத்தது. "என்ன செய்வது? சகித்துக்கொள்வதைத் தவிர வேறு என்ன வழி இருக்கிறது?" என்று அது புலம்பியது.

இளம் பெண் அழகாக உடையணிந்து வாசலுக்கு வந்தாள். அந்த நேரத்தில் தன் கூட்டுக்குச் சென்றுகொண்டிருந்த ஒரு வண்டு, ரோஜாவைப் பார்த்துவிட்டது.

"நீ இதுவரை எங்கிருந்தாய்? நான் உன்னை எங்கெல்லாம் தேடினேன் தெரியுமா?" ரோஜாவை மென்மையாக முகர்ந்து கொண்டு வண்டு கேட்டது.

ரோஜா பதிலொன்றும் சொல்லாமல் அழுதது.

"ச்சூ! வண்டு!" இளம் பெண் தன் சடையிலிருந்து வண்டைத் துரத்தினாள்.

இளம் பெண்ணின் சடையில் அமர்ந்தபடியே ரோஜா சவாரி செய்தது. அது பல காட்சிகளைப் பார்த்தது. தெருக்களில் பெரிய பெரிய வாகனங்கள் ஓடிக்கொண்டிருந்தன. மக்கள் கூட்டம் நிறைந்த அந்தத் தெருக்கள் வழியே இளம் பெண் சென்றாள். ரோஜா வியப்பால் கண்கள் மலர சுற்றிலும் பார்த்தது.

"வேதனை நிறைந்ததுதான் என்றாலும் இந்த உலகம் எவ்வளவு அற்புதமானது!" என்று ரோஜா சிந்தித்தது.

இளம் பெண், கூட்டத்தில் முண்டியடித்துக்கொண்டு ஒரு பேருந்துக்குள் நுழைந்தாள். அந்த நெரிசலில் ரோஜா வெளியே சாலையில் விழுந்துவிட்டது! அது அதிர்ச்சியால் அப்படியே உறைந்துவிட்டது. அந்த அதிர்ச்சி விலகுவதற்கு முன்பே, யாருடைய பருத்த பாதங்களோ அதை மிதித்து நசுக்கிவிட்டன.

அஸ்தமித்துக்கொண்டிருந்த சூரியன் ஒரு நொடி நின்று, அந்த நசுங்கிய சவத்தைப் பார்த்து முணுமுணுத்தது: "பாவம் இந்த ரோஜாப்பூ!"

மிகவும் தாமதமாகிவிட்டதால், அவசரமாகத் தன் கூட்டுக்குப் பறந்து சென்றுகொண்டிருந்த பச்சைக்கிளியும் சொன்னது: "பாவம்!"

நதிக்கரை வீடு

நதியில் கோயில் படித்துறைக்குப் பக்கத்தில், நீண்ட காலமாகப் பூட்டிக் கிடக்கும் ஒரு வீடு இருக்கிறது. அது ஒரு காலத்தில் பெரிய முதலாளியின் வீடாக இருந்ததாம்.

ஒரு நாள் திருடர்கள் வந்து, முதலாளியையும் அவர் மனைவியையும் கொன்றுவிட்டு வீட்டைக் கொள்ளையடித்துச் சென்றார்களாம். அதன் பிறகு அந்த வீட்டுக்கு உரிமையாளர்கள் யாரும் இல்லாதுபோய் விட்டார்கள். பேய் பிசாசுகள் இருக்கும் என்று அங்கே யாரும் வசிக்கவும் இல்லை. சுற்றிலும் உயரமான கற்சுவர் எழுப்பப்பட்ட அந்த வீட்டு வளாகம், இப்போது காடுபிடித்து பகல் வெளிச்சம்கூட படாமல் இருளடைந்து கிடக்கிறது. துளசியும் செம்பருத்தியும் தெச்சியும் பூத்துக் குலுங்கிய அந்த வாசல் முழுதும் இப்போது புல் அடர்ந்து வளர்ந்திருக்கிறது. வளாகத்தைக் கடந்து வீட்டுக்குள் எட்டிப் பார்க்கக்கூட யாருக்கும் தைரியம் இல்லை.

குளிப்பதற்காக நதிக்கரைக்கு வந்தபோதுதான் பிரபாகரன் முதன்முதலாக அந்த வீட்டைப் பார்த்தான். பிரபாகரன் இந்த ஊர்க்காரன் அல்ல. கோழிக்கோட்டில் பிறந்து அங்குதான் பன்னிரண்டு வயதுவரை வளர்ந்திருக்கிறான். அவன் பள்ளிக்கு கோடை விடுமுறை விட்டுவிட்டார்கள். அதனால், இரண்டு

மாதகாலம் தன் மாமாவுடன் இருக்கலாம் என்று இந்த கிராமத்துக்கு வந்திருக்கிறான். பேய் பிசாசுகள் மீது அவனுக்குப் பெரிய நம்பிக்கை ஒன்றுமில்லை. அந்த முதலாளி வீட்டைப் பற்றி அவன் கேள்விப்பட்டான். அப்போது, அங்கே சென்று பார்க்க வேண்டும் என்று அவனுக்கு ஆசை ஏற்பட்டது. 'அங்கே பேய் பிசாசு இருக்கிறதா என்று பார்த்துவிடலாமே' என்று நினைத்தான் அவன்.

ஏதும் வீரதீரமான காரியங்கள் செய்ய வேண்டும் எனும் பிரபாகரனின் மோகம், மாமா மகன் மாதவனுக்கு சற்றும் பிடிக்கவில்லை. இவனுக்கும் பேய் பிசாசுகள் மீது பயம் இல்லை. ஆயினும் அவன் பிரபாகரனிடம் சொன்னான்: "தேவையற்ற விஷயங்களில் ஏன் தலையிட வேண்டும்? முதலாளி வீட்டின் இப்போதைய உரிமையாளர், அந்த வீட்டு வளாகத்திலிருக்கும் தென்னை மரங்களிலிருந்து தேங்காய் பறிப்பதுமில்லை. மாமரங்களிலிருந்து மாங்காய் பறிப்பதும் இல்லை. அந்தப் பழங்களையெல்லாம் காகங்களும் அணில்களும் தின்பதுதான் வழக்கம். திருடர்கள்கூட செல்லத் தயங்குகிற, அசிங்கம் பிடித்த அந்த வளாகத்துக்கு நாம் எதற்குப் போக வேண்டும்? ஆனால், நீ கட்டாயமாக அங்கே செல்ல வேண்டும் என்றால், துணைக்கு ஆள்

இல்லாமல் சிரமப்பட வேண்டாம். நான் பயந்து பின்வாங்க மாட்டேன். நான் உன்னுடன் வருகிறேன்.''

பிரபாகரனுக்கு மற்றொரு உதவியாளனும் கிடைத்தான் – மாதவனின் நண்பன் ரமேஷ். ஊரில் மிகப் பெரிய குறும்புக்காரன்தான் இந்த ரமேஷ். யாருக்கும் எதற்கும் பயப்பட மாட்டான். எந்த மரத்தின் மேலே ஏறவும் எந்தக் கிணற்றின் உள்ளே இறங்கவும் அவன் எப்போதும் தயாராக இருப்பான். புதிது புதிதாக என்னென்ன குறும்புகள் செய்யலாம் என்றுதான் அவன் எப்போதும் யோசித்துக்கொண்டிருப்பான். பெரிய குறும்புக்காரனாக இருந்தாலும் நல்ல அறிவுள்ளவன். நன்றாகப் படிப்பான். சிந்திக்கக்கூடியவனும் அமைதியான குணம் கொண்டவனுமாகிய மாதவனிடம் அவன் நெருங்கியதற்குக் காரணமே, படிப்பின் மீதுள்ள ஆர்வம்தான்.

ஆனால், ஒரு சிக்கல். ரமேஷுக்கு ஒரு தங்கை இருக்கிறாள் – ரஞ்சனி. அவளுக்கு ஐந்து வயதுதான் ஆகிறது. அவள் ஒரு நொடிகூட தன் அண்ணனைப் பிரிந்து இருக்க மாட்டாள். அண்ணன் மரத்தின் மேலே ஏறுகிறான் என்றால், ரஞ்சனி நிச்சயம் கீழே இருப்பாள். இந்த சாகசப் பயணத்துக்குச் செல்லும்போது அவளை எப்படி அழைத்துச் செல்வது? அவள் பயந்து அழாதிருப்பாளா? ஆனால், அவள் இல்லாமல், ரமேஷால் வீட்டை விட்டு வெளியே வர முடியாது. ஒட்டுப்புல்லைப்போல பற்றிக்கொள்கிற சிறுமி அவள். என்ன வந்தாலும் வரட்டும். அவளையும் அழைத்துக்கொண்டுதான் போக வேண்டும். அவள் அழுதால் என்ன செய்வது? ஓ! அப்போதைய சூழலுக்கு ஏற்றதுபோல ஏதாவது செய்துகொள்ளலாம்.

மாதவனின் தங்கை தேவகி, பார்த்தால் பொம்மை போலவே இருப்பாள் என்றாலும் திறமையானவள். பையன்கள் இவ்வளவு ஆயத்தம் செய்து புறப்படுவதைப் பார்த்தபோது, அவளால் பொறுத்துக்கொள்ள முடியவில்லை. அவளும், ''நானும் வருகிறேன்'' என்றாள். ஆனால், பையன்கள் அவள் வேண்டுகோளைப் புறக்கணித்துவிட்டார்கள். பையன்களுக்கே தைரியம் போதாத ஒரு பெரிய காரியம் இது. இதில் சிறுமிகளுக்கு என்ன வேலை? ரஞ்சனி மட்டும் வரலாமா என்று கேட்டால், ''ரஞ்சனியை ஒரு சிறுமியாக

கணக்கிலெடுக்க வேண்டாம். ரமேஷின் ஒரு பகுதியாகப் பார்த்தால் போதும்" என்று பதில் சொன்னார்கள் பையன்கள்.

தேவகிக்கு இது பிடிக்கவில்லை. இங்கே இருக்கும் பையன்களைவிடவும் தான்தான் தைரியசாலி என்று நிரூபிக்க அவள் பல கதைகள் சொன்னாள். அவள் மாதவனிடம் பேசினாள்:

"நம் வீட்டுப் பசு லட்சுமி இருக்கிறதே, அது உன்னை முட்டுவதற்கு ஓடி வந்தபோது பின்னிருந்து கயிற்றைப் பிடித்து இழுத்து நிறுத்தியது யார்? நான்தானே? நம் நாய் ஜிம்மியின் கழுத்தில் இருக்கும் பெல்ட்டைக் கழற்றும் துணிச்சல் அப்பாவுக்கும் எனக்கும் மட்டும்தான் இருக்கிறது. நீ ஒரு நாள், 'இன்று ஜிம்மியின் பெல்ட்டை நான் கழற்றுகிறேன்' என்று ஓடினாய் அல்லவா. அப்போது ஜிம்மி குரைத்துக்கொண்டு உன் மீது தாவியதா இல்லையா? அப்போது நீ அலறிக்கொண்டு ஓடியதை எல்லோரும் பார்த்தார்களே!"

ஆனால் தேவகியின் இந்த வாதங்கள் ஒன்றும் எடுபடவில்லை. பையன்கள் எல்லோரும் அதைக் கேட்டு சிரித்துக்கொண்டு இருந்தார்கள், அவ்வளவுதான்.

கடைசியில் தேவகி அச்சுறுத்தினாள்: "என்னை நீங்கள் சேர்த்துக்கொள்ளவில்லை என்றால், நான் இந்த ரகசியத்தை அப்பாவிடமும் அம்மாவிடமும் சொல்லிவிடுவேன்!"

மாதவன் யோசித்தான்: 'மனிதர்களின் காலடி படாத அந்த வீட்டுத் தோட்டத்துக்குப் போக அப்பா சம்மதிக்க மாட்டார். இந்த குறும்புத்தனமான காரியத்தைத் திட்டமிட்ட பிரபாகரனை உடனே கோழிக்கோட்டுக்கு அனுப்பிவிடுவார். அப்படித்தான் நடக்கும்.'

தேவகியின் அச்சுறுத்தல் பலித்தது. பெரியவர்களிடம் இந்த விஷயத்தைச் சொல்வது யாருக்கும் பிடிக்கவில்லை. சிறுவர்கள் என்ன செய்தாலும் பெரியவர்கள் அதில் தவறு கண்டுபிடிக்காமல் இருக்க மாட்டார்கள். யாருக்கும் எந்த தொந்தரவும் ஏற்படாத ஒரு செயல் இது. இருந்தாலும் அவர்கள் சம்மதிக்க மாட்டார்கள். என்ன

வேண்டுமானாலும் நடக்கட்டும். தேவகியும் வரட்டும். அவள் பயந்தால் அது அவள் விஷயம்! சொல்வதைக் கேட்கவில்லை என்றால் பிறகு என்ன செய்வது?

அடுத்ததாக, மர்ம வீட்டின் தோட்டத்துக்குச் செல்லும்போது என்னென்ன ஆயுதங்கள் எடுத்துச் செல்ல வேண்டும் என்று யோசித்தார்கள்.

“ஒரு பெரிய தடி எடுத்துச் செல்லலாம். பேயாக இருந்தாலும் பிசாசாக இருந்தாலும் அந்த தடியால் ஒரு அடி அடித்தால் அப்படியே மயங்கி விழுந்துவிடும்!” என்று ரமேஷ் சொன்னான்.

பிரபாகரன் சொன்னான்: “துப்பாக்கிதான் வேண்டும். ஆங்கிலத் திரைப்படங்களில் எல்லாம் பிள்ளைகளின் கையில்கூட எப்போதும் துப்பாக்கி இருக்கும். அது விளையாட்டுத் துப்பாக்கி அல்ல. உண்மையான துப்பாக்கிதான். ஆனால், அது சிறிய துப்பாக்கியாக இருக்கும், அவ்வளவுதான். அதனால் என்ன, அந்த துப்பாக்கியால் சுட்டால் எதிராளி செத்து விழுந்துவிடுவான். பிடிக்காத விஷயங்களைச் சொல்கிற ஆட்களை எல்லாம் அவர்கள் ‘டப் டப்!’ என்று சுட்டுவிடுவார்கள். ஆனால், அதையெல்லாம் சொல்லி என்ன ஆகப்போகிறது? இங்கே அதற்கான வசதி ஒன்றுமில்லையே. மாதவனின் விளையாட்டுத் துப்பாக்கியை எடுத்துக்கொள்ளலாம். இது உண்மையான துப்பாக்கிதான் என்று பேய் நினைக்க வாய்ப்பிருக்கிறது. பேய்களுக்கு துப்பாக்கிகளைப் பற்றி அவ்வளவு விவரம் தெரிந்திருக்கும் என்று சொல்ல முடியாது அல்லவா?”

“கத்தி எடுத்துக்கொள்வதுதான் நல்லது” என்று மாதவன் சொன்னான். அவன் வெளியே சொல்லவில்லை என்றாலும் மனதில் இப்படி நினைத்துக்கொண்டான்: ‘கையில் இரும்பு இருந்தால் பேய் பிசாசுகள் நெருங்காது. நல்ல இரும்புக் கத்தியே எடுத்துக்கொள்ளலாம்.’

தேவகி சொன்னாள்: “கண்ணாடி எடுத்துக்கொள்வதுதான் நல்லது. பேய் வரும்போது அதன் எதிரில் கண்ணாடியைக் காட்டினால் போதும் என்றும் அது தன் பயங்கரமான உருவத்தைக் கண்ணாடியில் பார்த்து பயந்து ஓடிவிடும் என்றும் என் தோழி எனக்கு சொல்லிக் கொடுத்திருக்கிறாள்!”

ரஞ்சனி மட்டும் எதுவும் சொல்லாமல் விரல் கடித்துக்கொண்டு அண்ணன் மீது சாய்ந்து நின்றிருந்தாள்.

அடுத்ததாக, எந்த நாள் போவது என்பது குறித்து ஆலோசித்தார்கள். "செவ்வாய்க்கிழமையும் வெள்ளிக்கிழமையும் ஞாயிற்றுக்கிழமையும் போக வேண்டாம்" என்று மாதவன் உறுதியாகச் சொன்னான். 'பேய் பிசாசுகள் இல்லை என்பது உண்மைதான். ஆனால், செவ்வாய், வெள்ளி, ஞாயிற்றுக்கிழமைகளில் அவற்றின் சக்தி அதிகரிக்கும்' என்பதுதான் அவன் எண்ணம்.

திங்கட்கிழமை ரமேஷுக்கு வசதிப்படாது. அன்று அவன் பெரிய மாமாவின் பிறந்த நாள். அடுத்த புதன்கிழமை போகலாம் என்று அவர்கள் முடிவு செய்தார்கள்.

பிசாசுகளைத் தேடிப் போவதற்கு ஏற்ற நேரம் இரவு நேரம்தான். ஆனால், இரவு நேரத்தில் செல்வதில் பல சிக்கல்கள் இருக்கின்றன. வீட்டில் உள்ளவர்களுக்குத் தெரியாமல் இரவு நேரத்தில் வெளியே செல்ல முடியாது. அப்புறம், இருட்டில் செல்வதற்கு விளக்குகள் வேண்டாமா? அவற்றையெல்லாம் சேகரிப்பது சிரமம்.

புதன்கிழமை மதிய உணவுக்குப் பிறகு மெதுவாக வெளியே புறப்படலாம். அப்போது எல்லோரும் தூங்கிக்கொண்டிருப்பார்கள். நதிக்கரையிலும் யாரும் இருக்க மாட்டார்கள். யாருக்கும் தெரியாமல் மர்ம வீட்டின் தோட்டத்தில் நுழைவது சிரமமாக இருக்காது. அந்த தோட்டத்தில் இரவும் பகலும் ஒன்றுபோலத்தானே இருக்கும்!

அப்போதுதான் பிரபாகரனுக்கு நினைவு வந்தது: "நாம் பகல் நேரத்தில்தான் செல்கிறோம் என்றாலும் கையில் விளக்கு இருப்பது நல்லது. மர்ம வீட்டின் சன்னல்கள் எல்லாம் மூடியிருக்கின்றன அல்லவா? அவற்றைத் திறப்பதற்கேனும் வெளிச்சம் வேண்டாமா?"

வீட்டில் இருக்கும் டார்ச்லைட்டில் பேட்டரி தீர்ந்துவிட்டது என்றும் ஒரு தீப்பெட்டி போதுமென்றால் கொண்டு வருகிறேன் என்றும் மாதவன் சொன்னான். வேறு வழி இல்லாததால் பிரபாகரன் சம்மதித்தான்.

□

வரலாற்றுப் புகழ் பெற்ற அந்த புதன் கிழமையும் விடிந்தது. பிரபாகரனுக்கும் ரமேஷுக்கும் தாங்க முடியாத பரபரப்பும் உற்சாகமுமாக இருந்தது. மாதவனுக்குக் கொஞ்சம் பயம். ஏன் இன்னும் மதியப்பொழுதாகவில்லை என்று தேவகி பொறுமையற்றுத் தவித்தாள். குறைந்தபட்சம் அவள் நூறுமுறையாவது கடிகாரத்தைப் பார்த்திருப்பாள். அவள் அம்மா, சமையலறையில் வேலை செய்தவாறே தேவகியைத் திட்டினார்கள்:

"இவளுக்கு என்ன ஆயிற்று என்று தெரியவில்லையே? பைத்தியம் ஏதாவது பிடித்துவிட்டதா? ஏன் இப்படி சாப்பாட்டுக்குப் பறந்துகொண்டிருக்கிறாய்?"

மாதவனின் பயத்தையும் பிரபாகரனின் உற்சாகத்தையும் தேவகியின் அவசரத்தையும் பொருட்படுத்தாமல் சூரியன் தன் நியதிப்படி நீங்கிக்கொண்டிருந்தது. மதியப்பொழுதானது. மாதவனின் வீட்டில் சிறியவர்கள் சாப்பிட்டு முடித்தார்கள். பெரியவர்கள் சாப்பிட அமர்ந்தார்கள். ரமேஷும் ரஞ்சனியும் திண்ணைக்கு வந்தார்கள்.

பிரபாகரன் அப்பாவியாக மாமாவிடம் கேட்டான்: "மாமா, நாங்கள் நதிக்கரைக்குப் போய் விளையாடட்டுமா?"

"வேண்டாம், பிரபாகரா. குளிர்ந்த காற்று வீசுகிறது. மழை வரும்போலிருக்கிறது. இங்கே விளையாடினால் போதாதா?"

"பரவாயில்லை, மாமா. மழை வந்தால் நாங்கள் ஓடி வந்துவிடுகிறோம். வீட்டுக்குள் என்ன விளையாட்டு விளையாட முடியும்?"

"அப்படியென்றால் சரி." செல்லமான மருமகனின் வேண்டுகோளைத் தட்ட மாமனுக்கு மனமில்லை. அவர் சொன்னார்: "இதோ பாருங்கள் பிள்ளைகளே, நீங்கள் நதியில் இறங்கி விளையாடாதீர்கள்! மழை நேரத்தில் சில சமயம் நதியில் வெள்ளம் வரும். தேவகிக்கு அந்தளவு நீந்தத் தெரியாது. கவனமாக இருக்க வேண்டும்!"

கவனமாக இருக்கிறோம் என்று எல்லோரும் உறுதி கொடுத்தார்கள். நதியில் இறங்குவதற்கு அவர்கள் திட்டமிடவில்லையே. பிறகு உறுதியளிப்பதில் என்ன தயக்கம்?

பொம்மைத் துப்பாக்கியைப்

பிடித்துக்கொண்டு பிரபாகரன் முன்னால் நடந்தான். தங்கள் தங்கள் ஆயுதங்களுடன் மற்றவர்கள் பின்னால் சென்றார்கள்.

நதி நீர் சற்று கலங்கலாக இருந்தது. "அப்பா சொன்னதுபோல நதியில் வெள்ளம் வருகிறது போலிருக்கிறது!" என்று மாதவன் சொன்னான்.

அவர்கள் எதிர்பார்த்ததுபோலவே நதிகரையில் யாருமில்லை. யாருமில்லை என்று சொல்ல முடியாது. தெற்கு வீட்டு நாராயணன் மட்டும் நதியில் நீந்திக்கொண்டிருக்கிறான். அவன் மன வளர்ச்சி குன்றியவன். அவனால் பேச முடியாது, காது கேட்காது. அவனை ஒரு ஆள் என்று சொல்ல முடியுமா?

அந்த மர்ம வீட்டின் வளாகப் படியில் கால் வைத்ததுமே, தைரியசாலியான பிரபாகரனின் இதயம் சற்று நடுங்கியது. அவன் படி கடந்து முன்னால் நடந்தான். வாசல் முழுதும் தொட்டாற்சிணுங்கி முட்கள் பரவியிருந்தன. உயர உயரமாக வளர்ந்திருந்த புதர்க்காடுகளை வெட்டி வழி செய்தால்தான் முன்னே நடக்க முடியும். மாதவனின் கத்தி பெரிதும் பயன்பட்டது. அவர்கள் ஒருவிதமாக, வீட்டுக்குள் நுழையும் படிகளை நெருங்கினார்கள்.

பிரபாகரன் நின்றவுடன் எல்லோரும் நின்றார்கள். செவிகூர்ந்து கிரகித்தார்கள். எங்கிருந்தும் எந்த ஓசையும் கேட்கவில்லை.

தரையில் ஊசி விழுந்தால்கூட கேட்குமளவு அமைதி நிலவியது. மிக அதிகமான மரங்களும் செடிகளும் புதர்களும் உள்ள ஒரு தோட்டம் இவ்வளவு அமைதியாக இருப்பது மாதவனுக்கு மிகவும் வித்தியாசமாகத் தோன்றியது. ஒரு அணிலோ, குருவியோகூடக் கத்தவில்லை.

படிகளின் மேலே சாய்ந்திருக்கும் கிளைகளோடுகூடிய பவளமல்லி மரத்தின் மீது ஒரு காகம் அமர்ந்திருப்பதை தேவகி அப்போதுதான் கண்டுபிடித்தாள். அவள் சுட்டிக்காட்டினாள். எல்லோரும் பார்த்தார்கள். கன்னங்கரேல் என்றிருக்கும் ஒரு பெரிய காகம் அவர்களை உற்றுப் பார்த்துக்கொண்டிருந்தது. தேவகிக்கும் மாதவனுக்கும் பயமாக இருந்தது. ரமேஷும் பயந்தான்.

பிரபாகரன்? அவனுக்கும் பயமாக இருந்தது. இந்த சாகசச் செயலிலிருந்து பின்வாங்கினால் என்ன என்றுகூட அவன் ஒரு நொடி யோசித்துவிட்டான். ஆனால், வெறும் ஒரு காகத்தைப் பார்த்துப் பயந்துவிட்டான் என்று எல்லோரும் கேலி செய்வார்களே? அவன் உரக்க, "சூ! காக்கா!" என்று சொல்லி கைவீசினான்.

நெடுங்காலமாக காலியாகக் கிடந்த அந்த வீடும் இடமும் மனிதக் குரலைக் கேட்டு திடுக்கிட்டிருக்க வேண்டும். எங்கிருந்தோ, "சூ! காக்கா!" "சூ! காக்கா!" என்ற பெரிய எதிரொலி வந்து சுற்றிலும் அலையடித்தது. எல்லோரும் நடுங்கிவிட்டார்கள். ரஞ்சனி பயந்துபோய் அழக்கூட தைரியம் இல்லாமல், ரமேஷின் தோளில் முகத்தை மறைத்து கண்களை இறுக மூடிக்கொண்டாள்.

"பட பட" என்று சிறகடித்துக்கொண்டு காகம் பறந்து போனது. நாற்புறமும் இருக்கும் பல மரங்களிலிருந்து பல பறவைகள் சிறகடித்துப் பறக்கத் தொடங்கின. அவற்றின் எதிரொலிகள் எல்லாம் சேர்ந்து, ஆயிரம் பறவைகள் ஒன்றாகச் சிறகடிப்பதுபோலத் தோன்றியது.

திடீரென்று அந்த ஓசைகளெல்லாம் அடங்கின. பறவைகள் இறக்கைகளை மடக்கிக்கொண்டு மீண்டும் அமைதியடைந்திருக்க வேண்டும். முன்புபோல அமைதி நிலவியது.

பிரபாகரன் உள்ளே ஏறினான். அந்தப் பெரிய வீட்டின் முன்புறத்தில் விசாலமான திண்ணை கட்டப்பட்டிருந்தது.

திண்ணையிலிருந்து வீட்டுக்குள் செல்வதற்கான பெரிய கதவு பித்தளை விளிம்பிடப்பட்டிருந்தது. அது பாதி திறந்திருந்தது. அங்கே ஒட்டடையும் குளவிக்கூடுகளும் மண்ணும் தூசியும் நிறைந்திருக்காவிட்டால், அங்கே யாரோ வசிக்கிறார்கள் என்றுதான் தோன்றும்.

பிரபாகரன் தைரியத்துடன் உள்ளே நுழைந்தான். உள்ளே ஒரு சரவிளக்கு தொங்கவிடப்பட்டிருந்தது. காற்று இல்லையென்றாலும் இது மட்டும் ஏன் இப்படி ஆடிக்கொண்டிருக்கிறது என்று மாதவனுக்கு சந்தேகமாக இருந்தது. தரையில் ஒரு குடம் கவிழ்த்து வைக்கப்பட்டிருந்தது. ரமேஷ் குனிந்து அந்தக் குடத்தை எடுத்தான். திடீரென்று குடத்தின் வாய்ப் பகுதியிலிருந்து ஒரு தவளை, வாசலை நோக்கிப் பாய்ந்தது. ரமேஷ் அதிர்ச்சியடைந்தான். குடம் அவன் கையிலிருந்து தரையில் விழுந்து பேரோசை எழுப்பியது. எல்லோரும் “ஐயோ!” என்று கத்தினார்கள்.

அப்போது, உள்ளே எங்கிருந்தோ ஒரு குரல் “யார் அது?” என்று கேட்பதுபோல தேவகிக்குத் தோன்றியது. அவள் மாதவனின் கையைப் பிடித்து மெதுவாகச் சொன்னாள்: “உனக்குக் காதில் விழுந்ததா, அண்ணா? ‘யார் அது’ என்று யாரோ கேட்டார்கள்!” எல்லோரும் கவனித்தார்கள். எந்த ஓசையும் கேட்கவில்லை. மாதவனுக்கு வயிற்றைக் கலக்கியது. ‘மற்ற யாருக்கும் கேட்கவில்லை என்றாலும் தேவகி அந்தக் குரலைக் கேட்டிருக்கிறாள். அப்படியென்றால் ஏதோ நடக்கப்போகிறது என்று அர்த்தம்!’ அவன் உடலிலிருந்து வியர்வைத் துளிகள் சொட்டின. வாய் வறண்டுபோனது. அவன் பிரபாகரனின் தோளில் கை வைத்து மெதுவாகச் சொன்னான்: “போதும், பிரபாகரா. நாம் திரும்பிவிடலாம்.”

ஆனால், பிரபாகரனின் பயமெல்லாம் போய்விட்டிருந்தது. வீட்டுக்குள் நுழைந்து இவ்வளவு நேரமான பிறகும் ஒரு பேயையும் காணவில்லையே. குடம் விழுந்த ஓசை கேட்டும் வீட்டுக்குள் எந்த அசைவும் ஏற்படவில்லை. மாதவனின் கையைத் தட்டிவிட்டு அவன் முன்னே நடந்தான். ரமேஷும் உடன் வந்தான். பின்னால் மாதவனும் தேவகியும் கைகோர்த்து மெல்ல மெல்ல நடந்தார்கள். தேவகிக்கு பெரிய பயம் இருந்தாலும் அதைவிட அதிகமான

ஆர்வம் இருந்தது. மாதவனுக்கோ, பயத்தால் மயக்கமே வந்துவிடும்போலிருந்தது. பின்னால் திரும்பி ஓடக்கூட அவனுக்குத் தைரியம் இல்லை. கிடுகிடுவென்று நடுங்கிக்கொண்டு அவன் அவர்களுடன் நடந்தான்.

அவர்கள், வளைவாக மேலே செல்லும் மாடிப் படிகளில் கால் வைத்தார்கள். அப்போது, மேற்தளத்தைப் பற்றிக்கொண்டு தலைகீழாகத் தொங்கிக்கொண்டிருந்த நிறைய வௌவால்கள் "படபட" வென்ற சத்தத்துடன் எல்லா திசைகளிலும் பறந்து சென்றன. அதைப் பார்த்து, ரமேஷின் இடுப்பில் உட்கார்ந்து அவனை இறுக்கமாகப் பிடித்துக்கொண்டிருந்த ரஞ்சனி, "நாம் வீட்டுக்குப் போகலாம்..." என்று சொல்லி உரக்க அழுதாள். அவள் அழுகையின் எதிரொலி வீடு முழுவதும் கேட்டது.

அப்போது மாடியில், சீராகக் காலடிகள் வைத்து யாரோ நடக்கும் சத்தம் கேட்டதாக தேவகிக்குத் தோன்றியது. "இஸ்! அதோ, சத்தம் கேட்கிறது. யாரோ மாடியில் நடக்கிறார்கள்!" என்று அவள் சொன்னாள். எல்லோரும் செவிகூர்ந்து கேட்டார்கள்.

இந்த முறை தேவகிக்கு கேட்டது உண்மையான ஓசைதான். மேலே யாரோ நடக்கிறார்கள் என்று பிரபாகரனுக்கும் ரமேஷுக்கும் புரிந்தது.

காலடிகளின் ஓசை மெல்ல மெல்ல அவர்களை நெருங்கியது. பிள்ளைகள் அசையக்கூட முடியாமல் அப்படியே உறைந்துபோய் நின்றார்கள். அந்த கண்ணுக்குத் தெரியாத பாதங்கள் மரப் படிகளை மிதித்தன. மந்தமாக ஓசை எழுப்பிக்கொண்டு இறங்கி இறங்கி வந்தன. மாடிப் படிகளின் வளைவுக்கு அந்தப் பக்கமிருந்து அந்தக் கால்கள் தங்களை நோக்கித்தான் வருகின்றன என்று மாதவன் புரிந்துகொண்டான். அவன் உரக்கக் கத்திக்கொண்டு திரும்பி ஓடினான். அவனுடன் எல்லோரும் ஓடினார்கள். அப்போது பின்புறத்திலிருந்து ஒரு சத்தம் கேட்டது: "மியாவ்!"

முதலில் ஓடிய மாதவனும் மற்றவர்களும் நின்று திரும்பிப் பார்த்தார்கள். ஒரு வெண்ணிற குண்டுப் பூனை! அது மாடியில் நன்றாகத் தூங்கிவிட்டு அப்போதுதான் எழுந்து வருவதுபோலிருந்தது. அந்தப் பூனையின் மென்மையான சிறு

காலடிகள்தான் மரப் படிகளில் இப்படி ஓசையெழுப்பின என்று அவர்களால் நம்ப முடியவில்லை.

"இங்கே, வா! பூனை! இங்கே, வா!" ரஞ்சனி அதை அழைத்தாள். பூனை அதைப் பொருட்படுத்தவில்லை. அது எல்லோரையும் நன்றாக உற்றுப் பார்த்துவிட்டு மெதுவாக நடந்தது. நான்கைந்து அடி நடந்த பிறகு அது திரும்பி நின்றது. "ஏன் என் பின்னால் யாரும் வரவில்லை?" என்று கேட்பதுபோல, "மியாவ்" என்று கத்திவிட்டு மீண்டும் நடந்தது.

"இந்தப் பூனை எங்கே செல்கிறது என்று பார்க்கலாம்" என்றான் ரமேஷ். பிரபாகரனும் அதை ஏற்றுக்கொண்டான். ஆனால், மாதவன் எதிர்த்தான்: "இந்தப் பாழடைந்த வீட்டுக்குள் இன்னும் சுற்றித் திரியவேண்டாம். நாம் போகலாம்."

“இங்கே நாம் பேய் பிசாசு எதையும் இதுவரை பார்க்கவில்லையே, பிறகு ஏன் பயப்படுகிறாய்?” பிரபாகரன் கேட்டான்.

அவர்கள் பூனையின் பின்னால் நடந்து ஒரு அறைக்கு வந்தார்கள். அந்த அறையின் சுவர்கள் மரப் பலகைகளால் அமைக்கப்பட்டிருந்தன. சன்னல் இருந்தாலும் அறைக்குள் வெளிச்சம் குறைவாகவே இருந்தது. அங்கே மூன்று நான்கு பெரிய ஜாடிகள் இருந்தன. ரமேஷ் ஒரு ஜாடியின் மூடியைத் திறந்து பார்த்தான். மிகப் மிகப் பழைய தேங்காய் எண்ணெயின் வாசனை வந்தது.

தரையோடு சேர்ந்து சுவரில், ஒரு ஆள் குனிந்து நுழையக்கூடிய அகலத்தில் ஒரு வழி இருந்தது. அந்த வழி எங்கே செல்கிறது என்று

பார்ப்பதற்காக பிரபாகரன் அருகே சென்றான். ஒன்றும் தெரியவில்லை. கடும் இருட்டாக இருந்தது. அவன் தீக்குச்சி பற்றவைத்துப் பார்த்தான். கீழே இறங்கிச் செல்லும் நிறைய கற்படிகள் தெரிந்தன.

"நிலவறை* என்று நாம் கேள்விப்பட்டிருக்கிறோம் அல்லவா, அதுவாக இருக்கும்போலிருக்கிறது." ரமேஷ் சொன்னான்.

"இந்த நிலவறை எதற்காக?" பிரபாகரன் கேட்டான்.

"ஊறுகாய், புளி, சர்க்கரைபோன்ற பொருட்களை வைப்பதற்காக என்று நினைக்கிறேன். நம் வீட்டிலும் இருந்தது. இரண்டு வருடங்களுக்கு முன்பு வீட்டை இடித்துக் கட்டியபோது நிலவறையையும் இடித்து மாற்றிக் கட்டிவிட்டார்கள்." மாதவனுக்கு சற்று ஆர்வம் ஏற்பட்டதுபோலிருந்தது.

"நாம் இறங்கிப் பார்க்கலாம்!" பிரபாகரன் உற்சாகமடைந்தான்.

"அது வேண்டாம், பிரபா." தேவகிக்கு அந்தக் கருத்து பிடிக்கவில்லை. பேய் பிசாசுகளைவிட அவளுக்கு இருட்டுதான் மிகவும் பயம்.

தேங்காய் எண்ணெய் ஜாடிக்குப் பக்கத்தில் முன்காலை நக்கித் துடைத்துக்கொண்டிருந்த பூனை திடீரென்று நிலவறைக்குள் இறங்கி ஓடியது. பிரபாகரன் தீக்குச்சிகளை ஒவ்வொன்றாகப் பற்றவைத்தவாறு பூனையின் பின்னால் இறங்கினான். அவன் பின்னால் ரமேஷும் ரஞ்சனியும் இறங்கினார்கள். கடைசியில் வேறு வழி இல்லாததால் மாதவனும் அவன் கையைப் பிடித்தவாறு தேவகியும் இறங்கினார்கள்.

பத்துப் பதினைந்து படிகள் இறங்கியபோது சமமான தரை. பிரபாகரன் ஒரு தீக்குச்சி பற்ற வைத்து நாற்புறமும் பார்க்க முற்பட்டபோது ஒரு சம்பவம் ஏற்பட்டது.

---

* "நிலவறை: தரைத் தளத்துக்குக் கீழே, சமையல் பொருட்களையும் மற்றவற்றையும் வைப்பதற்காக ஒரு அறை கட்டுவார்கள். இதுவே நிலவறை. கேரளத்தில் பழைய வீடுகள் இதுபோன்று கட்டப்பட்டிருக்கும். நதிக்கரையில் கட்டப்பட்டிருக்கும் வீடுகளின் நிலவறைச் சுவர்கள் காலப் பழமையால் சிதைந்துபோனால், நதியில் வெள்ளப் பெருக்கு ஏற்படும்போது சிதைவுகள் வழியே நிலவறைக்குள்ளும் தண்ணீர் புகும்.

பூனை ஒரு பெரிய எலியைப் பிடித்துக்கொண்டு அந்தக் கடும் இருட்டில் எங்கிருந்தோ தாவி வந்தது. படிகள் ஏறிக் கடந்து அது ஒரு சில நொடிகளுக்குள் சென்று மறைந்துவிட்டது. ஓடும்போது நிலவறைக் கதவின் மேல் அதன் உடல் பலமாக மோதியது. கதவு வேகமாக வந்து சாத்திக்கொண்டது. யாரோ வேண்டுமென்றே செய்வதைப்போல, கதவுக் கொக்கியில் தாழ்ப்பாள் வந்து விழும் ஓசையை அவர்கள் கேட்டார்கள்.

"ஐயோ! பூனை மோசம் செய்துவிட்டது!" என்று கத்திக்கொண்டே பிரபாகரன் தட்டுத்தடுமாறி படிகள் ஏறி தீக்குச்சி கிழித்துப்பார்த்தான். கதவு வெளிப் பக்கமாக தாழிடப்பட்டுவிட்டது! அவன் இழுத்துப் பார்த்தான். திறக்கவில்லை. அந்தப் பக்கம் எப்படியோ கதவுக் கொக்கியில் தாழ்ப்பாள் வந்து விழுந்து பூட்டியிருக்கிறது! அவர்கள் எல்லோரும் சேர்ந்து கதவைப் பிடித்து இழுத்துப் பார்த்தார்கள். அது தடிமன் குறைவான கதவுதான் என்றாலும், இரும்புப் பட்டைகள் பொருத்தப்பட்டு மிகவும் உறுதியாக இருந்ததால் அவர்களால் திறக்க முடியவில்லை.

அப்போது அவர்கள் எல்லோரும், மிகப் பயங்கரமான ஒரு சிரிப்புச் சத்தத்தைக் கேட்டார்கள். அந்த சிரிப்புச் சத்தம் வீட்டின் மேல் மாடியிலிருந்து புறப்பட்டு, ஆகாயத்தில் அகன்று அகன்று போவதாகத் தோன்றியது. கிடுகிடுவென்று நடுங்கிக்கொண்டு அவர்கள் கற்படிகளின் மீது அமர்ந்திருந்தார்கள்.

□

அப்படி எவ்வளவு நேரம் அமர்ந்திருந்தார்கள் என்று அவர்களுக்கே தெரியாது. கற்படிகளுக்குக் கீழே பயங்கரமான மற்றொரு காட்சியைப் பார்த்தபோதுதான் அவர்களுக்கு சுய நினைவு வந்தது. எண்ணற்ற சிறுசிறு தீப்பந்தங்கள் இருட்டில் அசைகின்றன. ஒரே அளவான நிறைய கொள்ளிக்கட்டைகளை அசைப்பதுபோன்று பிரபாகரனுக்குத் தோன்றியது. எரியும் அந்த கொள்ளிக்கட்டைகளைப் பார்த்து, என்ன செய்வது என்று தெரியாமல் அச்சத்தில் ஸ்தம்பித்து அமர்ந்திருந்தான் அவன்.

அசையும் அந்த தீப்பந்தங்களைப் பார்த்தபோது மாதவனுக்கு, வீட்டில் தேங்காய்கள் போட்டு வைக்கும் சிறு அறை நினைவுக்கு

வந்தது. மறு நாளைக்கான தேங்காய்கள் எடுத்து உரித்து வைக்க, அப்பாவும் அவனும்தான் இரவு நேரத்தில் தேங்காய் அறைக்குச் செல்வார்கள். எண்ணற்ற எலிகள் வசிக்கும் ஒரு இடம்தான் அந்த தேங்காய் அறை. அதற்குள் இதுபோன்ற தீப்பந்தங்களை அவன் தினமும் காண்பான். பேய் பிசாசு அல்ல, எலிகளின் கண்கள்தான் இப்படி இருட்டில் மின்னுகின்றன என்று அவனுக்குத் தெரியும். அந்த நினைவு அவனுக்குச் சற்று தைரியம் அளித்தது.

அவன் பிரபாகரனிடமிருந்து தீப்பெட்டியை வாங்கி, தீக்குச்சி பற்ற வைத்தான். நூற்றுக்கணக்கான எலிகள் நாற்புறமும் ஓடின! தீக்குச்சி அணைந்த பிறகு அவை மீண்டும் பழைய இடத்துக்கு வந்து ஒளிரும் கண்களால் பார்த்துக்கொண்டிருந்தன. பிறகு மெல்ல மெல்ல முன்னால் வந்தன.

நிலவறைக் கதவு அடைபட்டபோது பிரபாகரனின் எல்லா தைரியமும் போய்விட்டது. 'இதிலிருந்து எப்படி வெளியே செல்வது? எங்களாலும் நிச்சயமாகத் திறக்க முடியாது,

தகவல் தெரிந்து யாரும் வந்து திறப்பதற்கும் வாய்ப்பில்லை! நாங்கள் இங்கே வந்திருக்கிறோம் என்று யாருக்குமே தெரியாதே! எங்களை குளத்திலும் நதியிலும்தான் தேடிப்பார்க்க யோசனை வருமே தவிர, இங்கே வந்து தேடிப்பார்க்க வேண்டும் என்று ஒருவரும் நினைக்க வழியில்லை. இங்கேயே கிடந்து பட்டினியால் இறக்க நேரிடும் என்றுதான் தோன்றுகிறது. இங்குள்ள பேய்களுடன் மேலும் ஐந்து குட்டிப் பேய்களும் சேர்ந்துகொள்ளும்.'

அந்த நேரத்தில் ஒரு எலி வந்து அவன் காலில் மெதுவாகக் கடித்தது. அவன் கால்களைப் பட்டென்று இழுத்துக்கொண்டான். அப்போது மூன்று நான்கு எலிகள் வந்து அவன் காலில் கரகரவென்று கடிக்கத் தொடங்கின.

அப்போதுதான் அவனுக்குப் பயங்கரமான ஒரு உண்மை புரிந்தது! நூற்றுக்கணக்கில் இருக்கும் இந்த எலிகள் அவனையும் அவன் நண்பர்களையும் உயிருடன் தின்னப்போகின்றன! அவன் உரக்க அலறினான்.

மாதவன் தீக்குச்சி பற்றவைத்தான். எலிகள் ஓடின. எலிகளை அகற்றுவதற்காக அவன் மீண்டும் மீண்டும் தீக்குச்சிகள் பற்ற வைத்தான். சில நிமிடங்களுக்குள் தீக்குச்சிகள் எல்லாம் தீர்ந்துவிட்டன. கடும் இருட்டு. எலிகள் மீண்டும் நெருங்கி வரத் தொடங்கின!

ரஞ்சனி உரக்க அலறினாள். அவளது அலறல் அந்த அறையில் மீண்டும் மீண்டும் எதிரொலித்தது. அந்த எதிரொலி அவர்கள் அனைவரையும் அச்சுறுத்தியது. தேவகியும் அழத் தொடங்கினாள். இயல்பாகவே எதற்கும் பயப்படாத ரமேஷுக்குக்கூட பயமாக இருந்தது. ரஞ்சனியை மடியில் வைத்துக்கொண்டு அவன் அசைவற்றிருந்தான். அவள் அழுகையை நிறுத்துவதற்கு ஒரு ஆறுதல் வார்த்தைகூட அவனால் சொல்ல முடியவில்லை.

இந்த ஆபத்துக்குக் காரணமான பிரபாகரன் முழங்காலில் தலைவைத்து அமைதியாக அழுதான்.

மீண்டும் மீண்டும் வந்துகொண்டிருக்கும் எலிகளை விரட்ட என்ன செய்வது என்று மாதவன் யோசித்தான். எல்லோரைவிடவும் அவன்தான் பயந்தவன். ஆயினும் சிந்திக்கக்கூடியவன். இப்போது

அழுதுகொண்டிருப்பதால் பயன் இல்லை என்று அவனுக்குத் தெரியும். ‘இங்கிருந்து தப்பிக்க முடியாது என்பது உறுதியாகத் தெரிந்ததுதான். ஆனால், உணவோ உறக்கமோ இல்லாமல் மயங்கி விழும்வரை, எலிகளை எப்படியாவது துரத்தியே ஆக வேண்டும். என்னையும் என் நண்பர்களையும் உயிருடன் தின்பதற்கு அவற்றை அனுமதிக்கக் கூடாது’ என்று நினைத்தான் அவன்.

மாதவன், ரமேஷின் பெரிய தடியை எடுத்து, எலிகள் மீது ஓங்கி அடித்தான். நான்கைந்து எலிகள் மீதாவது அடிபட்டிருக்க வேண்டும். அவையெல்லாம் பின்வாங்கின.

இரண்டு நிமிடத்துக்குள் அவை வேறொரு பக்கமாக வந்து கடிக்க முற்பட்டன. மாதவன் மீண்டும் அடித்தான். அவை மீண்டும் விலகிச் சென்றன; வேறு பக்கத்திலிருந்து வருவதற்காக.

□

திடீரென்று, கற்படிகளின் கீழே உள்ள சமதரையிலிருந்து எண்ணற்ற எலிகள் ஓடி வந்து படியேறத் தொடங்கின. மாதவன் திகைத்துப்போனான். இவ்வளவு அதிகமான எலிகளை இந்த ஒரே ஒரு தடியால் துரத்திவிட முடியுமா?

கீழிருந்து "கள, கள" எனும் சத்தம் கேட்டு மாதவன் பார்த்தான். இருட்டில் ஒன்றும் தெரியவில்லை. தண்ணீரில் குடத்தை முக்குவதுபோன்றிருந்தது அந்த சத்தம். மேலும் மேலும் அதிக எலிகள் மீண்டும் மீண்டும் படிகள் ஏறி ஓடி வருகின்றன! ஆனால், எதனாலோ அந்த எலிகள் அவனையும் அவன் நண்பர்களையும் கடிக்கவில்லை! ஏதோ ஆபத்திலிருந்து தப்பிக்க ஓடுவதுபோன்று அவை தறிகெட்டு ஓடின.

கொஞ்சம் யோசித்த பிறகு, அந்த ஆபத்து என்னவாக இருக்கும் என்று மாதவனுக்குப் புரிந்தது.

'நதியில் வெள்ளம் வந்தால், நதிக்கரையில் இருக்கும் பழைய வீடுகளின் நிலவறைச்சுவர் உடைந்த இடைவெளி வழியே தண்ணீர் உள்ளே புகும்' என்று, அவன் பாட்டி சொன்னது அவனுக்கு நினைவு வந்தது. அதுபோன்ற நேரத்தில், நிலவறையில் இருந்த மிகப் பெரிய மாங்காய் ஊறுகாய் ஜாடியை, கோடையில் தண்ணீர் வற்றியபோது நதியில் கண்டெடுத்த கதையையும், சர்க்கரை எடுப்பதற்காக நிலவறையில் இறங்கிய ஒரு பெண், நதியின் கோயில் படித்துறையில் நீந்திக்கரையேறிய கதையையும் அவன் பலமுறை கேட்டிருக்கிறான். ஆனால், அந்தக் கதைகள் எல்லாம் வெறும் சுவாரஸ்யத்துக்காக சொல்லப்படும் கதைகள் என்று நினைத்தானே தவிர, அவற்றில் சற்றும் உண்மை இருப்பதாக அவனுக்குத் தோன்றவில்லை. ஆனால், இப்போது அவையெல்லாம் உண்மை என்று நம்ப வேண்டியிருக்கிறது.

அவன் மெதுவாகப் படிகளில் இறங்கினான். சமதரையில் கால் வைத்தான். அங்கே ஏறத்தாழ முழங்கால் அளவு தண்ணீர் கிடந்தது. 'எலிகளிடம் கடிபடுவதைவிட தண்ணீரில் இறங்கி நிற்பதுதான் நல்லது. தண்ணீர் அதிகரித்தால் நாங்களெல்லாம் மிதந்து சென்று நதியில் கரையேற நேரலாம். தேவகியும் பிரபாகரனும் நீந்துவதற்கு உதவி செய்ய வேண்டியிருக்கும். ரமேஷ் நன்றாக நீச்சல் தெரிந்தவன்.

அவன் ரஞ்சனியைப் பிடித்துக்கொண்டு எப்படியாவது நீந்தி கரை சேர்ந்துவிடுவான். ஆனால், தண்ணீர் அதிகமாக வரவில்லை என்றால் என்ன செய்வது? ஒன்றிரண்டு மணி நேரத்துக்குள் தண்ணீர் இறங்கிவிட்டால் என்ன செய்வது? அப்போது மீண்டும் எலிகள் வந்து கடிக்கத் தொடங்கும். தண்ணீர் எந்த வழியாக உள்ளே நுழைகிறது என்று தெரிந்துகொள்ள முடிந்தால், அந்த வழியே செல்ல முயற்சிக்கலாம். ஆனால், இந்த இருட்டில் எங்கே செல்வது என்று தெரியவில்லையே!'

"பிரபாகரா, தேவகி, வாருங்கள். இந்த தண்ணீரில் இறங்கி நின்றால் எலிகளின் தொந்தரவு இருக்காது. ரமேஷ், நீயும் இறங்கி வா." மாதவன் சொன்னான். அவன் குரல் நிலவறைக்குள் பயங்கரமாக எதிரொலித்தது.

எல்லோரும் தட்டுத்தடுமாறி இறங்கி தண்ணீரில் நின்றார்கள். யாரும் எதுவும் பேசவில்லை. ஒவ்வொருவரும் தங்களால் முடிந்த

வகையிலெல்லாம் யோசித்துப் பார்த்தார்கள். தப்புவதற்கான வழி மட்டும் யாருக்கும் தெரியவில்லை.

□

மேலே யாரோ நடப்பதுபோன்றும் பேசுவதுபோன்றும் சத்தம் கேட்டது. முதலில் எல்லோரும் அது பேய்களின் ஓசைதான் என்று நினைத்தார்கள். ஆனால், கூர்ந்து கவனித்தபோது, அப்பாவின் குரல் கேட்பதுபோன்று மாதவனுக்குத் தோன்றியது. பிறகு அவன் வேறு எதுவும் யோசிக்கவில்லை, எலிகளை மிதித்துக்கொண்டும் உதைத்து விலக்கிக்கொண்டும் படிகளில் ஏறினான். தன் தடியால் கதவின் மீது ஓங்கி அடித்தான்.

அடுத்த நொடியில் அந்தக் கதவு விரியத் திறந்தது. ஒரு டார்ச் லைட் நிலவறைக்குள் ஒளி வீசியது. பிள்ளைகள் படிகளில் ஓடி ஏறி வெளியே வந்தார்கள். பலவிதமான ஆயுதங்களுடன் இருந்த பத்துப் பதினைந்து ஆட்கள், பிள்ளைகளை வியப்புடன் பார்த்தார்கள். அவர்களிடையே, ரமேஷின் மாமாவும் மாதவனின் அப்பாவும் இருந்தார்கள்.

"நாங்கள் இங்கே இருப்போம் என்று உங்களுக்கு எப்படித் தெரிந்தது?" மாதவன் வெட்கத்துடனும் பயத்துடனும் திக்கித் திணறிக் கேட்டான்.

"நான்கு மணி ஆன பிறகும் உங்களைக் காணாததால் தேடத் தொடங்கினோம். கிணற்றிலும் நதியிலும் எல்லாம் பார்த்தோம். கண்டுபிடிக்க முடியவில்லை. நதியில் வெள்ளம் அதிகமாக இருக்கும் நேரம் என்பதால் எங்களுக்கு மிகவும் பயமாக இருந்தது. நாங்கள் கூட்டமாக பதற்றத்துடன் தேடிக்கொண்டிருப்பதைப் பார்த்தவுடன், செவிட்டூமையான அந்த நாராயணன் இந்த தோட்டத்தைச் சுட்டிக்காட்டி ஏதேதோ கத்தினான். அவன் செய்கைகளை ஆரம்பத்தில் நாங்கள் பொருட்படுத்தவில்லை. ஆயினும் அவன் விடவில்லை. கடைசியில் அவன் காட்டும் ஜாடைகளில் ஏதோ விஷயம் இருக்கிறது என்று எங்களுக்குத் தோன்றியது. மாலை நேரம் நெருங்கிக்கொண்டிருக்கிறது அல்லவா, இங்கே வந்து பார்ப்பதற்கு ஒருவருக்கும் தைரியம் இல்லை.

கடைசியில் நாங்கள், வருவது வரட்டும் என்று ஆயுதங்களுடன் இங்கே வந்துவிட்டோம். இங்குள்ள எல்லா அறைகளிலும் தேடினோம். உங்களைக் கண்டுபிடிக்க முடியவில்லை. கடைசியில்தான் இங்கே வந்தோம். நிலவறை பற்றிய நினைவே எங்களுக்கு இல்லை. நீ தடியால் அடித்து அடையாளம் காட்டவில்லை என்றால், நாங்கள் வந்த வழியிலேயே திரும்பியிருப்போம்.''

அங்கிருந்த பலரிடமிருந்தும் பிள்ளைகள் இந்த விவரங்களைத் தெரிந்துகொண்டார்கள்.

சிறுவர்கள் செய்தது மிகப் பெரிய குறும்புதான். ஆனாலும் அவர்கள் மிகவும் அதிர்ச்சியடைந்து பயந்துகொண்டிருந்ததால் அவர்களை யாரும் திட்டவில்லை. எந்தப் பிரச்சினையும் இல்லாமல் அவர்கள் திரும்பக் கிடைத்துவிட்டதில் எல்லோருக்கும் மகிழ்ச்சி.

அவர்கள் எல்லோரும் வெளியேறி வாசலுக்கு வந்தார்கள். அப்போது, தவிட்டு நிறத்தில் ஒரு பெரிய பறவை பயங்கரமான ஓசையுடன் கத்தியபடி அவர்களுக்கு முன்னால் பறந்து சென்றது. அது கத்தியது, யாரோ குபீரென்று சிரிப்பதுபோன்றிருந்தது.

தாங்கள் நிலவறைக்குள் மாட்டிக்கொண்டபோது கேட்ட சிரிப்புச் சத்தம் இந்தப் பறவையின் குரல்தான் என்று சிறுவர்களுக்குப் புரிந்தது.

மாதவனின் அப்பா சொன்னார்: ''இந்த வீட்டில் பேய் பிசாசு எதுவும் இல்லை என்று இப்போது நிரூபிக்கப்பட்டுவிட்டது. இனி இந்த தோட்டத்தின் விளைபொருட்களைப் பயன்படுத்தவும் இந்த வீட்டில் வசிக்கவும் ஆட்கள் முன்வருவார்கள். குழந்தைகளின் சாகசப் பயணத்தால் இப்படி ஒரு நன்மை நடந்திருக்கிறது.''

'எவ்வளவு நன்மை ஏற்பட்டாலும் சரி. இனி இப்படிப்பட்ட வேலைகளில் ஈடுபடுவதில்லை' என்று பிரபாகரன் உறுதிகொண்டான். எலிகள் மனிதர்களை உயிருடன் தின்னும் என்று அறிந்தபோது ஏற்பட்ட பயத்தை எந்தக் காலத்திலும் மறக்க முடியாது என்று அவனுக்குத் தோன்றியது.

●

நீலாவின் கதை

தனக்கு 'நீலா' என்று பெயர் வைத்தது யார் என்று நீலாவுக்கே தெரியாது. அவளது தங்கம்போன்ற அழகான பட்டு உடலை உருவாக்கியவர், ஜப்பானிய பொம்மைத் தொழிற்சாலையின் பணியாளர் ஒருவர். யார் என்றே தெரியாத அவர் இந்தப் பெயரை வைத்திருக்க வாய்ப்பில்லை. ஒரு அமெரிக்க இளம் பெண்தான், மெல்லிய நைலான் நூல்களைச் சேர்த்து அவளுக்கு தலைமுடியை உருவாக்கினாள். அவளும் இந்தப் பெயரை வைத்திருக்க முடியாது. 'நீலா' என்பது ஒரு இந்தியப் பெயர் அல்லவா. விலையுயர்ந்த வில்லீஸ் துணியால் அவளுக்கு இளநீல உடை தைத்த கொல்கத்தா தையற்காரரோ, வெண் முத்துக்களால் அவளுக்கு ஆபரணங்கள் செய்த ஒரியச்சிறுமியோ அவளுக்கு இந்தப் பெயர் வைத்திருக்கலாம். சரி, இந்தப் பெயரை யாரோ வைத்திருக்கட்டும், அவளுக்கு நினைவு தெரிந்ததிலிருந்து அவள் பெயர் நீலாதான்.

அந்த பொம்மைக் கடையிலேயே மிகவும் அழகான பொம்மை நீலாதான். தங்க நிறப்பூபோன்று அழகும் பளபளப்பும் கொண்ட மென்மையான உடல். அழகான, விருப்பப்படி கழற்றி இணைக்கக்கூடிய உறுப்புகள். படுத்திருக்கும்போது தானாக மூடிக்கொள்ளவும் எழும்போது விழித்துக்கொள்ளவும் செய்கிற நீல விழிகள், ரோஜாக் கன்னங்கள், செம்பருத்திப்பூப்போன்ற உதடுகள், கொஞ்சம் சப்பை மூக்கு, கரும் பட்டு நூல்போன்ற முடி,

நல்ல பட்டாடை, அழகான மணிமாலை, அதுமட்டுமல்ல, யார் தொந்தரவும் இல்லாமல் அவள் நிம்மதியாக இருப்பதற்கு பச்சை நிறத்தில் ஒரு பிளாஸ்டிக் பெட்டியும். பெட்டி மூடியின் மீது அவள் பெயர் எழுதியிருக்கிறது – நீலா.

இப்படியெல்லாம் இருந்தாலும் நீலாவுக்கு மனதில் மகிழ்ச்சி இல்லை. அவளுக்கு நண்பர்களும் இல்லை. அவளது அழகு, தகுதி, உயர்ந்த விலை ஆகியவற்றின் காரணமாக கடைக்காரர் அவளை அலமாரியின் ஒரு தட்டில் தனியாக வைத்திருந்தார். அங்கிருந்து அவள் ஆசையுடன் மற்ற பொம்மைகளைப் பார்த்தாள். இரவில் கடையைப் பூட்டிவிட்டு மனிதர்களெல்லாம் சென்றுவிட்டால் பிறகு பொம்மைகளுக்குக் கொண்டாட்டம்தான்! அவர்கள் சிரித்து விளையாடி பொழுதுபோக்குவார்கள். காலையில் கடையைத் திறக்கும்வரை அங்கே ஒரே களேபரமாக இருக்கும். சாவி கொடுத்தால் நடக்கும் கரடியும், அழுத்திவிட்டால் ஓடும் முயலும், தலையைப் பிடித்தால் கத்தும் பூனையும், வயிற்றை அமுக்கினால் ஓசையிடும் 'லக்கி' எனும் பிளாஸ்டிக் பெண்ணும், கிரீடமும் புல்லாங்குழலுமாக நிற்கும் மரத்தாலான கிருஷ்ணரும், பச்சைப் புடவை கட்டிய களிமண் பால்காரியும் அந்த விளையாட்டுகளில் கலந்துகொள்வார்கள். நாளைக்கு என்ன நடக்கும் என்று யாருக்குத் தெரியும். ஒவ்வொருவரும் நாளை எங்கே இருப்பார்கள் என்று சொல்ல முடியாது அல்லவா. ஆனால், நீலா மட்டும் எதிலும் சேராமல் எல்லாவற்றையும் வேடிக்கை பார்த்துக்கொண்டிருப்பாள். அவளுக்கு விளையாட்டுகளில் கலந்துகொள்ள விருப்பம் இல்லாமல் இல்லை. ஆனால், யாரும் அவளைப் பார்த்தாலும் பார்க்காததுபோல நடந்துகொள்வார்கள். எல்லாம் பொறாமைதான்! அவளைப்போன்ற அழகும் நல்ல உடைகளும் யாருக்கும் இல்லை அல்லவா, அதனால் ஏற்பட்ட பொறாமை.

பகல் நேரத்தில் பலர் கடைக்கு வருவார்கள். பொம்மைகளைப் பார்ப்பார்கள். நீலாவைப் பார்த்தால் பெரியவர்களுக்கே மிகவும் பிடிக்கும், அப்புறம் குழந்தைகளுக்குக் கேட்கவா வேண்டும்! ஆனால், அவள் விலையைக் கேட்டால் எல்லோரும் திடுக்கிடுவார்கள். ஆயிரம் ரூபாய்! இவ்வளவு அதிக விலை கொடுத்து ஒரு பொம்மையை வாங்குவதில் என்ன பயன்? அவர்கள் லக்கியையோ, ஐலீனாவையோ, ஆனந்தலட்சுமியையோ

வாங்கிக்கொண்டு போய்விடுவார்கள். கடைக்கு யார் வந்தாலும் நீலா பிரார்த்தனை செய்வாள்: "கடவுளே, இவராவது என்னை வாங்கிக்கொண்டு போக வேண்டும்!" துணைக்கு யாரும் இல்லாமல் அவளுக்கு மிகவும் சலித்துப்போய்விட்டது. அவளை நேசிப்பதற்கு யாரேனும் குழந்தைகள் இல்லாமலா போய்விடுவார்கள்? அப்படிக் குழந்தைகள் உள்ள வீட்டில் அனைவரின் அன்புக்கும் உரியவளாக வாழ்வதற்கு அவள் ஆசைப்பட்டாள்.

ஆனால், பல நாட்கள் கடந்து சென்ற பிறகும், அன்புள்ள யாருமே வந்து நீலாவைக் கொண்டு செல்லவில்லை. அலமாரியின் மேல் தட்டில் அவள் தூசு படிந்து ஒட்டடை பிடித்து காத்திருந்தாள். எப்போதாவது ஒரு கரப்பான்பூச்சி வந்து பெட்டிக்கு வெளியே நின்று எட்டிப் பார்த்து சில நல்ல வார்த்தைகள் பேசும். ஆனால், நீலாவுக்கு கரப்பான்பூச்சியைப் பிடிக்காது. தன் நல்ல உடைகளை அரித்துத் தின்பதற்குத்தான் அது அன்பு காட்டுவதுபோன்று நடிக்கிறது என்று அவளுக்குத் தெரியும்.

□

ஜெயந்திக்கு அன்று பிறந்த நாள். அன்று அவளுக்கு எட்டு வயது நிறைவடைகிறது. பிடித்த பொருள் எதுவாக இருந்தாலும் வாங்கிக் கொடுக்கிறேன் என்று அப்பா சொல்லியிருந்தார். ஜெயந்தி அன்று காலையிலேயே கடைக்குப் போக ஆயத்தமாகி நின்றாள்.

அந்த பெரிய பொம்மைக் கடைக்கு ஜெயந்தியும் அப்பாவும் சென்றார்கள். கடைக்காரர் பலவிதமான பொம்மைகளையும் விநோதமான பொருட்களையும் எடுத்துக் காட்டினார். எதைத் தேர்ந்தெடுப்பது என்று ஜெயந்திக்குக் குழப்பம் ஏற்பட்டது. எல்லாமே ஒரு வகையில் அவளுக்குப் பிடித்துதான் இருந்தன. கடைசியில், பட்டுக் குடை பிடித்திருக்கும் சர்க்கஸ்காரி ரீனாவை எடுத்துக்கொள்ளலாம் என்று அவள் முடிவு செய்தாள்.

ஜெயந்தி கடைக்குள் வந்ததிலிருந்தே நீலா அவளையே உற்றுப் பார்த்துக்கொண்டிருந்தாள். அந்தச் சிறுமியை நீலாவுக்கு மிகவும் பிடித்துவிட்டது. 'கருணை நிறைந்த முகம்! அவளுடன் சென்றால் ஒருபோதும் கஷ்டப்பட வேண்டியிருக்காது. அவள் என்னைத் தேர்ந்தெடுக்க வேண்டுமே!' நீலா மிகவும் பதற்றத்துடனும்

ஆவலுடனும் காத்திருந்தாள். ஆனால், ஜெயந்தி அலமாரியின் மேல் தட்டைப் பார்க்கவே இல்லை. இனி என்ன செய்வது? ஜெயந்தி, சர்க்கஸ்காரி ரீனாவை எடுத்துக் கையில் வைத்துக்கொள்வதையும், ரீனா சந்தோஷமாகச் சிரிப்பதையும் நீலா பார்த்தாள். அவள் குமுறி அழுதுவிட்டாள். அப்போது அவள் இருந்த பச்சை பிளாஸ்டிக் பெட்டி ஒரு பக்கமாகச் சரிந்து விழுந்தது.

பெட்டி விழும் சத்தம் கேட்டதும் எல்லோரும் அலமாரியின் மேல் தட்டைப் பார்த்தார்கள். நீலாவைப் பார்த்தவுடன் ஜெயந்தியின் கண்கள் மலர்ந்தன. அவள் மகிழ்ச்சியுடன் கத்தினாள்: "அப்பா, எனக்கு அந்த பொம்மையை வாங்கிக் கொடுங்கள்! எவ்வளவு அழகான பொம்மை!"

கடைக்காரர் தூசு துடைத்து பெட்டியை ஜெயந்தியின் கையில் கொடுத்தார்.

"இந்த பொம்மை என்ன விலை?" ஜெயந்தியின் அப்பா கேட்டார்.

"ஆயிரம் ரூபாய்." கடைக்காரர் சொன்னார்.

"ஐயோ! ஆயிரம் ரூபாயா! ஜெயந்தி, அந்தப் பொம்மையை அங்கே வைத்துவிடு. இவ்வளவு விலையுள்ள பொம்மை உனக்கு எதற்கு? வேறு ஏதாவது எடுத்துக்கொள்."

"இல்லை, அப்பா! எனக்கு அந்த பொம்மைதான் வேண்டும்!" ஜெயந்தி உறுதியாகச் சொன்னாள். "இந்த பொம்மையை வாங்கித் தரவில்லை என்றால் எனக்கு வேறு எதுவும் வேண்டாம். நான் எது கேட்டாலும் வாங்கித் தருகிறேன் என்றுதானே சொன்னீர்கள்?"

அப்பா சில நொடிகள் ஏதும் பேசாமல் நின்றார். நீலா பதற்றத்துடன் பார்த்துக்கொண்டிருந்தாள்.

"சரி, வாங்கிக்கொள். ஆனால், ஜெயந்தி, ஒரு பொம்மைக்கு ஆயிரம் ரூபாய் என்பது அதிகம்தான்."

கடைக்காரர், அந்த பொம்மைப் பெட்டியின் மீது காதிதம் சுற்றிக் கட்டித் தர முற்பட்டபோது ஜெயந்தி தடுத்தாள்: "வேண்டாம். நான் இவளை மடியில் வைத்துக்கொள்கிறேன்."

ஜெயந்தி காரில் ஏறியவுடன் நீலாவை பெட்டிக்குள்ளிருந்து எடுத்து மடியில் வைத்துக்கொண்டாள். காற்றில் பறக்கும் நீலாவின் சுருள் முடிகளைத் தடவினாள். அவளை நெஞ்சோடு அணைத்து மீண்டும் மீண்டும் முத்தமிட்டாள்.

நீலாவின் இதயத்தில் மகிழ்ச்சி ததும்பியது. கடைசியில் அவளுக்கு அன்பான ஒரு எஜமானி கிடைத்துவிட்டாளே!

வீட்டுக்கு வந்தபோதும் நீலாவின் மகிழ்ச்சி பெருகியது. திண்ணையிலிருந்த வட்டமான மேசையில் அவளை வைத்தார்கள். எல்லோரும் மேசையைச் சுற்றி நின்று அவள் அழகை ரசித்தார்கள். ஜெயந்தியின் நண்பர்கள் எல்லோரும் நீலாவைப் பார்த்துப்

பொறாமைப்பட்டார்கள். மகிழ்ச்சியுடனும் பெருமையுடனும் நீலா கம்பீரமாக அமர்ந்திருந்தாள்.

அப்போது ஒரு விபத்து ஏற்பட்டது.

வீட்டில் வளர்க்கும் நாய் டைகர் வந்தது. நீலாவை முகர்ந்து பார்த்தது. மனித வடிவிலான இந்தப் பொருள் என்னவென்று தெரிந்துகொள்வதற்காகவோ என்னவோ, நீலாவின் காலை நக்கியது. பிறகு திடீரென்று நீலாவின் தலைமுடியைப் பிடித்து இழுத்து, அவளைக் கீழே தள்ளிவிட்டது. அச்சத்தாலும் வேதனையாலும் நீலா ஸ்தம்பித்துவிட்டாள். அவளது அடர்த்தியான தலைமுடியில் கொஞ்சம் பிய்ந்து வந்துவிட்டது. அவள் உரக்க அலறினாள்.

ஜெயந்தி ஓடி வந்தாள். டைகரை அதட்டித் துரத்திவிட்டு நீலாவைத் தூக்கி முத்தமிட்டாள். கொஞ்சம் நேரத்துக்குப் பிறகு வலி குறைந்துவிட்டது என்றாலும், நீலா ஒரு விஷயத்தைப் புரிந்துகொண்டாள்: 'எனக்கு இந்த வீட்டில் ஒரு எதிரி இருக்கிறது! டைகர்! எச்சரிக்கையாக இல்லையென்றால் டைகரின் கூர்மையான பற்களுக்கு இரையாக நேரிடும்!'

பள்ளி செல்லும் நேரம் வரும்வரை ஜெயந்தி நீலாவைக் கீழே வைக்க மாட்டாள். சிறிய தம்பி சசி கெஞ்சிக் கேட்டாலும் கொடுப்பதற்கு மனம் வருவதில்லை. வயது ஆறுதான் ஆகிறது என்றாலும் சசி படு குறும்புக்காரன். எந்தப் பொருள் கிடைத்தாலும் அதை உடைத்துத் திறந்து உள்ளே என்ன இருக்கிறது என்று பார்த்துவிடுவான். அப்படி ஒரு கெட்ட பழக்கம் அவனுக்கு இருக்கிறது. தான் ஒரு பெரிய பொறியாளர் என்றுதான் அவனுக்கு நினைப்பு! சாவி கொடுத்தால் ஓடும் காரின் உள்ளே என்ன தந்திர வேலைகள் செய்திருக்கிறார்கள் என்று பார்ப்பதற்காக, அதை அடித்து உடைத்தவன்தான் அவன்! தன் செல்லமான நீலாவை ஜெயந்தி எப்படி அவன் கையில் கொடுப்பாள்?

பள்ளி செல்வதற்கு முன்பு ஜெயந்தி நீலாவை உடைகள் வைக்கும் அலமாரியில் வைத்துப் பூட்டுவாள். காற்றும் வெளிச்சமும் இல்லாமல் அலமாரிக்குள் இருக்கும்போது நீலாவுக்கு மூச்சுத் திணறும். ஆயினும் ஒரு விஷயத்தில்

அவளுக்குப் பெரிய நிம்மதியாக இருந்தது. டைகரின் கூர்மையான பற்களுக்கோ, வீட்டுப் பூனை பிளாக்கியின் நகங்களுக்கோ பயப்பட வேண்டாம் அல்லவா. இதுவரை பிளாக்கியால் நீலாவை எதுவும் செய்ய முடியவில்லை. ஆயினும் பிளாக்கி பதுங்கிப் பதுங்கி நடப்பதும் திருட்டுத்தனமாகப் பார்ப்பதும் யாரும் பார்க்காமல் இருக்கும்போது உறுமுவதும் நீலாவுக்கு முற்றிலும் பிடிக்கவில்லை. அதனால்

அவள் எதுவும் குறைபட்டுக்கொள்ளாமல் அலமாரிக்குள்ளேயே இருந்தாள்.

மாலையில் ஜெயந்தி வந்த உடனே நீலாவைத் தூக்கிக்கொள்வாள். பிறகு அவர்கள் இருவரும் பிரியவே மாட்டார்கள். அக்கம்பக்கத்து வீடுகளிலிருந்து தோழிகள் விளையாட வருவார்கள். அவர்கள் எல்லோரும் நீலாவை மாறி மாறித் தூக்குவார்கள். நீலாவுக்கு சோப்பு தேய்த்துக் குளிப்பாட்டுவார்கள். சில பொம்மைகள் ஈரம்பட்டால் கெட்டுப்போய்விடும். ஆனால், எத்தனை முறை குளித்தாலும் நீலாவின் உடலுக்கு எந்தப் பிரச்சினையும் வராது. குளித்த பிறகு அவள் உடல் மேலும் பளபளப்பாக இருக்கும். மினுமினுப்பான தலைமுடி மேலும் ஜொலிக்கும். நீலாவுக்கு, ஜெயந்தியின் அன்பான அம்மா மூன்று நான்கு பட்டு உடைகள் தைத்துக் கொடுத்திருக்கிறார். அவளைக் குளிப்பாட்டிய பிறகு நீலாவுக்கு பௌடர் போட்டு பொட்டு வைத்து உடை உடுத்தும் வேலையை ஜெயந்தி வேறு யாரிடமும் கொடுக்க மாட்டாள். இரவில் ஜெயந்தியின் மெத்தை மீதுதான் நீலாவும் படுத்திருப்பாள். அப்படி நீலா மிகவும் சுகமாக வாழ்ந்துவந்தாள்.

ஆனால், நீலாவுக்கு ஒரு பயங்கரமான கஷ்ட காலம் காத்திருந்தது.

ஜெயந்தி நீலாவை மடியில் வைத்துக்கொண்டு விளையாடினாள், கொஞ்சினாள். நீலா பெரிதும் மகிழ்ச்சியடைந்தாள். அவள் சிவந்த உதடுகளில் ஒரு மெல்லிய புன்னகை தோன்றியது. அவள் ஜெயந்தியின் மடியில் சுகமாகக் கண்கள் மூடிப் படுத்திருந்தாள்.

அப்போதுதான் ஜெயந்தியின் மாமா அங்கே வந்தார்.

இந்த மாமாவைப் பற்றி நீலா கொஞ்சம் நாட்களாகக் கேள்விப்படுகிறாள். ஆறு ஏழு வருடமாக அவர் அமெரிக்காவில் இருக்கிறாராம். சீக்கிரம் வருவதாகக் கடிதம் வந்து ஒரு வாரம்தான் ஆகிறது. அன்று முதல் வீட்டில் அதற்கான ஆயத்தங்கள் நடந்துகொண்டிருக்கின்றன. மிகவும் அன்புக்குரிய நீலாவைக்கூட ஜெயந்தி சில நேரங்களில் மறந்துவிடுகிறாள். மாமா வரப்போகிறார் என்பதைத் தவிர அவளுக்கு வேறு நினைப்பு எதுவும் இல்லை.

மாமா வந்துவிட்டார் என்று யாரோ சொன்ன உடனே ஜெயந்தி, நீலாவை சோபாவில் தூக்கி எறிந்துவிட்டு ஒரே ஓட்டமாக ஓடினாள்.

சோபாவில் சென்று விழுந்தபோது நீலாவுக்குக் கடுமையாக வலித்தது. ஆனால், உடல் வலியைவிட, ஜெயந்தி தன்னைத் தூக்கிப் போட்டுவிட்டுப் போய்விட்டாளே என்ற வருத்தம்தான் அவளை அழ வைத்தது. அவள் சோபாவில் படுத்துக்கொண்டு அழுதாள்.

நான்கைந்து நிமிடங்களுக்குப் பிறகு ஜெயந்தி, அம்மா, மாமா ஆகியோரின் பேச்சுக் குரல் கேட்கத் தொடங்கியது. நீலா படுத்திருக்கும் அறைக்குத்தான் அவர்கள் வருகிறார்கள். இவ்வளவு பெருமைக்குரிய மாமாவைக் கொஞ்சம் பார்க்க வேண்டும் என்று நினைத்தாள் நீலா. ஆனால் படுத்திருக்கும்போது அவளால் கண்களைத் திறக்க முடியாது. அவள் கண்களின் அமைப்பு அப்படித்தான். அதனால் அவள் பேச்சுக் குரல்களைக் கேட்டுக்கொண்டு படுத்திருந்தாள்.

“இங்கே என் பக்கத்தில் உட்காருங்கள், அண்ணா. இவ்வளவு காலம் ஆன பிறகும் உங்களுக்கு எந்த மாற்றமும் இல்லை.” ஜெயந்தியின் அம்மா சொன்னார். மாமா சிரிப்பதை நீலா கேட்டாள்.

திடீரென்று நீலாவுக்கு தன் மேல் ஒரு மலை இடிந்து விழுவது போன்றிருந்தது! அவள் அலறினாள். தான் இங்கே கிடப்பது தெரியாமல், மாமாதான் தன் மீது உட்கார்ந்துவிட்டார் என்று பிறகுதான் அவளுக்குத் தெரிந்தது.

"இது என்ன இங்கே கிடக்கிறது? ஒரு பொம்மை! யாருடையது இது? ஜெயந்தி, உன்னுடையதா?" மாமா கேட்டார்.

"ஜெயந்தி இதை எப்போதும் கையில்தான் வைத்துக்கொண்டிருப்பாள். இதன் மீது ரொம்பவும் பாசம் அவளுக்கு. சோபாவின் மீதும் மெத்தை மீதும் இதை எப்போதும் பார்க்கலாம்." இப்படிச் சொல்லிவிட்டு ஜெயந்தியின் அம்மா, பட்டென்று நீலாவைத் தூக்கி தரையில் எறிந்தார். அப்போதும் நீலா அழுதாள்.

"ஐயோ, அம்மா! ஏன் நீலாவை வீசியெறிகிறீர்கள்?" என்று ஜெயந்தி கத்தினாள்.

"இந்த பொம்மையை உனக்கு இவ்வளவு பிடிக்குமா?" மாமா கேட்டார். 'இந்த மாமா எவ்வளவு முட்டாளாக இருக்கிறார்' என்று நினைத்தாள் நீலா.

"நீலா நல்ல பொம்மை, மாமா!"

"இதைவிட நல்ல பொம்மை ஒன்று நான் கொண்டு வந்திருக்கிறேன். கையைப் பிடித்தால் அந்த பொம்மை உன்னுடன் நடக்கும். 'மம்மீ, மம்மீ' என்று கூப்பிடும்.

'இப்படியும் ஒரு பொம்மை இருக்கிறதா!' நீலாவுக்கு வியப்பாக இருந்தது. 'அந்த பொம்மைக்கு எவ்வளவு வசதியாக இருக்கும்! அதற்கு நடக்கவும் பேசவும் முடியும் என்று சொல்கிறாரே!'

"அப்படியென்றால் அந்தப் பொம்மையை எனக்குக் கொடுங்கள், மாமா!" ஜெயந்தி கேட்டாள்.

"கொஞ்சம் பொறு, ஜெயந்தி. மாமா குளித்துவிட்டு சாப்பிட்டு வரட்டும்." அம்மா சொன்னார்.

"சசி எங்கே? கூப்பிடு. நான் அவனைப் பார்த்ததே இல்லை." மாமா சொன்னார்.

"அவன் இங்கே எங்காவது இருப்பான். ரொம்பவும் கூச்சப்படுவான். சசி, இங்கே வா. மாமா கூப்பிடுகிறார்!" அம்மா அழைத்தார்.

"சசி, வா! நான் உனக்கு நல்ல ரயில் பொம்மை கொண்டு வந்திருக்கிறேன். தண்டவாளமும் ரயில் நிலையமும் டிரைவரும் கார்டும் பயணிகளும் உள்ள ரயில் வண்டி செட்." மாமா ஆசை காட்டினார்.

உள்ளே வந்த சசி "உம், உம்" என்று சொல்வதை நீலா கேட்டாள்.

சற்று நேரத்துக்குப் பிறகு அவர்கள் எல்லோரும் அறைக்கு வெளியே சென்றார்கள். சசி மட்டும் அங்கே இருக்கிறான் என்று நீலாவுக்குப் புரிந்தது.

எல்லோரும் போய்விட்ட பிறகு சசி முணுமுணுத்தவாறே நீலாவிடம் வந்தான்: "எனக்கு ரயில் பொம்மை ஒன்றும் வேண்டாம். எனக்கு நடக்கும் பொம்மைதான் வேண்டும். அதை அக்காவுக்குத் தருவதாகத்தானே மாமா சொல்லியிருக்கிறார்? நான் மாமாவிடம் பேசமாட்டேன். எனக்கு மாமா வேண்டாம். இப்படியும் இருப்பாரா ஒரு மாமா!"

சசி நீலாவை எடுத்து நிற்க வைத்தான். அவள் பயத்துடன் கண் விழித்துப் பார்த்தாள். அவன் அவள் கண்களில் விரலால் குத்திப் பார்த்தாள். அப்படிக் குத்தியதால் கருவிழிகள் மேலும் கீழும் அசைந்தன. அது அவனுக்கு சுவாரஸ்யமாக இருந்தது. அவன் மீண்டும் மீண்டும் அப்படியே செய்தான். வலி தாங்க முடியாமல் நீலா துடித்தாள். பிறகு அவன் அவளது கை கால்களையும் தலையையும் தனித் தனியாக கழற்றத் தொடங்கினான். நீலா மிகவும் பயந்துபோய்விட்டாள். உறுப்புகளைக் கழற்றுவதில் அவளுக்கு மறுப்போ வலியோ இல்லை. அவளது உடல் அமைப்பு அப்படித்தான். ஆனால், பிரித்த பிறகு அந்த உறுப்புகள் கெட்டுப்போய்விட்டால் பிறகு மீண்டும் பொருத்த முடியாது. அத்துடன் அவள் கதை முடிந்துவிடும். அதுதான் அவளுக்குப் பயம்.

ஆனால், கடவுள் அவளைக் காப்பாற்றிவிட்டார்.

“வா, சசி! மாமா உன்னைக் கூப்பிடுகிறார். உனக்கு நல்ல உடைகள் கொண்டு வந்திருக்கிறார்.” ஜெயந்தி ஓடி வந்து சசியைப் பிடித்துத் தூக்கினாள். சசி மனம் இல்லாமல் எழுந்து சென்றான். ஜெயந்தி, பிரிந்து கிடந்த நீலாவின் உறுப்புகளை எடுத்துப் பொருத்தினாள். கால்களைப் பிடித்துத் தூக்கி அலட்சியமாக அலமாரிக்குள் எறிந்தாள். தூசும் ஒட்டடையும் நிறைந்திருந்த அலமாரிக்குள் நீலா வந்து, சாய்ந்த நிலையில் விழுந்து கிடந்தாள்.

நீளமான மீசைகள் கொண்ட ஒரு பெரிய கரப்பான்பூச்சி தன்னை நோக்கி வருவதை அவள் பயத்துடன் பார்த்தாள். கத்த முடியாமல் அவள் அப்படியே இருந்தாள். கரப்பான்பூச்சி நெருங்கி வந்து அவள் காலில் நக்கிப் பார்த்தது. பிறகு மெதுவாக அவள் தோளில் ஏறி அவள் உடையைத் துளைத்து தின்னத் தொடங்கியது.

□

கரப்பான்பூச்சிகள், எலிகளின் தொல்லையைச் சகித்துக்கொண்டு நீலா அலமாரிக்குள் கிடந்தாள். அவள் அலமாரிக்குள் வந்து விழுந்து பல நாட்கள் கடந்துவிட்டன. ஜெயந்தி, மார்கரெட் எனும் புதிய பொம்மையைக் கொஞ்சினாள். பொம்மை, ஜெயந்தியின் கை பிடித்து நடந்தது. தன் சிவப்பு உதடுகளை விரித்து கிளிபோல 'மம்மீ' என்று கொஞ்சிப் பேசியது. இந்தக் காட்சிகளையெல்லாம் நீலா அலமாரிக்குள்ளிருந்து பார்த்தாள். அவள் பொறாமையுடனும் துயரத்துடனும் பெருமூச்சுவிட்டாள்.

நீலாவின் தலைமுடியில் சிலந்திகள் வலை பின்னின. அழகான வில்லீஸ் உடைகளின் பெரும் பகுதியை கரப்பான்பூச்சிகள் அரித்துத் தின்றிருந்தன. அவளது மினுமினுப்பான உடல் முழுதும் தூசு படிந்திருந்தது. யாரும் துணையில்லாமல் பொம்மைக் கடையில் இருந்த காலம், இதைவிட எவ்வளவோ மேலானது என்று அவளுக்குத் தோன்றியது. ஒன்றுமில்லை என்றாலும் அன்று பூச்சிகளின் தொந்தரவு இல்லாமல் இருப்பதற்காக அவளது பச்சை பிளாஸ்டிக் பெட்டியாவது இருந்தது. இன்று அதுவுமில்லை. ஜெயந்தி அந்தப் பச்சைப் பெட்டியில் ரிப்பன்களையும் வளையல்களையும் கண்ணில் பட்ட குப்பைகளையும் வைத்திருக்கிறாள். கவனிப்பதற்கு யாரும் இல்லாமல், யாருக்கும் தேவைப்படாமல் நீலா அப்படி நாட்களைத் தள்ளிக்கொண்டிருந்தாள். சசிக்குக்கூட அவள் தேவையில்லை. தொந்தரவு செய்வதற்காக என்றாலும், சசி தன்னைச் சற்று தூக்கினால் நன்றாயிருக்குமே என்று அவளுக்கு சில சமயம் தோன்றியது.

ஜெயந்தியின் நெருங்கிய தோழிதான் ரஞ்சனா. அவள் அடிக்கடி ஜெயந்தியின் வீட்டுக்கு வருவாள். நீலா செல்வாக்காக இருக்கும் காலத்தில், ரஞ்சனாவுக்கு அவளை மிகவும் பிடிக்கும். நீலா தன் பொம்மையாக இருந்தால் எவ்வளவு நன்றாக இருக்கும் என்று அவள் பல முறை யோசிப்பதுண்டு. மார்கரெட் வந்தபோது அந்தக் களேபரத்தில் ரஞ்சனாவும் நீலாவை மறந்துவிட்டாள். ஆனால், ஒரு நாள் ரஞ்சனா, அலமாரிக்குள் ஒட்டடையும் தூசும் படிந்து துயரத்துடன் நீலா கிடப்பதைக் கண்டுபிடித்துவிட்டாள். நீலாவின்

நிலையைப் பார்த்து அவள் மனம் உருகினாள். அவள் ஜெயந்தியிடம் கேட்டாள்: "ஜெயந்தி, நீ ஏன் நீலாவை இப்படி எறிந்துவிட்டாய்?"

"எறியவில்லை, ரஞ்சனா. மார்கரெட்போன்ற ஒரு பொம்மை இருக்கும்போது நீலா யாருக்கு வேண்டும்?"

சற்று நேரம் நீலாவைப் பார்த்துக்கொண்டிருந்த பிறகு, ரஞ்சனா மெல்லிய குரலில் கேட்டாள்: "நீலாவை என்னிடம் கொடுத்துவிடுகிறாயா, ஜெயந்தி?"

"அதில் என்ன சந்தேகம்? இப்போதே எடுத்துக்கொண்டு போ. எனக்கு அவளால் எந்தப் பயனும் இல்லை."

உடனே ரஞ்சனா, நீலாவைத் தூக்கி தூசு துடைத்து தன் வீட்டுக்குக் கொண்டு சென்றாள்.

நீலா, ரஞ்சனியின் வீட்டை நன்றாகப் பார்த்தாள். அவள் வீடு ஜெயந்தியின் வீடுபோன்று விலையுயர்ந்த பொருட்கள் நிறைந்த அழகான வீடாக இல்லை. அது, சுத்தமான சிறியதொரு வீடு. ஜெயந்தியின் வீட்டில் உள்ளதுபோல பல விதமான பொம்மைகளோ, விநோதமான பொருட்களோ அங்கே இல்லை. நீலா மட்டும்தான் அங்குள்ள ஒரே ஒரு செல்லப் பொம்மை.

ஜெயந்தியின் வீட்டுக்கு முதலில் சென்றபோது கிடைத்ததைவிட அதிகமான பாசம், நீலாவுக்கு இங்கே நிறைவாகக் கிடைத்தது. ரஞ்சனாவும் அவள் தங்கை மஞ்சுளாவும் நீலாவை சோப்புப் போட்டுக் குளிப்பாட்டினார்கள். நீலாவின் வில்லீஸ் உடை முழுவதிலும் கரப்பான்பூச்சிகள் துளையிட்டிருந்தன. அதனால் அப்போதே ரஞ்சனாவின் அம்மா ஒரு உடை தைத்து அவளுக்கு அணிவித்தார். விலை மலிவான இந்த சீட்டித்துணி உடை, ஜெயந்தியின் அம்மா தைத்துக் கொடுத்த பட்டு உடைபோன்று அழகாக இல்லை. ஆயினும், நீலா மகிழ்ச்சியடைந்தாள். விலை உயர்ந்த உடைகள் இல்லை என்றாலும் அன்பு செலுத்துவதற்கு ஆட்கள் இருக்கிறார்களே, இது போதும். தவிர இங்கே, டைகர், பிளாக்கிபோன்ற எதிரிகளும் சசியைப்போன்ற குறும்புக் குழந்தைகளும் இல்லை. ரஞ்சனாவின் அப்பாகூட நீலாவை விரும்பினார். வீட்டில் உள்ளவர்கள் எல்லோரும் நீலாவை படுக்கவைத்தும் எழவைத்தும், அவள் கண் இமைகள் மூடித் திறப்பதைப் பார்த்து ரசித்தார்கள். அவர்களுக்காக என்ன ஜாலவித்தை வேண்டுமென்றாலும் காட்டுவதற்கு நீலா தயாராக இருந்தாள்.

ஆயினும் நீலாவின் மனதில் எப்போதும் ஒரு பயம் பதுங்கியிருந்தது: 'ஜெயந்தியின் வீட்டிலும் ஆரம்பத்தில் நான் இதுபோல செல்லமாகத்தான் வளர்ந்தேன். ஆனால், ஒரு புதிய பொம்மை கிடைத்த பிறகு அவர்களுக்கு நான் தேவையில்லாமல் போய்விட்டேன். அதுபோன்று இங்கும் நடந்தால் என்ன செய்வது?'

ஆனால், அப்படியொன்றும் நடக்கவில்லை. நீலா அனைவரின் அன்புக்குரியவளாக அங்கே நலமாக வசித்தாள்.

□

எவ்வளவு காலம் அப்படிக் கடந்து சென்றது என்று நீலாவுக்குத் தெரியவில்லை. ரஞ்சனாவும் மஞ்சுளாவும் பாவாடை அணியத் தொடங்கினார்கள். பிறகு தாவணிக்கு மாறினார்கள். அப்புறம் புடவை உடுத்த ஆரம்பித்தார்கள். முன்புபோல அவர்கள் நீலாவை எடுத்துக் குளிப்பாட்டுவதில்லை, அதைக் கொஞ்சுவதில்லை. ஆயினும், அவர்கள் அவளைத் தூக்கி எறியவில்லை. அவர்கள் அம்மா, பழைய துணிகள் வைக்கும் ஒரு தோல் பெட்டியில் நீலாவைப் படுக்க வைத்தார். அந்துருண்டைகளின் வாசனையை சுவாசித்துக்கொண்டு கடும் இருட்டில் அவள் கண்கள் மூடிப் படுத்திருந்தாள். அப்படியே அவள் தூங்கிவிட்டாள். எழுப்புவதற்கு ஆள் இல்லாததால் நெடுங்காலம் அவள் அப்படியே தூங்கிக்கொண்டிருந்தாள்.

எவ்வளவு காலம் சென்றது என்று தெரியவில்லை. ஓசைகள் கேட்டன; கண்களில் வெளிச்சம் பதிந்தது. நீலா விழித்தாள். அவள் திடுக்கிட்டு சுற்றுமுற்றும் பார்த்தாள். ஒரு சிறுமி, நீலாவைத் தூக்கி வியப்புடன் பார்த்துக்கொண்டிருக்கிறாள். முதலில் பார்க்கும்போது அது ரஞ்சனாதான் என்று நீலாவுக்குத் தோன்றியது. ஆனால், உடனே அவள் நினைவுகூர்ந்தாள்: 'இல்லை, ரஞ்சனா இவ்வளவு சிறுமி அல்லவே. இவள் யாராக இருப்பாள்?' நீலா கண்களை விரித்து அந்த சிறுமியைப் பார்த்தாள்.

"அம்மா, அம்மா!" அந்தச் சிறுமி அழைத்தாள்.

"என்ன செல்வி?" அழகான ஒரு இளம் பெண் பக்கத்தில் வந்தாள். திடீரென்று ஏற்பட்ட வியப்பால் நீலாவின் கண்கள் மேலும் மலர்ந்தன. *'யார் இது? அடடா! இது ரஞ்சனா அல்லவா!'* ரஞ்சனா இவ்வளவு அழகாகிவிட்டாளே என்று நீலா மகிழ்ந்தாள். *'அப்படியென்றால் இந்தச் சின்னஞ்சிறுமி, ரஞ்சனாவின் மகள்தான்!'* இவளைப் பார்த்த உடனே தான் இதைக் கண்டுபிடிக்கவில்லையே என்று அவள் வருந்தினாள். இவ்வளவு காலம் கடந்து சென்றுவிட்டது என்று நீலாவுக்குத் தெரியாது. அவள்தான் தூங்கிக்கொண்டிருந்தாளே.

"இது நீலா அல்லவா? என் தங்கமான நீலா, நீ இப்போதும் இருக்கிறாயா? நீ இருக்கிறாய் என்று யாருக்குத் தெரியும்? செல்வி, என் முதலும் கடைசியுமான பொம்மை இதுதான். இதை நான் மறந்தேபோய்விட்டேன். மஞ்சுளா, அம்மா, அப்பா எல்லோரும் பாருங்கள்! நம் பழைய நீலா இதோ வந்திருக்கிறது!" ரஞ்சனாவின் மகிழ்ச்சியைப் பார்த்து நீலா ஆனந்தக் கண்ணீர் வடித்தாள்.

"சரிதான். நீங்களெல்லாம் பெரியவர்களாக வளர்ந்த பிறகு நான் ஒரு நாள் நீலாவை எடுத்துப் பெட்டியில் வைத்தேன். அது எனக்கு ஞாபகம் இருக்கிறது." ரஞ்சனாவின் அம்மா சொன்னார்.

"பாட்டி, இந்தப் பொம்மையை நான் எடுத்துக்கொள்ளட்டுமா?" செல்வி கேட்டாள்.

"எடுத்துக்கொள் செல்லமே!"

அவ்வாறு நீலா, மீண்டும் அந்தக் குடும்பத்தின் அன்பிற்குரியவள் ஆனாள்.

●

விடுமுறைக்காலம்

அப்புவுக்கு நிம்மதியாக இருந்தது. 'அப்பாடா! எப்படியாவது இந்தத் தேர்வுகள் முடிந்துவிட்டால் போதுமே. இரவு வெகு நேரம்வரை தூக்கக் கலக்கத்துடன் படித்துக்கொண்டிருக்க வேண்டாம். அதிகாலையிலேயே எழுந்து கண்களைக் கசக்கிக்கொண்டு கணக்குப் போட்டுப்பார்க்க வேண்டாம். விருப்பப்படி தூங்கலாம். அப்பா அம்மா எப்போதும், விளையாடித் திரியாமல் போய்ப் படி என்று சொல்ல மாட்டார்கள்.'

எப்படியோ ஒருவிதமாக தேர்வுகள் அனைத்தும் முடிந்துவிட்டன. எதிர்பார்த்ததுபோல கேள்விகள் அவ்வளவு எளிமையாக இல்லை. படிக்காததையெல்லாம் கேட்டால் என்ன செய்வது? தேர்ச்சிக்கான மதிப்பெண்கள் கிடைத்துவிட்டால் போதும். பள்ளியையும் மூடிவிட்டார்கள். இனி இரண்டு மாதம் இஷ்டம்போல இருக்கலாம்.

ஒன்றிரண்டு நாட்கள் மிகவும் நன்றாக இருந்தன. பிறகு, நேரத்தைப் போக்குவது மிகவும் சிரமமாக இருந்தது. அப்பு, மாலை நேரத்திலேயே சாப்பிட்டுவிட்டு படுத்துத் தூங்கினான். காலையில் ஒன்பது மணிக்குப் பிறகுதான் தூக்கத்திலிருந்து விழிப்பான். விழித்தாலும் உடனே எழாமல் வெகுநேரம் அப்படியே படுத்துக் கிடப்பான். கடும் வெயிலில் தோட்ட வேலை செய்துபார்த்தான். இப்படியெல்லாம் செய்துபார்த்தும் நேரம் போகவில்லை.

நண்பர்களில் பெரும்பாலோர், பள்ளி மூடப்பட்டவுடன் உறவினர் வீடுகளுக்கும் சுற்றுலா தளங்களுக்கும் சென்றுவிட்டார்கள். அப்படிப் போகாத ஒன்றிரண்டு பேர் மிகவும் சலிப்படைந்து கிடக்கிறார்கள். அப்பு தனியாக என்ன செய்வான்?

திடீரென்று அவனுக்கு, பக்கத்து கிராமத்தில் வசிக்கும் தாத்தாவிடம் சென்று நான்கு நாட்கள் தங்கினால் என்ன என்று யோசனை வந்தது. தாத்தா எப்போதும் அவனை அழைத்துக்கொண்டுதான் இருந்தார். அந்தப் பெரிய வீட்டில் தாத்தாவும் பாட்டியும் மட்டும்தான் இருந்தார்கள். விவசாய வேலைகளில் தாத்தாவுக்குப் பொழுது போய்விடும். பாட்டி, சமையல் வேலைகளை மேற்பார்வை செய்வார்கள். மற்ற நேரங்களில் புத்தகங்கள் படிப்பார்கள். அங்கே சென்று தங்கினால் மிகவும் சலிப்பாக இருக்குமே என்றுதான் அவன் அங்கே செல்வதில்லை. ஆனால், இந்த வருடம் தாத்தா வீட்டுக்குப் போக வேண்டும் என்று அவன் முடிவு செய்தான். இந்த இடத்தைவிட அந்த இடம் நன்றாக இருக்கும் என்று அவனுக்குத் தோன்றியது.

அப்பு அங்கே வருகிறான் என்று, அம்மா, தாத்தாவுக்குக் கடிதம் எழுதினார். இருபது மைல் தூரத்தில் உள்ள ரயில் நிலையத்தில் அப்புவுக்காக காத்திருக்கிறேன் என்று தாத்தா பதில் எழுதினார். அப்பு அவன் பெட்டியையும் ஆரஞ்சு, பேரீச்சம் பழம், முட்டைக்கோஸ், தக்காளி ஆகியவை நிறைத்த ஒரு பெரிய கூடையையும் எடுத்துக்கொண்டு புறப்பட்டான்.

மதியத்திற்குப் பிறகு நான்கு மணிக்கு ரயில் அந்த சிறிய நிலையத்துக்கு வந்து சேர்ந்தது. அப்பு, நடைமேடை முழுவதையும் நன்றாகப் பார்த்தான். பச்சைக் கொடியைச் சுருட்டி கையிடுக்கில் வைத்துக்கொண்டு ஏதோ யோசித்தவாறு நடக்கும் ஒரு கார்டு மட்டும்தான் அங்கே இருந்தார். தாத்தாவையோ, தாத்தாவின் உதவியாளரையோ காணவில்லை. அப்பு திகைப்படைந்தான். யாரும் வரவில்லையா? யாரும் வரவில்லை என்றால், பேருந்து ஏறி, படகில் நதியைக் கடந்து, தாத்தாவின் வீட்டுக்குச் செல்ல தன்னால் முடியும் என்று அவனுக்குத் தோன்றவில்லை. இந்த இடங்கள் எல்லாம் அவன் அறிந்திராத இடங்கள். அவன் மீண்டும் நடைமேடையைப் பார்த்தான். இந்த வீணாய்ப்போன ரயில் நிலையத்தில் யாரும் ரயிலிலிருந்து இறங்கவும் இல்லை, ஏறவும்

இல்லை! இப்போது என்ன செய்வது? இறங்குவதா, இறங்காமல் இருப்பதா? இறங்குகிறான் என்று வைத்துக்கொள்வோம், தாத்தாவைக் காணவில்லையென்றால் அவன் என்ன செய்வான்? இறங்காதிருந்தால்? இந்த வண்டி எங்கே செல்கிறது என்று தெரியாது அல்லவா? எந்த அறிமுகமும் இல்லாத ஏதாவது பெரிய நகரத்துக்குச் சென்று சேர்வதைவிட, கொஞ்சம் தெரிந்த இந்த இடத்தில் இறங்குவதுதானே நல்லது? இதோ, வண்டி புறப்படப்போகிறது என்பதற்காக கூவல் ஒலி கேட்கிறது. வண்டி இப்போது நகரத் தொடங்கும். பெட்டியையும் கூடையையும் இறக்க வேண்டும் அல்லவா. சுமை தூக்கும் தொழிலாளர் யாரையும் இங்கு காணவில்லையே.

வண்டி நகரத் தொடங்கியது. அப்பு, கூடையை இழுத்து வாயில் பக்கத்தில் வைத்தான். பிறகு பெட்டியைத் தூக்கிக்கொண்டு பட்டென்று கீழே தாவி இறங்கினான். இறங்கியதும் கூடையை இழுத்து வெளியே இறக்க முயன்றான். ஆனால், கூடை கவிழ்ந்து தண்டவாளத்தில் விழுந்துவிட்டது. நிறையப் பழங்கள் ரயில் சக்கரங்களில் சிக்கி சிதைந்தன. நிறையப் பழங்கள் அங்கும் இங்கும் சிதறிச் சென்று உருண்டு விழுந்தன. ரயில் மிகவும் விரைவாக சென்று மறைந்தது.

நசுங்காத பழங்களையெல்லாம் பொறுக்கி கூடையில் வைத்து ராமு நிமிரும்போது பக்கத்தில் ஒருவன் நிற்பதைப் பார்த்தான். வெண்ணிற முடியும் தாடியும் கொண்ட உயரமான குண்டு மனிதன். அவனது சிவந்த கண்கள் அப்புவின் கவனத்தை ஈர்த்தன. அந்த விழிகளிலிருந்து தீப்பொறிகள் பறக்கின்றனவோ என்று தோன்றும். இவன் எவ்வளவு கொடூரமான செயலையும் செய்யத் தயங்காத ஆளாக இருப்பான் என்று அப்புவுக்குத் தோன்றியது. அப்பு மிகவும் அஞ்சினான்.

ஆனால், தாடிக்காரன் மிகவும் அன்பாகப் பேசினான்: "நீ ஏன் இங்கே தனியாக நிற்கிறாய், பையா?"

"நான் இங்கிருந்து கொஞ்சம் தொலைவில் உள்ள ஒரு இடத்துக்குப் போக வேண்டும். என் தாத்தா ஸ்டேஷனுக்கு வருகிறேன் என்று சொல்லியிருந்தார். ஆனால் இங்கே அவரைக் காணவில்லை."

“நீ எங்கே செல்ல வேண்டும்?”

அப்பு, தான் போக வேண்டிய இடத்தின் பெயரைச் சொன்னான்.

“ஓஹோ!” தாடிக்காரன் யோசனையுடன் சொன்னான்: “தூரம் அதிகம் இல்லையென்றாலும், வழி மிகவும் மோசமாக இருக்கும். நானும் அங்கேதான் போக வேண்டும். நான் உங்கள் வீட்டுக்குப் பக்கத்தில் உள்ள இடத்தைச் சேர்ந்தவன். உன் தாத்தாவை எனக்குத் தெரியும். வேண்டுமென்றால் நான் உன்னை அழைத்துச் சென்று அங்கே விடுகிறேன்.”

அப்பு நிம்மதியடைந்தான். மகிழ்ச்சியுடன் சம்மதித்தான். கூடையை தாடிக்காரன் தூக்கிக்கொண்டான். அப்பு அவன் பின்னால் பெட்டியுடன் நடந்தான்.

ரயில் நிலையத்துக்கு வெளியே வந்தபோது, சற்று தூரத்திலிருந்து தாத்தாவும் அவர் உதவியாளரும் ஓடி வருவதை அப்பு பார்த்தான். பாவம். தாமதமாகிவிட்டதால் அவர்கள் ஓடி வருகிறார்கள். அவர்களுக்கு உடலெல்லாம் வியர்த்துக் கொட்டியது.

தாத்தா சொன்னார்: “அப்பு, எனக்கு பஸ் கிடைக்கவில்லை. அதுதான் தாமதமாகிவிட்டது. இங்கே என்னைக் காணாமல் நீ பயந்துவிட்டாயா, செல்லமே. வா, நாம் காப்பி குடித்துவிட்டு புறப்படலாம். சீக்கிரமே ஒரு பஸ் இருக்கிறது. மாலை நேரத்துக்கு முன்பே நாம் வீட்டுக்குச் சென்றுவிடலாம்.” பிறகு தாத்தா தன் உதவியாளரிடம் சொன்னார்: “சங்கரா, நீ குழந்தையின் கையிலிருந்து பெட்டியை வாங்கிக்கொள்!”

“இதோ, தாத்தா, இந்தக் கூடையும் இருக்கிறது. நிறையப் பழங்கள் ரயில் சக்கரங்களில் சிக்கி நசுங்கிவிட்டன. என்ன செய்வது?”

“இது யார் அப்பு?” தாத்தா, தாடிக்காரனைக் கூர்ந்து பார்த்தார்.

“உங்களுக்குத் தெரியாதா தாத்தா? நம் வீட்டுக்குப் பக்கத்தில் வசிப்பவர். உங்களைத் தெரியும் என்று சொன்னாரே. இவரும் அங்கேதான் வருகிறாராம். என்னைக் கொண்டு போய் விட்டு விடுகிறேன் என்றார். இல்லையென்றால் எனக்கு மிகவும் கஷ்டமாக இருந்திருக்கும்.” அப்பு சொன்னான்.

“நம் வீட்டுக்குப் பக்கத்தில் உள்ளவரா?” தாத்தா, தாடிக்காரனையே பார்த்தார். பிறகு தலையசைத்தார்: “இல்லை. எனக்குக் கொஞ்சம்கூட தெரிந்தவராகத் தோன்றவில்லையே! என் பிரதேசத்தில் உள்ளவர்களை எல்லாம் எனக்கு நன்றாகத் தெரியுமே!”

“பக்கத்தில் என்று சொன்னால், அவ்வளவு பக்கமல்ல. சரி, நான் போகிறேன்.” தாடிக்காரன் மிகவும் விரைவாக நடந்தான்.

“அங்கேதானே செல்கிறீர்கள். நாம் சேர்ந்து போகலாம்.” தாத்தா, தாடிக்காரனை அழைத்தார்.

“நான் அப்புறம் வருகிறேன். எனக்கு அவசர வேலை இருக்கிறது!” தாடிக்காரன் இன்னும் விரைவாக நடந்தான்.

இவ்வளவு வயதான ஒருவர் இவ்வளவு வேகமாக நடப்பதைப் பார்த்து அப்பு வியந்தான்.

"உம்..." தாத்தா, தாடிக்காரனை சந்தேகத்துடன் பார்த்தவாறு சில நொடிகள் நின்றார். பிறகு சொன்னார்: "போகலாம், அப்பு. காப்பி குடிக்கலாம். பஸ்ஸை விட்டு இறங்கி அப்புறம் நதியைக் கடந்து செல்ல வேண்டும் அல்லவா. நேற்றுவரை நதியில் கொஞ்சம்தான் தண்ணீர் இருந்தது. இறங்கி நடந்து அக்கரை சென்றுவிடலாம். ஆனால், நேற்று ஒரு நல்ல மழை பெய்தது. அதனால் நாம் படகில்தான் நதியைக் கடக்க வேண்டும். சீக்கிரம் போகவில்லை என்றால் படகோட்டி ராகவன் படகைக் கரையில் கட்டிவிட்டு தன் குடிசைக்குப் போய்விடுவான். எவ்வளவு சத்தம்போட்டுக் கூப்பிட்டாலும் கேட்டதாகக் காட்டிக்கொள்ள மாட்டான்."

அப்பு, தாத்தாவின் சுருக்கம் விழுந்த, ஆனால் உறுதியான கரத்தைப் பற்றிக்கொண்டு அவருடன் நடந்தான்.

□

இரவுச் சாப்பாடு மிகவும் நன்றாக இருந்தது. சாம்பார், ரசம், பொரியல், கூட்டு, அப்பளம் எல்லாம் இருந்தது. அப்பு சுவைத்துச் சாப்பிட்டான். பாட்டி, வீட்டு விஷயங்களையெல்லாம் மீண்டும் மீண்டும் விசாரித்தவாறு பக்கத்தில் அமந்து பரிமாறினார்.

மாடியில் உள்ள பெரியதொரு அறைதான் தாத்தா பாட்டியின் படுக்கையறை. அந்த அறையின் தரை கண்ணாடிபோல பளபளத்தது. மேற்தளத்தில் அலங்கார கோளங்கள் கட்டித் தொங்கவிடப்பட்டிருந்தன. கடைசல் கால்களுடன் கூடிய பெரியதொரு கட்டிலில்தான் தாத்தா படுத்தார். தனக்கும் பாட்டிக்கும் இடையில் அப்புவையும் படுக்க வைத்துக்கொண்டார். படுத்தவுடன் அப்பு தூங்கிவிட்டான்.

ரயில் நிலையத்தில் பார்த்த தாடிக்காரன் கழுத்தை நெரிப்பதாக கனவு கண்டு அவன் திடுக்கிட்டு விழித்தான். வியர்வையில் தொப்பலாக நனைந்திருந்தான். கொஞ்சம்கூட காற்று இல்லை. முட்டைவிளக்கு மினுக் மினுக்கென்று எரிகிறது. தெற்குப் பக்கம் இருக்கும் சன்னலைத் திறந்தால் வெப்பம் குறையும் என்று அவனுக்குத் தோன்றியது.

தாத்தாவின் கரத்தை மெல்ல விலக்கி வைத்து விட்டு அவன் எழுந்தான். தெற்குப் பக்க சன்னலுக்குச் சென்றான். அதைத் திறந்து வெளியே பார்த்தான். ஒரு இலைகூட அசையவில்லை. தெளிந்த நிலா.

திடீரென்று, வேலிக்கு அருகில் ஒரு நிழலைப் பார்த்ததுபோல அவனுக்குத் தோன்றியது. அவன் கூர்ந்து கவனித்தான். மூங்கில் மரங்களுக்கு இடையே யாரோ இருக்கிறார்கள். இன்னும் கொஞ்சம் கவனித்துப் பார்த்தபோது அந்த நிழல், பக்கத்து வீட்டு வளாகத்தில் உள்ள மூங்கில் மரங்களின் இடையே நிற்பதாக அவனுக்குப் புரிந்தது. இந்த நள்ளிரவில் பக்கத்து வீட்டு வளாகத்தில் நடப்பது யாராக இருக்கும்?

அந்த மனிதன் மூங்கில் மரங்களின் மறைவிலிருந்து வளாகத்தின் நடுவில் இருக்கும் வீட்டை நோக்கி நடந்தான். நிலாவெளிச்சத்தில் அவன் முகத்தை அப்பு நன்றாகப் பார்த்தான். அவன் திடுக்கிட்டுவிட்டான். ரயில் நிலையத்தில் பார்த்த அந்த தாடிக்காரன்தான்!

அப்படியென்றால்,தான் தாத்தா வீட்டுக்குப் பக்கத்தில்தான் இருக்கிறேன் என்று அவன் சொன்னது சரிதானே! ஆயினும், தாத்தாவுக்கு ஏன் அவனைத் தெரியவில்லை?

தாடிக்காரன் வீட்டுக்குள் சென்றான். வீட்டுக்குள் நல்ல வெளிச்சம் தரும் ஒரு விளக்கு எரிந்துகொண்டிருந்தது. அப்பு இன்னும் கொஞ்சம் நேரம் நின்று பார்த்தான். ஒன்றும் தெரியவில்லை. அவன் திரும்பி நடந்து கட்டிலில் ஏறிப் படுக்க முற்பட்டான்.

திடீரென்று ஒரு அலறல் கேட்டது! அப்பு ஸ்தம்பித்து நின்றுவிட்டான். மிகக் கடுமையான வலியில் துடிக்கும் ஒரு உயிரின் கதறல் அது. அது மனிதனின் அலறலா, அல்லது மற்ற ஏதாவது பிராணியின் அலறலா என்று அவனால் புரிந்துகொள்ள முடியவில்லை. அவன் மீண்டும் தெற்கு சன்னலுக்கு ஓடிச் சென்றான். அந்த வீட்டில் இப்போது வெளிச்சம் இல்லை. அந்த அலறலும் ஓய்ந்திருக்கிறது. எவ்வளவு நேரம் அங்கே செவிகூர்ந்து நின்றாலும் பிறகு எதையும் பார்க்கவோ கேட்கவோ முடியவில்லை.

அவன் மெதுவாக வந்து, தாத்தாவுக்கும் பாட்டிக்கும் நடுவில் படுத்தான். அந்த அலறல் ஓசை, தன் காதுகளுக்குள் மீண்டும் மீண்டும் ஒலிப்பதுபோன்று அவனுக்குத் தோன்றியது. தூக்கம் வராமல் புரண்டு புரண்டு படுத்தான். விடிவதற்கு சற்று முன்புதான் கொஞ்சம் தூங்கினான். தூக்கத்தில் நிறைய கெட்ட கனவுகள் வந்தன.

□

திடீரென்று திடுக்கிட்டு விழித்து அப்பு கீழே இறங்கி வந்தபோது, தாத்தா திண்ணையில் சாய்வு நாற்காலியில் படுத்திருந்தார். அவர் குளித்துவிட்டிருந்தார். பாட்டி சொன்னார்:

"அப்பு, நேரம் என்ன தெரியுமா? வெயில் வந்துவிட்டது. நீ சீக்கிரம் சென்று குளித்துவிட்டு வா. நீ வந்த பிறகுதான் தாத்தா காப்பி குடிக்க வேண்டும்."

தாத்தாவை இவ்வளவு நேரம் காத்திருக்க வைத்துவிட்டோமே என்று அப்புவுக்கு வருத்தமாக இருந்தது. அவன் குளத்துக்கு விரைந்தோடினான். சங்கரன், பற்பசையும் சோப்பும் துண்டும் கொண்டு வந்து படித்துறையில் வைத்துவிட்டுச் சென்றார்.

பல் துலக்கும்போது அப்பு, தெற்கு வளாகத்தில் இருந்த மூங்கில் மரங்களைப் பார்த்தான். அவற்றிற்கு இடையில்தான் நேற்று இரவு தாடிக்காரனைப் பார்த்தான். அவன் வாய் கொப்புளித்து துப்பிவிட்டு மெதுவாக எழுந்தான். மூங்கில் மரங்களுக்கு அருகில் சென்று பக்கத்து வீட்டைப் பார்த்தான். மிகவும் பாழடைந்த, எப்போது வேண்டுமானாலும் விழுந்துவிடக்கூடிய மிகப் பெரிய வீடு அது. வளாகம் முழுதும் காடு பிடித்து புற்கள் அடர்ந்திருந்தன. சன்னல் கதவுகளோ, வாயிற் கதவுகளோ எதுவும் திறந்திருக்கவில்லை. வெளிச் சுவரில் கறையான் அரித்து மேலே ஏறியிருக்கிறது. அங்கே யாரும் வசிப்பதாகத் தோன்றவில்லை.

ஆனால், நேற்று இரவு தாடிக்காரனைப் பார்த்தது இங்குதான் என்பதில் அவனுக்கு சந்தேகம் இல்லை.

தாத்தா காத்திருப்பாரே என்று திடீரென்று அவனுக்கு நினைவு வந்தது. அவன் சீக்கிரம் திரும்பி ஓடினான். குளத்தில் தாவி முங்கிக் குளித்தான். சோப்பு தேய்த்து குளிக்கவும் மறந்து வீட்டுக்கு ஓடினான்.

அவனும் தாத்தாவும் காப்பி குடித்தார்கள்.

"தாத்தா, நமக்குத் தெற்கில் இருக்கும் வீட்டில் யார் இருக்கிறார்கள்?" அவன் கேட்டான்.

"தெற்கு வீட்டிலா?" தாத்தா, பாட்டியின் முகத்தைச் சற்று பார்த்தார்: "தெற்குப் பக்க வீட்டில் யாரும் வசிக்கவில்லை. முன்பு ஒரு குடும்பம் அங்கே இருந்தது. பிறகு அந்தக் குடும்பத்தில் வாரிசுகள் யாரும் இல்லாததால் நீண்ட காலமாக அந்த வீடு காலியாகக் கிடக்கிறது. நீ ஏன் கேட்கிறாய்?"

"நாம் படுத்திருந்த அறையில் நேற்று மிகவும் புழுக்கமாக இருந்தது. நான் தெற்குப் பக்க சன்னலைத் திறந்து வைப்பதற்காகச் சென்றேன். அப்போது அந்த வீட்டில் ஒரு ஆளையும் வெளிச்சத்தையும் பார்த்தேன்."

தாத்தாவும் பாட்டியும் மீண்டும் ஒருவரை ஒருவர் பார்த்துக்கொண்டார்கள்.

"தெற்குப் பக்க சன்னலைத் திறந்தது நீதானா? பொதுவாக நாங்கள் யாரும் அதைத் திறப்பதில்லை. இன்று காலையில் அது திறந்து கிடப்பதைப் பார்த்தபோது எங்களுக்கு அதிர்ச்சியாக இருந்தது." பாட்டி அவன் தலையை வருடிக்கொண்டு சொன்னார். அவர் முகத்தில் அச்சம் தெரிந்தது.

"ஏன் அதைத் திறப்பதில்லை, பாட்டி? அதைத் திறந்தபோதுதான் உள்ளே கொஞ்சம் காற்று வந்தது. அந்த அறைக்குள் எவ்வளவு வெப்பமாக இருந்தது தெரியுமா!" அவன் சிரித்தபடியே கேட்டான்: "அந்த சன்னலைத் திறந்தால் என்ன? அந்த வழியாக பேய் வந்துவிடுமா?"

பாட்டியின் முகம் வெளிறியது.

தாத்தா சொன்னார்: "பரவாயில்லை, அப்பு. வா. நாம் போகலாம். நான் வாழைத் தோட்டத்துக்குப் போக வேண்டும். நீயும் என்னுடன் வா. இல்லையென்றால் பாட்டிக்கு உதவியாக இங்கே இரு."

“நான் மாலை நேரத்தில் வருகிறேன், தாத்தா. இப்போது இங்கே இருக்கிறேன்.”

தாத்தாவும் சங்கரனும் படியிறங்கிச் சென்றார்கள். அவர்கள் சென்ற பிறகு அப்பு சமையலறைக்குச் சென்றான். பாட்டி, வேலைக்காரி கௌரியம்மாவுக்கு சரக்கறையிலிருந்து பொருட்கள் எடுத்துக் கொடுத்தார். பிறகு புத்தகம் படிப்பதற்காக அறைக்குச் சென்றார். அப்பு, கௌரியம்மா வேலை செய்வதைப் பார்த்தவாறு ஒரு பலகையின் மீது அமர்ந்திருந்தான்.

கௌரியம்மாவுக்கு பாட்டியின் வயது இருக்கும். ஆனால் பாட்டிக்கு இருக்கும் அளவு அவருக்கு தலைமுடி இல்லை. வாயில் ஒரு பல்கூட இல்லை. ஆயினும் உடல் வலிமையும் பார்வைத் திறனும் செவிக் கூர்மையும் பாட்டியைவிட அதிகம். பாட்டி அறைக்குச் சென்ற உடனே கௌரியம்மா அப்புவிடம் வந்து தாழ்ந்த குரலில் சொன்னார்:

“தெற்கு சன்னலைத் திறந்தால் பேய் வருமா என்று நீ கேட்டாய் அல்லவா? பேய்க்குப் பயந்துதான் தெற்கு சன்னலைத் திறப்பதில்லை.”

“நீங்கள் என்ன சொல்கிறீர்கள்?” அப்பு வியப்புடன் கேட்டான்.

"தெற்கு வீட்டில் ஆளையும் வெளிச்சத்தையும் நீ பார்த்ததாகச் சொன்னபோது, அதைப் பற்றி தாத்தாவும் பாட்டியும் ஏதாவது சொன்னார்களா?"

அப்பு யோசித்தான்: "இல்லை. தெற்கு சன்னலைத் திறந்தது நீதானா என்று மட்டும்தான் கேட்டார்கள்."

"ஆ! அதைத்தான் நான் சொல்கிறேன். நீ நன்றாகப் புரிந்துகொள். தெற்கு வீட்டில் யாரும் வசிக்கவில்லை என்று சொன்னது பொய். அங்கே பேய்கள் வசிக்கின்றன! பேய்கள்!"

அப்பு அதிர்ச்சியடைந்துவிட்டான்.

கௌரியம்மா சொன்னார்: "தினமும் இரவில் அங்கே ஆள் நடமாட்டமும் வெளிச்சமும் தெரியும். அலறலும் கேட்கும். ஆனால் அங்கே மனிதர்கள் யாரும் இல்லை. எல்லாம் பேய்களின் வேலை!"

அப்புவுக்கு, அந்த வீட்டு வளாகத்தில் நேற்று இரவு தாடிக்காரனைப் பார்த்த நினைவு வந்தது. தாடிக்காரன் பேய் அல்லவென்று அவனுக்கு உறுதியாகத் தெரியும்.

□

மதிய உணவுக்குப் பிறகு தாத்தாவும் பாட்டியும் தூங்க ஆரம்பித்தார்கள். அப்புவுக்கு மிகவும் சலிப்பாக இருந்தது. நகரத்திலேயே இருந்திருக்கலாம் என்றும் இந்த கிராமத்துக்கு வந்தது தவறாகிவிட்டது என்றும்கூட நினைத்தான். அவன் வீடு முழுதும் சுற்றித்திரிந்தான். வாய் திறந்து ஏதாவது பேசுவதற்குக்கூட அங்கே ஒரு ஆளும் இல்லை. கௌரியம்மா தன் வீட்டுக்குச் சென்றுவிட்டார். சங்கரன், புடலங்காய் பந்தலை சரிசெய்து கொண்டிருக்கிறார். அப்பு மெதுவாக வாசலுக்கு வந்தான். குளத்தோரமாக நடந்தான்.

வேலியருகில் வந்தபோது அவன் தெற்கு வீட்டைப் பார்த்தான். காலையில் இருந்ததுபோலவே வீடு ஓசையற்று இருக்கிறது. நேற்று இரவு தாடிக்காரனைப் பார்த்ததாக தனக்குத் தோன்றிய மூங்கில் மரங்களருகே சென்று, அவன் மீண்டும் பார்த்தான். அங்கே ஓசைகளோ, அசைவுகளோ ஏதுமில்லை.

அவன் திரும்பிப் போக முற்பட்டான். திடீரென்று அந்த வீட்டுக்குள்ளிருந்து, அலறல்போன்று ஒரு ஓசை தெளிவாகக் கேட்டது. கௌரியம்மா சொன்னதுபோன்று, அங்கே பேய்கள்தான் வசிப்பதாக அவனுக்குத் தோன்றியது. அவன் ஓடினான். ஆனால், வேலிக்குப் பக்கத்தில் உள்ள முட்கள் காலில் குத்தியதால் நிற்க வேண்டியிருந்தது. காலில் குத்திய முள்ளை எடுக்கக் குனிந்தபோது, அலறல்போன்ற அந்த ஓசை மீண்டும் கேட்டது. "என்னைக் காப்பாற்றுங்கள்!" என்றுதான் அந்தக் குரல் கத்துகிறது என்று அவன் நினைத்தான். அது மனிதக் குரல்தான் என்றும் அவனுக்கு உறுதியாகத் தெரிந்தது. பேய்கள் ஒருபோதும் இவ்வளவு பரிதாபமாக கெஞ்சி அழாது. அவன் மீண்டும் மூங்கில் மரங்களுக்குப் பக்கத்தில் சென்று அந்த வீட்டை உற்றுப் பார்த்தான்.

அந்த வீட்டின் சன்னல்கள் எல்லாம் தாழிடப்பட்டிருந்தன. ஆயினும், இரண்டாம் மாடியில் உள்ள ஒரு சிறிய சன்னல் மட்டும் திறந்திருப்பது தெரிந்தது. அந்த சன்னலில் ஒரு சிறிய முகம் தெரிந்தது. அந்த முகம் மீண்டும், "என்னைக் காப்பாற்றுங்கள்!" என்று பரிதாபமாகக் கத்தியது. அப்பு பார்ப்பதை அறிந்துதான் அது அப்படிக் கத்தியதுபோலிருக்கிறது.

அப்பு அதன் பிறகு வேறு எதையும் யோசிக்கவில்லை.

மூங்கில் மரங்களுக்குப் பக்கத்தில் வேலி சிதைந்து கிடந்த இடைவெளியில் தாவிக் கடந்து, அவன் அந்த வீட்டு வாசலுக்கு வந்தான். இரண்டாம் மாடிக்கு எப்படி ஏறுவது என்று யோசித்தான்.

வாசலின் ஒரு ஓரத்தில் நின்றிருந்தது ஒரு முருங்கை மரம். அதன் மீது அவன் மூச்சைப் பிடித்துக்கொண்டு ஏறினான். மரத்தின் மீதிருந்து ஓட்டின் மீது தாவலாம் என்றால் இடைவெளி அதிகமாக இருந்தது. மரத்திலிருந்து ஓட்டுக்குத் தாவினால் கீழே விழுந்து எலும்பு உடைந்துவிடும் என்று அவன் பயந்தான். ஆனால், அந்த முகத்தின் அலறலைப் பற்றி நினைத்தபோது, அவனுக்கு எப்படியோ ஒரு தைரியம் ஏற்பட்டது. வருவது வரட்டும் என்று துணிந்து, ஒரே பாய்ச்சலாக ஓட்டின் மீது தாவினான்! பெரியதொரு ஓசையுடன் அவன் அந்த ஓட்டின் மீது கை கால் ஊன்றி விழுந்தான். அந்தப் பழைய ஓடுகளில் பல ஓடுகள் உடைந்து சிதைந்தன. அவனுக்குமிகவும்வலித்ததுஎன்றாலும்அதைப்பொருட்படுத்தாமல்

எழுந்தான். ஓட்டின் மீதே நடந்து அந்த சன்னலுக்குப் பக்கத்தில் வந்தான்.

அந்தச் சிறிய முகம், ஏறத்தாழ ஐந்து வயதுடைய, மிகவும் வெளிறிய ஒரு குழந்தையின் முகம் என்று அப்புவுக்குப் புரிந்தது. அவன் மரத்தின் மீது ஏறுவதையும் ஓட்டின் மீது தாவுவதையும் அந்தப் பெரிய கண்கள் திகைப்புடன் பார்த்துக்கொண்டிருந்தன.

"நீ யார்? எப்படி இங்கே வந்தாய்?" அப்பு கேட்டான்.

அந்தச் சிறுவன் அழுதுகொண்டே சொல்லத் தொடங்கினான்:

"எப்படியாவது என்னை இங்கிருந்து வெளியே கொண்டுபோய் விடுங்கள், அண்ணா! இவர்கள் என்னை அடிக்கிறார்கள், குத்துகிறார்கள். என்னையும் உங்களுடன் கொண்டுபோய் விடுங்கள்! என் பெயர் சந்திரன். இவர்கள் எனக்கு சோறுகூட கொடுப்பதில்லை. என்னைப் பிச்சை எடுக்க வைக்க முயற்சி செய்கிறார்கள், அண்ணா. என் அப்பா டீக்கடை வைத்திருக்கிறார். நான் ஸ்கூலுக்குப் போகும்போது இவர்கள் எனக்கு மிட்டாய் தந்து இங்கே அழைத்து வந்துவிட்டார்கள். நாளை என் கண்களைக் குத்திக் குருடாக்க வேண்டும் என்று பேசிக்கொண்டார்கள். அதற்கு முன்பு என்னைக் காப்பாற்றுங்கள், அண்ணா! இதோ, என் உடல் முழுதும் எப்படி கத்தியால் கிழித்திருக்கிறார்கள் என்று பாருங்கள்! பல இடங்களில் எனக்கு சூடு வைத்திருக்கிறார்கள். இந்தப் புண்களெல்லாம் ஆறாமல் ரணமாவதற்காக மருந்து தடவுகிறார்கள். என் உடல் முழுதும் ரணமானால் என்னைப் பிச்சை எடுக்க அனுப்புவார்களாம்! அவர்கள் யாரும் பகலில் இங்கே இருக்க மாட்டார்கள். இரவில் வந்து என்னைத் துன்புறுத்துவார்கள். நான் எவ்வளவுதான் கத்திக் கூச்சலிட்டாலும் பக்கத்தில் உள்ளவர்கள் யாரும் திரும்பிக்கூட பார்க்க மாட்டார்கள். நான் இங்கே வந்து நீண்ட நாட்களாகிவிட்டன. நான் வருவதற்கு முன்பே இங்கே இருந்த இரண்டு பையன்களில் ஒருவனின் நாக்கை அறுத்துவிட்டார்கள்; இன்னொருவனின் கையை வெட்டிவிட்டார்கள். அவர்கள் இருவரையும் நேற்று எங்கோ அழைத்துச் சென்றார்கள். நாளை என் கண்களைக் குருடாக்கும் முன்பு என்னை எப்படியாவது காப்பாற்றுங்கள், அண்ணா"

அந்தப் பையன் தேம்பி அழுதவாறே சொன்னதிலிருந்து அப்பு இவ்வளவு விஷயங்களைத் தெரிந்துகொண்டான். அவன் அப்படியே உறைந்துபோய் நின்றுவிட்டான்.

"உன்னைக் கொடுமைப்படுத்தும் இவர்கள் யார்?" அப்பு கேட்டான்.

"அவர்கள் இரண்டு மூன்று பேர் இருக்கிறார்கள். வெள்ளைத் தாடியும் தலைமுடியும் வைத்துக்கொண்டு, வயதான வேடத்தில் இருக்கும் ஒருவன், கரடியைப்போல உடல் முழுதும் ரோமம் உள்ள ஒரு தடியன், இன்னும் ஒரு ஆள் இருக்கிறான். அவன் பெரிய பாடகன். பகல் நேரத்தில் தெருக்களிலெல்லாம் பாட்டுப்பாடி தாளம்போட்டு பிச்சை எடுப்பான், இரவில் வீடுகளில் திருடுவான்."

அப்பு யோசித்தான்: 'இவனை எப்படி வெளியே கொண்டு வருவது? கதவுகளையெல்லாம் பூட்டியிருப்பார்கள். தாத்தா மற்றும் சங்கரனின் உதவி இருந்தால் கதவை உடைத்துத் திறந்து காப்பாற்றலாம்.'

"நான் இந்த வீட்டுக்கும் பக்கத்திலிருக்கும் வீட்டுக்கு நேற்றுதான் வந்தேன். நேற்று இரவு ஒரு அலறல் கேட்டதுபோல எனக்குத் தோன்றியது. இந்த வீட்டில் பேய்கள் இருக்கின்றன என்று பயந்துதான் அலறல் கேட்டாலும் ஆட்கள் வருவதில்லை." அப்பு சொன்னான்.

"அது சரிதான், அண்ணா. இரவில் எவ்வளவு வெளிச்சம் தெரிந்தாலும் எவ்வளவு சத்தம் கேட்டாலும் பேய் பயத்தின் காரணத்தால் யாரும் இங்கே எட்டிக்கூட பார்க்க மாட்டார்கள் என்று அவர்கள் பேசிக்கொள்வதைக் கேட்டேன்."

"நான் ஏதாவது வழி செய்கிறேன். நீ பயப்படாமல் அமைதியாக இரு." அப்பு ஓடுகளில் மீது நகர்ந்து நகர்ந்து கீழே இறங்கினான்.

"சீக்கிரம் வாருங்கள், அண்ணா!" அந்தப் பையன் உரக்கக் கத்தினான்.

அப்பு, வேலியைத் தாவிக் கடந்து ஓடினான். குளத்துக்குப் பக்கத்தில் வந்தபோது அவன் நின்று திரும்பிப் பார்த்தான்.

அப்போது அவனது ரத்தமே உறைந்துவிடும்போலிருந்தது! அங்கே வாசலில் ஒரு பலா மரத்தின் கீழே நின்றுகொண்டு தாடிக்காரன் அவனையே பார்த்துக்கொண்டிருக்கிறான்! அப்பு பாய்ந்தோடி வந்து வீட்டுக்குள் நுழைந்தான்.

கூடத்தில் தூங்கிக்கொண்டிருக்கும் தாத்தாவிடம் வந்தபோதுதான் அவனுக்கு நிம்மதியாக இருந்தது. அப்போதும் அவன் இதயம், ‘திடும், திடும்’ என்று அடித்துக்கொண்டது.

அப்போது அவன் மனதில், சந்திரனை எப்படிக் காப்பாற்றுவது என்ற எண்ணம் மட்டும்தான் இருந்தது.

தாத்தா எழுந்தவுடன் அப்பு எல்லா விஷயங்களையும் அவரிடம் சொன்னான். தாத்தா எல்லாவற்றையும் கேட்டுவிட்டு தலையாட்டியவாறு சொன்னார்:

“அந்த வீட்டில் அப்படி திருடர்கள் இருந்தால், இவ்வளவு காலமாக இந்த ஊர்க்காரர்களுக்கு தெரியாமல் இருக்குமா? நீ சும்மா எதையோ யோசித்தபடி தூங்கி கனவு கண்டிருப்பாய்.”

“கனவு காண்பதா? தாத்தா, நான் தூங்கவே இல்லையே. தூங்கினால்தானே கனவு காண முடியும். இப்படிச் சொல்லாதீர்கள் தாத்தா, நாம் அந்தப் பையனைக் காப்பாற்ற வேண்டும்!”

தாத்தா சிரித்துக்கொண்டு அப்புவின் தலையைத் தடவினார். பிறகு, சங்கரனிடம் ஏதோ வேலை சொல்ல வேண்டும் என்று சாவிக்கொத்துடன் திண்ணைக்குச் சென்றார்.

□

தான் சொன்னதை தாத்தா பொருட்படுத்தவில்லை என்று அப்புவுக்குப் புரிந்தது. ‘எப்படியானாலும் அந்தப் பையனைக் காப்பாற்ற வேண்டும். யாரும் உதவி செய்யவில்லை என்றாலும் நான் மட்டுமே அவனைக் காப்பாற்றுவேன்!’ என்று நினைத்தான் அப்பு. ஆனால், தாடிக்காரன் பலா மரத்தின் கீழிருந்து எவ்வளவு கடுமையாகப் பார்த்தான் என்று நினைத்தபோது அவன் நடுங்கிவிட்டான்.

மாலை நேரத்தில் தாத்தாவும் பாட்டியும் சற்றுத் தொலைவில் உள்ள உறவினர் வீட்டுக்குச் சென்றார்கள். அப்போது அப்பு வீட்டைவிட்டு வயலோரமாக வந்தான். இந்த திருடர்களைப் பற்றி காவல்துறைக்குத் தெரிவிக்க வேண்டும் என்று அவன் முடிவு செய்திருந்தான்.

ஆனால், இந்தக் கிராமம், தான் பிறந்து வளர்ந்த நகரத்தைப்போன்றது அல்ல என்றும் இங்கே காவல் நிலையம் இல்லை என்றும் அவனுக்குத் தெரியாது.

அங்கே வயல்வெளியில் அவன் முதலில், தலையில் ஒரு முண்டாசு கட்டி பாட்டுப் பாடிச் செல்லும் இளைஞனைப் பார்த்தான். அவன் கறுப்பு நிறத்தில் ஒல்லியாக இருந்தான். மாடு மேய்ப்பவனைப்போன்ற தோற்றத்தில் இருந்தான் அவன். கையில் ஒரு தடி வைத்திருந்தான்.

அப்பு கேட்டான்: "போலீஸ் ஸ்டேஷனுக்கு எப்படிச் செல்ல வேண்டும்?"

"போலீஸ் ஸ்டேஷனுக்கா? வா, நான் வழி காட்டுகிறேன்."

அவன் முன்னால் நடந்தான். அப்பு அவனைப் பின்தொடர்ந்தான். வயல்வெளிகளைக் கடந்து, ஒரு சிறு குன்றின் மீது ஏறி இறங்கி, மாமரங்கள் அடர்ந்து நின்றிருக்கும் ஒரு தோப்புக்குள் அவர்கள் வந்தார்கள். அந்தி வெளிச்சம் மெல்ல மெல்ல மறைந்துகொண்டிருந்தது. மரங்களுக்கிடையில் இருட்டாக இருந்தது. அப்புவுக்கு சந்தேகம் ஏற்பட்டது.

"இதுதானா வழி?" அவன் கேட்டான்.

இளைஞன் பதில் சொல்லவில்லை. திடீரென்று, கையிலிருந்த தடியால் அவன் அப்புவின் தலையில் ஓங்கி அடித்தான். அவன் அடிக்கப்போகிறான் என்று அப்பு சட்டென்று உணர்ந்தாலும், உடனடியாக விலகிக்கொள்ளவோ தடுப்பதற்கோ அவனுக்கு நேரம் கிடைக்கவில்லை. இரும்பு பூண்போட்ட தடியால் அடிபட்டு அவன் மயங்கி விழுந்தான்.

□

உணர்வு மீண்டபோது அப்பு முதலில் பார்த்த முகம் தாடிக்காரனின் முகம். பயங்கரமாகச் சிரித்துக்கொண்டு அவன் அப்புவைப் பிடித்துத் தூக்கி சுவர் ஓரமாக அமரவைத்தான். தலை படீர் படீர் என்று தெறிப்பதுபோல அப்புவுக்கு வலித்தது. காட்சிகள் கலங்கலாகத் தெரிந்தன.

“பொடிப்பயலே, நீ என்ன அவ்வளவு பெரிய வீரனா? கடைசியில் எலி பொறியில் சிக்குவதுபோல மாட்டிக் கொண்டாயே!” தாடிக்காரன் கேலியாகச் சிரித்தான்.

அப்பு எதுவும் பேசாமல் நாற்புறமும் பார்த்தான். அந்தப் பழைய வீட்டில் ஒரு இடுங்கிய அறையில் தான் இருப்பதைப் புரிந்துகொண்டான். சன்னல் படியில் ஒரு ராந்தல் விளக்கு எரிந்துகொண்டிருக்கிறது. நேரம் என்னவென்று தெரியவில்லை. ‘தாத்தாவும் பாட்டியும் என்னைத் தேடிக்கொண்டிருக்கலாம். நான் இங்கே இருப்பது அவர்களுக்குத் தெரியுமா? நான் சொன்ன எதையும் தாத்தா நம்பவில்லையே. இப்போது உரக்கக் கத்தினாலும்

பயன் இல்லை. பேய்தான் கத்துகிறது என்று நினைத்துப் பயந்து யாரும் வந்து காப்பாற்ற மாட்டார்கள்.'

"என்னடா, திருதிருவென்று முழித்துக்கொண்டிருக்கிறாய்? சுற்றுமுற்றும் பார்த்துப் பயன் இல்லை. இந்தக் கூண்டில் சிக்கிக்கொண்ட யாரும் இதுவரை வெளியே சென்றது இல்லை. ஒரு வித்தியாசம் இருக்கிறது. எல்லோரையும் நாங்கள் பிடிப்பதுதான் வழக்கம். நீ ஒருவன்தான் தானாக வந்து மாட்டிக்கொண்டாய்!" தாடிக்காரன் மீண்டும் சொன்னான்.

"என்னை நீங்கள் என்ன செய்யப்போகிறீர்கள்?" அப்பு கேட்டான்.

"நீ பெரிய வாயாடி அல்லவா? அதனால் முதலில் உன் நாக்கைத் துண்டித்துவிடுவோம். பிறகு எங்காவது கொண்டுபோய் பிச்சை எடுக்க வைப்போம். மக்கள் உன்னைப் பார்த்து இரக்கப்பட்டு உன் தட்டில் நிறையக் காசு போடுவார்கள். கொஞ்சம் நாள் போகட்டும். அப்புறம் உன்னைப் பெற்ற அம்மாவுக்குக்கூட உன்னை அடையாளம் தெரியாது. நாங்கள் உன்னை அப்படி மாற்றிவிடுவோம்!" அவன் பயங்கரமாகச் சிரித்தான்.

அப்பு நடுங்கினான்.

கரடிபோல உடல் முழுதும் ரோமம் உள்ள ஒரு குண்டனும் பாட்டு பாடிக்கொண்டு ஒரு இளைஞனும் அறைக்குள் வந்து கதவைச் சாத்தினார்கள். அந்த இளைஞன் யார் என்று அப்பு அடையாளம் தெரிந்துகொண்டான். காவல் நிலையத்தைக் காட்டுகிறேன் என்று சொல்லி அழைத்து வந்து தலையில் அடித்து வீழ்த்தியவன்தான் அவன்.

"நான் உன்னை உண்மையிலேயே போலீஸ் ஸ்டேஷனுக்குக் கொண்டு வந்துவிட்டேன், அல்லவா?" அவன் சிரித்தபடி கேட்டான்.

"சந்திரனுக்கு சாப்பிட ஏதும் கொடுத்தீர்களா?" குண்டன், தாடிக்காரனிடம் கேட்டான்.

"ஆமாம். அவன் காயங்களொன்றும் போதுமான அளவு பழுத்து ரணமாகவில்லை. இன்று நான் மேலும் இரண்டு மூன்று காயங்கள் ஏற்படுத்தி மருந்து தடவியிருக்கிறேன். இனி இவனையும் இப்படியெல்லாம் செய்ய வேண்டுமே. அது மிகவும் சுவாரஸ்யமாக இருக்கும்!" தாடிக்காரன் கையை மடக்கி அப்புவின் தலையில் ஓங்கிக் குட்டினான். அப்பு வலி தாங்காமல் துடித்தான். அதைப் பார்த்து அவர்கள் சிரித்தார்கள்.

திடீரென்று யாரோ கதவைத் தள்ளித் திறந்தார்கள். சங்கரனும் தாத்தாவும் மேலும் ஆறு ஏழு பேரும் அறைக்குள் பாய்ந்து வந்தார்கள். தாடிக்காரன் தன் இடுப்பிலிருந்து கத்தியை உருவி தாத்தாவைக் குத்தினான். தாத்தா சட்டென்று விலகினார் என்றாலும் கத்தி அவர் தோளில் நீளமாகக் கீறிவிட்டது. அப்போது சங்கரன் உடனே தாடிக்காரனை அடித்து வீழ்த்திவிட்டார். மற்றவர்கள் குண்டனையும் இளைஞனையும் பிடித்துக்கொண்டார்கள்.

தோளில் போட்டிருந்த துண்டைக் கிழித்து தன் காயத்தில் கட்டுப்போட்ட பிறகு தாத்தா குனிந்து அப்புவைத் தூக்கினார். சங்கரனிடமிருந்து டார்ச்லைட் வாங்கிக்கொண்டார். அவர்கள் இருவரும் சந்திரனைத் தேடி உள்ளே சென்றார்கள்.

வெளவால்கள் பறக்கும், அச்சமூட்டும் இருட்டு வராந்தாவில் நடந்து செங்குத்தான படிகளில் ஏறி அவர்கள் மாடிக்கு வந்தார்கள். எல்லா அறைகளிலும் தேடிப் பார்த்தார்கள் என்றாலும் அங்கே

யாருமே இல்லை. சந்திரனை எங்கே ஒளித்து வைத்திருப்பார்கள்? அவர்கள் ஏமாற்றத்துடன் திரும்ப முற்பட்டார்கள். அப்போது, மரப் பலகைகளும் தேவையற்ற பொருட்களும் போட்டு வைத்திருந்த ஒரு சிறு அறைக்குள்ளிருந்து யாரோ தேம்பி அழும் குரல் கேட்டது. அவர்கள் முதலில் பார்த்தபோது ஓட்டை உடைசல் பொருட்கள்தான் கண்ணில் பட்டன. இப்போது அந்த இடத்திலிருந்து அழுகைக் குரல் ஒலித்தபோது அவர்களுக்குப் பெரிய வியப்பாக இருந்தது. அவர்கள் உள்ளே சென்றார்கள். அங்கே ஒரு மூலையில், ஏறத்தாழ பத்து வயதான ஒரு பையன் துவண்டு சுருண்டு கிடந்தான். அவர்களைப் பார்த்ததும் அவன் முதலில் அஞ்சி அலறினான். ஆயினும் அப்புவைப் பார்த்தபோது அவன் கண்களில் கொஞ்சம் நிம்மதி தெரிந்தது.

தாத்தாவும் அப்புவும் சந்திரனைத் தூக்கி நிற்கவைத்து கீழே கொண்டு வந்தார்கள். சந்திரனால் நடக்கவே முடியவில்லை. அவனை வீட்டுக்குக் கொண்டு சென்று உணவு கொடுத்தார்கள். தாத்தாவின் கட்டிலில் படுக்க வைத்தார்கள். அப்புவும் பாட்டியும் பக்கத்திலிருந்து அவனைப் பார்த்துக்கொண்டார்கள். தாத்தா, திருடர்களை அழைத்துக்கொண்டு தூரத்து நகரத்தில் உள்ள காவல் நிலையத்துக்குச் சென்றார். அவருக்கு உதவியாக பத்துப் பதினைந்து பேர் அவருடன் சென்றார்கள்.

□

அப்பு தூங்காமல் படுத்திருந்தான். தான் அந்த திருடர்களிடமிருந்து தப்பித்திருக்கவில்லை என்றால் என்ன நடந்திருக்கும் என்று யோசிக்கவே அவனுக்கு அச்சமாக இருந்தது.

வெகு நேரத்துக்குப் பிறகு, பொழுது விடியும் சமயத்தில் தாத்தா திரும்பி வந்தார்.

“நாங்கள் எல்லோரும் சேர்ந்து அவர்களை நகரத்துக்கு அழைத்துச் சென்று போலீஸிடம் ஒப்படைத்துவிட்டோம். அப்பு, இவர்களைத்தான் வெகுகாலமாக போலீஸ்காரர்கள் தேடிக்கொண்டிருந்தார்களாம். இவர்கள் குழந்தைகளைக் கடத்துபவர்களாம். குழந்தைகளின் கண்களைக் குருடாக்கி, கையையும் காலையும் நாக்கையும் துண்டித்து, உடல் முழுதும் புண்கள் ஏற்படுத்தி ஒவ்வொரு இடத்துக்குக் கொண்டு சென்று பிச்சை எடுக்க வைப்பார்களாம். கிடைக்கும் காசு முழுவதையும் இவர்கள் எடுத்துக்கொள்வார்களாம். இப்படி ஐம்பது பிள்ளைகள் இவர்களிடம் இருப்பதாக ஒப்புக்கொண்டிருக்கிறார்கள். இனி அந்தக் குழந்தைகள் எல்லாம் தங்கள் அப்பா அம்மாவிடம் சென்றுவிடுவார்கள். அப்பு, உன்னால்தான் இப்படிப்பட்ட ஒரு நல்ல காரியத்தை நாம் செய்ய முடிந்தது.”

“நான் மதியம் உங்களிடம் சொன்னபோது நீங்கள் நம்பவில்லையே, தாத்தா.”

"நான் நம்பாமல் இல்லை, அப்பு. நீ அதிகம் பயந்துவிடக் கூடாது என்றுதான் நான் எதுவும் பேசவில்லை. அப்போதே நான் சங்கரனை அழைத்து விஷயத்தைச் சொல்லிவிட்டேன். கொஞ்சம் ஆட்களை துணைக்கு அழைத்துக்கொண்டு இரவில் அங்கே சென்று பார்க்க வேண்டும் என்று முடிவு செய்திருந்தோம். எல்லோருக்கும் பேய் பயம். எனக்கும்தான். ஆனால், தாடிக்காரனை நேற்று நீ அங்கே இரண்டு முறை பார்த்ததாகச் சொன்னாய் அல்லவா? அவன் பேய் அல்ல என்று எனக்கும் தெரியும்தானே. ரயில்வே ஸ்டேஷனில் அவனைப் பார்த்தபோதே, அவன் நல்லவன் அல்ல என்று எனக்குத் தோன்றியது. நானும் பாட்டியும் மாலையில் வெளியே சென்று வரும்போது நீ வீட்டில் இல்லை. எனக்கு பெரிய அதிர்ச்சியாக இருந்தது. பிறகு நான் எதுவும் யோசிக்கவில்லை. உடனே ஆட்களை அழைத்துக்கொண்டு அங்கே புறப்பட்டுவிட்டேன். உனக்கு ஏதும் ஆபத்து ஏற்படுவதற்கு முன்பே, அதிர்ஷ்டவசமாக நான் அங்கே வந்துவிட்டேன். பாவம், இந்த சந்திரன்தான் மிகவும் துன்பப்பட்டுவிட்டான்."

அப்புவும் தாத்தாவும், தூங்கிக்கொண்டிருக்கும் சந்திரனை கருணையுடன் பார்த்தார்கள். அவன் மெல்ல முனகியவாறு திரும்பிப் படுத்து நிம்மதியாகத் தூங்கிக்கொண்டிருந்தான்.

●

நிலவும் மின்விளக்கும்

ரேணுகா காரிலிருந்து இறங்கினாள். படியில் அமர்ந்து பீடி புகைத்துக்கொண்டிருந்த வேலைக்காரன், அவளைப் பார்த்ததும் பீடியை அணைத்துப் பின்னால் மறைத்துக்கொண்டு எழுந்து நின்றான். 'ஹனு' என்ற செல்லப் பெயருடைய வளர்ப்பு நாய், படுத்திருந்த இடத்திலிருந்து எழாமல் வாலை ஆட்டியது. ரேணுகா அதைப் பொருட்படுத்தவில்லை.

"மம்மி எங்கே?" அவள் கேட்டாள்.

"மூன்று மணிக்குக் கிளம்பி வெளியே போயிருக்கிறார்கள்." வேலைக்காரன் சொன்னான். அவன் குரலில் கேலி கலந்திருக்கிறதா?

ரேணுகாவுக்கு நினைவு வந்தது. 'சரிதான். இன்று கேசினோ கிளப்பின் வருடாந்திர விழா அல்லவா. நிறைய நிகழ்ச்சிகள் இருக்கும் என்று அம்மா சொல்லியிருந்தார். மாறுவேடப் போட்டியில் கலந்து கொள்கிறாயா என்று அம்மா நான்கு நாட்களுக்கு முன்பு கேட்டிருந்தார். எல்லா உறுப்பினர்களின் குழந்தைகளும் அந்தப் போட்டியில் கலந்துகொள்கிறார்களாம். ஏதாவது கோமாளி வேடம் போட்டுக்கொண்டு ஆட்களின் முன்னால் வந்து நிற்க வேண்டும் –ச்சே! வெட்கம்! அப்புறம் நினைவுத்திறன் போட்டி, இசை நாற்காலி, இவற்றில் ஏதாவது பரிசு கிடைக்கலாம். இப்படிப்பட்ட முட்டாள்தனமான

விளையாட்டுகளில் கலந்துகொள்ள சலிப்பாக இருக்கிறது. மகள் பழைய காலத்துச் சிறுமிபோல இருக்கிறாளே என்று அப்பாவுக்கும் அம்மாவுக்கும் அதிருப்தி.'

"காப்பி?" வேலைக்காரன் கேட்டான்.

"வேண்டாம். நான் குடித்துவிட்டேன்."

"கேக் அல்லது சாண்ட்விச்..."

"வேண்டாம்." அவள் உறுதியாகச் சொன்னாள்.

"ஃபிரிஜ்ஜிலிருந்து லைம் ஜூஸோ, ஏதாவது..."

"நான்தான் வேண்டாம் என்று சொன்னேனே!"

இதெல்லாம் சாப்பிட்டு சலித்துவிட்டது. பர்கரும் பிஸ்ஸாவும் கேக்கும்! ராதாவின் வீட்டில்போல, இட்லியும் சீடையும் கடலையும் சாப்பிடத்தான் ஆசையாக இருக்கிறது. அவைதான் சுவையாக இருக்கின்றன. ஆனால், நவீன நாகரிகத்துக்கு அவையெல்லாம் போதுமா?

ராதாவின் வீட்டுடன் இந்த வீட்டை ஒருபோதும் ஒப்பிட முடியாது.

"ரேணு பாப்பா, இப்போது குளிக்கிறாயா?" வேலைக்காரி வந்து கேட்டாள்.

"ம். குளிக்கிறேன்... மம்மி எப்போது வருவார்கள் என்று தெரியுமா மாதவி?"

"ஏழரை மணி ஆகும் என்று நினைக்கிறேன். ரேணு பாப்பா வந்தவுடன், பியட் கிளப்புக்கு அனுப்ப வேண்டும் என்று சொல்லியிருந்தார்கள். அம்மா ஏதோ ஒரு இடத்துக்கு டின்னருக்குப் போகிறார்களாம். ஒருக்கால் அவர்கள் இங்கே வந்து புடவை மாற்றிக்கொண்டு போகலாம்."

"அம்மா, இனோவா காரில்தானே சென்றார்கள்?"

"எஜமான்தான் இனோவாவில் போனார். ஆஃபீஸிலிருந்து வந்த உடனே போய்விட்டார். அம்மா அவருக்கு முன்பே பென்ஸ்

காரில் சென்றுவிட்டார்கள். பென்ஸில் ஏதோ பிரச்சினை இருக்கிறதாம். ஒர்க்ஷாப்பில் விடவேண்டும் என்று காலையில் டிரைவர் சொன்னதைக் கேட்டேன்.''

ரேணுகா வியப்புடன் மாதவியைப் பார்த்தாள். மாதவிக்கு இந்த வீட்டில் எல்லா விஷயங்களும் தெரியும். உண்மையில் இவள்தான் இங்கே வீட்டுத் தலைவி.

''நீ போன இடத்தில் உன்னை நன்றாக உபசரித்தார்களா, பாப்பா?'' ரேணுகாவின் முடியைச் சிக்கலெடுத்துக்கொண்டு மாதவி கேட்டாள்.

"ம்..." என்று ரேணுகா முனகினாள்.

"அந்த சிறுமியின் அப்பா என்ன வேலை செய்கிறார்?"

"கிளர்க்கு. உன் தங்கை மகனைப்போல."

"கிளர்க்கா? அடக் கடவுளே! நீ அப்படிப்பட்ட ஒரு மட்டமான வீட்டுக்கா போய்வந்தாய்?" மாதவி திகைத்துப்போனாள்.

ரேணுகா சிரித்துக்கொண்டு குளியலறைக்குள் சென்றாள். வெதுவெதுப்பான நீர் நிறைத்த குளியல் தொட்டியில் படுத்து சுகமாகக் குளிக்கும்போது அவள் ராதாவின் வீட்டைப் பற்றி நினைத்துப்பார்த்தாள்.

வாசலில் பெரிய தோட்டம் இல்லை; தோட்டக்காரனுமில்லை; சலவைக் கல் பதித்த விசாலமான அறைகள் இல்லை; வேலைக்காரர்கள் இல்லை; விலை உயர்ந்த உணவுப் பொருட்கள் இல்லை.

ஆனால், அது ஒரு வீடு. அப்பாவும் அம்மாவும் மகளும் ஒருவரை ஒருவர் நேசிக்கும் வீடு.

அங்குள்ள வீட்டுத் தலைவர், அலுவலகத்துக்கும் கிளப்புக்கும் காரில் சென்று வருகிற, அளவற்ற செல்வத்தின் உரிமையாளரான பெரிய மனிதர் அல்ல. அங்குள்ள குடும்பத் தலைவி, நகரம் முழுக்கப் பெயர் தெரிந்த ஒரு சமூகப் பெண்மணி அல்ல.

அதனால்தான் அவர்களின் மகள் யாருமற்றவள் அல்ல.

ரேணுகாவுக்கு, தனக்கு யாருமில்லை எனும் உணர்வு மிகச் சிறுவயதிலேயே தோன்றியிருந்தது. மகிழ்ச்சியற்ற முகமுடைய ஒரு ஆயாவிடம்தான் அவள் வளர்ந்தாள். ஆனால் அந்த ஆயா, தன் கடமையைச் சரியாகச் செய்தாள். பால், வெண்ணெய், ரொட்டி, ஜாம், விலை உயர்ந்த டானிக்குகள், பட்டாடைகள், விளையாட்டுப் பொருட்கள் – எதற்கும் எந்தப் பஞ்சமும் இல்லை. மம்மி எப்போதாவது வந்து விசாரிப்பார்; கன்னத்தில் தட்டுவார்; தாடையைப் பிடிப்பார்; முத்தம் கொடுப்பார். அதுபோலத்தான் டாடியும். எப்போதாவதுதான் மம்மி டாடியுடன் வெளியே செல்ல முடியும். அவள் யாரிடமும் எந்த நெருக்கமும் இல்லாமல்தான் வளர்ந்துவந்தாள்.

ரேணுகா, இறுக்கமான மனதுடன்தான் பள்ளியிலும் நடந்துகொண்டாள். ஆரம்பத்தில், எல்லோரின் வாழ்க்கையும் இதுபோலத்தான் இருக்கும் என்று நினைத்திருந்தாள். மெல்ல மெல்லப் பார்த்துதான் ஒவ்வொன்றையும் புரிந்துகொள்ளத் தொடங்கினாள். முக்கியமாக, ராதாவுடன் பழக்கம் ஏற்பட்ட பிறகு.

இங்கே ராதா வந்த நாளை நினைத்துப்பார்க்கிறாள்.

டாடி அப்போது வீட்டில் இல்லை. வெளியே எங்கோ சென்றிருந்தார். பொதுவாக மம்மியும் வீட்டில் இருக்க மாட்டார். ஆனால், அன்று மம்மிக்கு லேசான ஜலதோஷம். அவர் மருந்து சாப்பிட்டுவிட்டு கட்டிலில் படுத்து ஒரு ஆங்கில நாவல் படித்துக்கொண்டிருந்தார்.

“மம்மி, என் ஃபிரெண்ட் ராதா.” என்று அறிமுகப்படுத்தியபோது மம்மி புத்தகத்திலிருந்து கண்ணெடுத்துப் பார்த்தார். முதற் பார்வையிலேயே மம்மிக்கு, ராதா வெறும் ஒரு ‘மிஸ் நோபடி’* என்று புரிந்திருக்கும். எதுவும் கேட்கவில்லை. மெதுவாகச் சிரித்துச் சொன்னார்: “கீழே அழைத்துச் சென்று காப்பியோ ஏதாவதோ கொடு. எனக்கு உடம்புக்கு முடியவில்லை.”

ராதாவை அழைத்துக்கொண்டு அறைக்கு வெளியே வந்தபோது ரேணுகா திரும்பிப் பார்த்தாள். மகளையும் அவள் தோழியையும் பார்த்துக்கொண்டு படுத்திருந்த மம்மி சட்டென்று திரும்பி புத்தகத்தைப் பார்த்தார். அந்தப் பார்வையின் அர்த்தம் ரேணுகாவுக்குப் புரியாமல் இல்லை: ‘ஒரு தோழியைத் தேர்ந்தெடுத்திருப்பதைப் பார்! ஒரு தரித்திரம்!’

---

* ஏழைப் பெண்

படி இறங்கும்போது ராதா சொன்னாள்: "உன் அம்மா எவ்வளவு அழகாக இருக்கிறார்கள்!"

கீழே இருக்கும் விசாலமான அழகிய உணவுக்கூடத்தில், பல வகையான பலகாரங்கள் அடங்கிய சிற்றுண்டி உண்ணும்போது ரேணுகா உரக்கப் பேசி சிரித்துக் களேபரம் செய்தாள். ஆனால், ராதா அதிகம் எதுவும் பேசவில்லை. பரிமாறும் வேலைக்காரனின் பார்வையில் மட்டுமல்ல, வேலைகள் செய்தவாறு அங்கும் இங்கும் நடக்கும் வேலைக்காரிகளின் பார்வையில் மட்டுமல்ல, அந்தப் பெரிய வீட்டின் குளிர்ந்த அமைதியில்கூட அவமானமும் கேலியும் இருக்கிறது என்று அன்று ராதாவுக்குத் தோன்றியிருக்க வேண்டும்.

ரேணுகா குளித்துவிட்டு கூடத்துக்குச் சென்று பார்த்தாள். அப்பா இன்னும் வந்திருக்கவில்லை. "மம்மி வந்து புடவையையும் நகைகளையும் சிகை அலங்காரத்தைக்கூட மாற்றிக்கொண்டு மீண்டும் போய்விட்டார்கள்" என்று மாதவி சொன்னாள்.

"மாதவி, அன்று இங்கே வந்திருந்தாளே என் தோழி ராதா, அவள் வீட்டுக்குத்தான் நான் சென்றிருந்தேன்."

ரேணுகா வெறும் ஒரு குமாஸ்தாவின் வீட்டுக்குப் போன 'பாவச் செயலை' கேட்பதற்கு விருப்பம் இல்லாததுபோல, மாதவி முனகினாள்.

அதைப் பொருட்படுத்தாமல் ரேணுகா சொன்னாள்: "நான் அங்கே சென்று இறங்கியபோது ராதாவின் அப்பா என்ன செய்துகொண்டிருந்தார் தெரியுமா? வாசலில் இருக்கும் ரோஜா, செம்பருத்திச் செடிகளுக்கு பாத்தி கட்டி தண்ணீர் ஊற்றிக்கொண்டிருந்தார்!"

ரேணுகாவின் குரலில் தென்பட்ட வியப்பையும் மரியாதையையும் அறிந்து மாதவி தலை தூக்கிப் பார்த்தாள்: "அது என்ன இவ்வளவு பெரிய விஷயமா? பார், ரேணுகா பாப்பா, ஏழைகளால் தோட்டக்காரன் வைத்துக்கொள்ள முடியுமா?"

"கேள், ராதாவின் அம்மா சமையலறையில் இருந்தார்கள். நாங்கள் போன உடன் ராதாவின் அப்பா எங்களை அழைத்துக்கொண்டு உள்ளே சென்றார். நாங்கள் எல்லோரும் நீண்ட

நேரம் பேசிக்கொண்டிருந்தோம். வயது வித்தியாசமோ மற்ற வேறுபாடோ எங்கள் யாருக்கும் தோன்றவில்லை."

"நீ பணக்கார வீட்டுப் பெண் என்று அவர்களுக்குத் தெரியும். அதனால்தான் உன்னை இவ்வளவு மரியாதையாக நடத்தியிருக்கிறார்கள்."

"அதனால் அல்ல. என் அப்பா பணக்காரரர் என்று ராதா அவர்களிடம் முன்கூட்டியே சொல்லவில்லை. ராதாவின் சாதாரண தோழியாகத்தான் நான் அங்கே சென்றேன்."

ரேணுகா நினைவுகூர்ந்தாள்.

ராதாவின் அம்மா சமையலறையில் காய் வறுத்துக்கொண்டிருந்தார். "அம்மா, என் தோழி ரேணுகா!" என்று அறிமுகப்படுத்தியபோது அவர் திரும்பி நின்றார்.

"ரேணுகா! கொஞ்சம் பொறு, மகளே! நான் இதைக் கொஞ்சம் வறுத்துவிட்டு வந்துவிடுகிறேன். ராதா, தோட்டத்திலிருந்து இரண்டு துண்டு வாழை இலை அறுத்து வா."

"அம்மா இட்லி இருக்கிறதா?"

"காலை இட்லியும் சட்னியும் இருக்கிறது, போதுமா? அப்புறம் இதோ, வறுவலும் தருகிறேன். அரிசிப் பெட்டியில் பூவன் வாழைப் பழம் இருக்கும். அதையும் எடுத்துக்கொள்ளுங்கள். போதுமா மகளே?" அம்மா, ரேணுகாவிடம் கேட்டார்.

ரேணுகா லேசாகச் சிரித்தாள், அவ்வளவுதான்.

ராதாவிடம், "உன் அம்மா எவ்வளவு அழகாக இருக்கிறார்கள்!" என்று சொல்ல ரேணுகாவால் முடியவில்லை. கறுப்பாக குண்டாகவும் குள்ளமாகவும் இருக்கும் அந்தப் பெண்மணி அழகாக இல்லை. ஆயினும் அந்த அம்மாவிடம் தாய்மையின் வசீகரம் ஏதோ இருந்தது. அவர்களை அம்மா என்று அழைக்க வேண்டும் என்று ரேணுகாவுக்கும் தோன்றியது.

இட்லியும் சட்னியும் வறுவலும் பழமும் பரிமாறி, கட்டாயப்படுத்தி சாப்பிட வைத்து அந்த அம்மா பக்கத்திலேயே நின்றார். ராதாவின் அப்பா வாசலில் தோட்ட வேலை செய்தபடியே

அவர்கள் பேச்சில் கலந்துகொண்டார். அவர்களிடம் செயற்கையான நாகரிகமில்லை. அவர்கள் 'பெரிய மனிதர்' களும் இல்லை. எனவே, உரக்கப் பேசவோ மனம் திறந்து சிரிக்கவோ அவர்களுக்கு எந்தத் தடையும் இல்லை.

ராதாவின் அம்மா, ரேணுகாவிடம் எல்லா விவரங்களையும் கேட்டார்.

"ஓ, நீயும் ராதாவைப்போல, வீட்டுக்கு ஒரே மகள்தானா? அப்படியென்றால் உன் அக்கா ராதா. ராதாவின் தங்கை நீ!" அம்மா, ரேணுகாவின் தலையை வருடினார்கள்.

"ஐயோ! அம்மா, ரேணுகா நம்மைப்போல அல்ல. பெரும் பணக்..."

ரேணுகா, சாப்பிட்டுக்கொண்டிருந்த கையாலேயே ராதாவின் வாயைப் பொத்தினாள்: "பணத்தைப் பற்றி இங்கே இப்போது யார் கேட்டார்கள்?"

எல்லோரும் உரக்கச் சிரித்தார்கள்.

அந்தக் காட்சியை நினைத்துப் பார்த்து ரேணுகா மீண்டும் சிரித்தாள்.

"ரேணுகா பாப்பா, உனக்கு சாப்பாடு வேண்டாமா? நீ வந்ததிலிருந்து எதுவுமே சாப்பிடவில்லையே?" மாதவி சொன்னாள்.

"எனக்குக் கொஞ்சம்கூட பசி இல்லை மாதவி. ஒரு கப் சூடான பால் கொடு. குடித்துவிட்டுப் படுத்துக்கொள்கிறேன். தூக்கம் வருகிறது."

"ஏன் உனக்குப் பசிக்கவில்லை? கண்ட ஏழைபாழைகள் வீட்டுக்குச் சென்று ஏதாவது மோசமான பொருட்களைச் சாப்பிட்டிருப்பாய். அதெல்லாம் உனக்கு வயிற்றுக்கு ஒத்துக்கொள்ளுமா, பாப்பா? அம்மாவுக்குத் தெரிந்தால் என்ன சொல்வார்கள்?"

"என் விஷயங்களைப் பற்றி அம்மாவுக்கு என்ன தெரியும்?" அவள் குரலில் வேதனை படிந்திருந்தது.

மாதவி எதுவும் பேசாமல் போய் பால் கொண்டு வந்தாள்.

பளபளப்பான பட்டு மெத்தை மீது ரேணுகா கண் விழித்துப் படுத்திருந்தாள்.

இளம் நீல பூச்சக்கரத்தின் வடிவில் உள்ள விளக்கு, அறைக்குள் அழகான வெளிச்சம் வீசியது. ஆனால், வெளியே வாசலில் பால் பாத்திரம் கவிழ்ந்து வழிவதுபோன்ற நிலவொளி பிரகாசிக்கிறது. அதன் குளிர்ச்சியும் இயற்கையும் இந்த மின் விளக்குக்கு உண்டா?

ஒரு ஆங்கிலப் பாட்டின் மெட்டை முனகிக்கொண்டு, தடுமாறும் காலடிகளுடன் டாடியும் பின்னால் மம்மியும் பக்கத்து அறைக்குப் போகும் சத்தம் கேட்டது. அவள் கண்களை இறுக மூடிக்கொண்டு புரண்டு படுத்து தூங்க முயன்றாள்.

ராதா இப்போது அவள் அம்மாவை அணைத்தபடி தூங்கிக்கொண்டிருப்பாள்!

•

சலிப்பு

பாப்பா சொன்னாள்: "எனக்கு சலிப்பாக இருக்கிறது."

யாரும் கவனிக்கவில்லை.

உண்மையில், பாப்பாவுக்கு வாழ்க்கையில் சலிப்பூட்டுவதாக ஒன்றும் இல்லை. அன்புகாட்ட அப்பா அம்மா, கொஞ்சி சீராட்டுவதற்கு சித்தப்பாக்கள் - அத்தைகள், விளையாடுவதற்கு

தம்பி–தங்கை, மடியில் உட்கார வைத்து கொஞ்சிக் கொஞ்சி படிப்பு சொல்லித் தர ஆசிரியர், நல்ல நல்ல கதைகளும் பாட்டுகளும் சொல்லிக்கொடுக்க அன்னம்மா என்று எல்லோரும் இருக்கிறார்கள்.

ஆயினும் பாப்பாவுக்கு சலிப்பாக இருந்தது. அவளது குணம் அப்படித்தான். பொதுவாக குழந்தைகள் விளையாடும் விளையாட்டுகள் ஒன்றும் அவள் விளையாடவில்லை. எழுத்துக் கூட்டி படிக்கக் கற்றுக்கொண்டது முதல், கையில் கிடைத்ததையெல்லாம் படிக்கத் தொடங்கினாள். புரிந்துகொண்ட விஷயங்களை நினைத்து நினைத்து ரசித்தாள். படித்த கதைகளில் வரும் ஒவ்வொரு கதாபாத்திரமாக தன்னைக் கற்பனை செய்துகொண்டு தனக்குத்தானே பேசிக்கொள்வாள். வீட்டு வளாகத்தில் உள்ள செடிகொடிகளிடமும் பல விஷயங்களை கொஞ்சிப் பேசினாள். ஒரு கனவு உலகத்தை உருவாக்கி அதற்குள் இருந்துகொண்டு, சுற்றிலும் உள்ளதையெல்லாம் அறியாமல் கற்பனையில் வாழ்ந்தாள்.

ஆனால், அடிக்கடி பாப்பா தன் கற்பனைக் கோட்டையிலிருந்து வெளியே வரவேண்டியிருந்தது. அப்போதெல்லாம் அவளுக்கு கடுமையான சலிப்பு ஏற்படும். பக்கத்து வீட்டுக்காரர்களின், அல்லது உறவினர்களின் குழந்தைகளுடன் விளையாட வேண்டியிருக்கும்போது, வறட்சியான அறிவியல் விஷயங்களைப் படிக்க வேண்டியிருக்கும்போது, எண்ணெய் தேய்த்துக் குளிக்க அம்மா அழைக்கும்போது – அப்போதெல்லாம் அவள் சொன்னாள்: "எனக்கு சலிப்பாக இருக்கிறது."

அவள் அடிக்கடி இப்படிச் சொல்வதை யாரும் கவனிக்கவில்லை.

ஆயினும் ஒரு நாள் அப்பா சொன்னார்: "நாளை உன்னை பள்ளிக்கூடத்தில் சேர்க்கப்போகிறேன்."

அவள் மகிழ்ச்சியடைந்தாள். பள்ளிக்கூடத்தைப் பற்றி அவளுக்கு எதுவும் தெரியாது "இப்போது வீட்டுக்கு வந்து கற்பிக்கும் ஆசிரியர் சொல்லிக்கொடுப்பதைவிட அதிகமாகத் தெரிந்துகொள்ளும் இடம்தான் பள்ளிக்கூடம். அங்கே நிறைய நண்பர்கள் கிடைப்பார்கள். விதம் விதமான விளையாட்டுகள் விளையாடலாம்" என்று அத்தை சொன்னபோது அவள் மகிழ்ச்சி

குறைந்தது. நண்பர்கள் மீதோ, விளையாட்டுகள் மீதோ அவளுக்கு ஆர்வம் இல்லை அல்லவா. தனிமையில் தனக்குத்தானே பேசிக்கொண்டு விளையாடுவதுதான் அவளுக்குப் பிடிக்கும்.

ஆயினும், பள்ளிக்கூடம் செல்வது ஒரு புதுமை, ஒரு மாற்றம் – பாப்பா ஆவலுடன் காத்திருந்தாள்.

காலையில் சீக்கிரம் எழுவதற்கு இயல்பாகவே பாப்பாவுக்கு சோம்பல். விழித்தாலும் கண்களை மூடிக்கொண்டு அப்படியே தூக்கக் கலக்கமாக படுத்திருப்பதற்குத்தான் பிடிக்கும்.

அப்படியெல்லாம் இருந்தும் அவள் காலையில் சீக்கிரமே எழுந்து குளித்து, சாமி கும்பிட்டு வந்தாள்.

காலை உணவுக்குப் பிறகு அம்மா புதிய உடை அணிவித்தார். அந்தி நேர ஆகாயத்தின் நிறத்தில் இருந்தது அந்த உடை. அதில் சில கறுப்புப் புள்ளிகள்.

மாலை நேரத்தில், காகங்கள் கூட்டம் கூட்டமாகப் பறப்பது பாப்பாவுக்கு நினைவு வந்தது. அவள் காகங்களைப் பற்றி யோசிக்கத் தொடங்கினாள். "தூரத்தில், வெகுதூரத்தில், ஆகாயத்தின் எல்லையில் ஒரு பெரிய ஆலமரம் இருக்கிறது. காகங்கள் அங்கேதான் பறந்து செல்கின்றன. காகங்கள் அங்கே சென்றவுடன், பகல் முழுதும் ஆலமரத்தில் இருந்த ஆந்தைகள் பறந்து இங்கே வரும்" என்று யாரோ சொன்ன கதையை அவள் நினைத்துப் பார்த்தாள். ஒரு ஆந்தையைக்கூட இதுவரை பார்க்க முடியவில்லையே என்று நினைத்து அவள் வருந்தினாள். ஆந்தைகள் இரவில் மட்டும்தான் பறக்கும் என்பதில் அவளுக்கு கோபம். இதை அவள் எதிர்த்தாள்.

அப்பாவின் கையைப் பிடித்தபடி பாப்பா பள்ளிக்கூடத்துக்கு நடந்தாள். அவளுக்காக அப்பா மெதுவாக நடந்தார். ஆயினும் அப்பாவுடன் செல்வதற்கு அவள் ஓட வேண்டியிருந்தது.

பள்ளிக்கூடத்தின் விசாலமான வாசல் பாப்பாவுக்குப் பிடித்திருந்தது. இதுதான் பூமி என்று அவள் நினைத்தாள். 'ஆனால், பூமி கோள வடிவில் இருக்கும் என்றுதானே நாம் அறிவியலில் படித்தோம்' என்று நினைவுகூர்ந்தாள். 'ஒருக்கால் பூமியின் மேற்பகுதியில் கொஞ்சம் இடம் இப்படி சமதளமாக இருந்து, கீழ்ப் பகுதி உருண்டையாக இருக்கும் போலிருக்கிறது' என்று தன்னைச் சமாதானப்படுத்திக்கொண்டாள்.

பரந்து விரிந்த மைதானத்தில் ஆங்காங்கே நான்கு பெரிய கட்டடங்கள் இருப்பதை பாப்பா பார்த்தாள். பெரிய கட்டடங்களோ, அவற்றின் உள்ளே இருக்கும் இருட்டோ அவளுக்கு வியப்பளிப்பதும் இல்லை, பயமுறுத்துவதும் இல்லை. அவற்றை வாழ்வின் ஒரு பகுதியாக அவள் அங்கீகரித்திருந்தாள். ஆனால், இந்தக் கட்டடங்கள் அவள் மனதில் லேசான பயத்தை ஏற்படுத்தின. கம்பிகள் இல்லாத பெரிய பெரிய சன்னல்கள்... வெளிச்சம்... நிறைய ஆட்களும் இருந்தார்கள்.

பாப்பா, அப்பாவின் கையை இறுகப் பிடித்துக்கொண்டாள். அவள் பயத்தைப் புரிந்துகொண்ட அப்பா, இடது கையால் அவள் தலையை மெல்லத் தடவினார்.

அப்பாவும் பாப்பாவும் ஒரு பெரிய அறைக்கு முன்னால் சென்று நின்றார்கள். உள்ளே மேசைக்குப் பக்கத்தில் நாற்காலியில் அமர்ந்திருந்த ஒருவர் எழுந்து வந்து அப்பாவிடம் பேசினார். பிறகு அப்பாவின் கையிலிருந்து பாப்பாவின் கை விரல்களை மெதுவாகப் பிரித்தார். பாப்பா அப்பாவைக் கட்டிப்பிடித்துக்கொண்டாள். அப்பா புன்னகைத்தார். அந்த மனிதர் அவளை அப்பாவிடமிருந்து பிரித்து, அவள் கையைப் பிடித்து உள்ளே அழைத்துச் சென்றார். முன் வரிசை பெஞ்சில் அமர்ந்திருக்கும் நீண்ட முடியுள்ள ஒரு சிறுமியின் பக்கத்தில் உட்காரவைத்தார்.

பாப்பா திரும்பிப் பார்த்தபோது, அப்பா நடந்து சென்றுகொண்டிருப்பதைக் கண்டாள். அவளுக்கு தேம்பித் தேம்பி அழ வேண்டும்போலிருந்தது. ஆனால், கண்ணீர் இமைகளில் தேங்கி நின்றது. சுற்றிலும் ஆர்வம் நிறைந்த, அறிமுகமற்ற நிறைய முகங்கள்! சில முகங்களில் அன்பு தெரிந்தது. சில முகங்களில் அலட்சியம் தெரிந்தது.

அந்த மனிதர் மேசைக்குப் பக்கத்தில் வந்து நின்று பாடம் சொல்லிக்கொடுக்கத் தொடங்கினார். அப்போதுதான் அவளுக்கு இவர்தான் ஆசிரியர் என்று புரிந்தது. அவள் கவனித்தாள். சுவாரஸ்யமாக இருந்தது. ‘பில்’ எனும் பெயருடைய ஒரு பையன் காட்டில் தனியாக மாட்டிக்கொண்ட கதையைத்தான் ஆசிரியர் விவரித்துக்கொண்டிருந்தார். தெரியாத ஆங்கில வார்த்தைகளின் அர்த்தத்தையும் அவர் சொல்லிக்கொடுத்தார். சுற்றிலும் இருந்த குழந்தைகள் அவற்றையெல்லாம் சிலேட்டில் எழுதிக்கொண்டு, ஆசிரியரோடு சேர்ந்து உரக்கச் சொன்னார்கள். பாப்பா அப்படியெல்லாம் செய்யாமல் முழித்துக்கொண்டிருந்தாள். ஆசிரியர் எழுதச் சொன்னபோது மட்டும் எழுதினாள். ஆயினும், மற்ற குழந்தைகளுடன் சேர்ந்து வார்த்தைகளை உரக்கச் சொல்வதற்கு முடியவில்லை.

சற்று நேரத்துக்குப் பிறகு, மணி அடிக்கும் ஓசை கேட்டது. ஆசிரியர் சென்றார். பாப்பாவின் பக்கத்தில் அமர்ந்திருந்த நீண்ட

முடியுள்ள சிறுமி, இந்தப் பக்கம் திரும்பி பெயர் என்னவென்று கேட்டாள். பாப்பா தன் பெயரைச் சொன்னாள். அந்தச் சிறுமியின் பெயரைக் கேட்க வேண்டும் என்று அவளுக்குத் தோன்றவில்லை. ஆனால், அந்தச் சிறுமி தன் பெயரைச் சொன்னாள். அது, ஒரு நதியின் பெயர் என்று பாப்பாவுக்குப் புரிந்தது. அப்பா சொன்ன பல புராணக் கதைகளில் இந்த நதி வரும். கங்கை. அந்தப் பெயரைக் கேட்கும்போது பாப்பாவுக்கு, அவள் வீட்டுக்குப் பக்கத்தில் உள்ள தெளிந்த நீர் ஓடும் நதிதான் நினைவு வரும். அலைகள்போன்ற நீண்ட முடியும் சிரிக்கும் தெளிவான முகமும் உள்ள இவளுக்கு இந்தப் பெயர் பொருத்தம்தான் என்று பாப்பாவுக்குத் தோன்றியது.

அப்போது, சற்றுப் பெரிய வயிறுள்ள ஒருவர் வந்தார். அவர் வெண்ணிறத்தில் குண்டாக இருந்தார். எல்லோரும் எழுந்து நின்றார்கள். பாப்பா மட்டும் எழாமல், திடுக்கிட்டு அப்படியே அமர்ந்திருந்தாள். நதியின் பெயர் கொண்ட அந்தச் சிறுமி பிடித்து எழ வைத்தபோதுதான் எழுந்து நின்றாள். இவரும் ஒரு ஆசிரியர்தான் என்று பாப்பாவுக்குப் புரிந்தது. ஆசிரியர் வரும்போது எழுந்து நிற்க வேண்டும் என்றும் அவள் தெரிந்துகொண்டாள்.

புதிய ஆசிரியர் கணக்குப் பாடம் சொல்லிக் கொடுத்தார். பாப்பாவுக்கு ஆரம்பத்திலிருந்தே கணக்கு பிடிக்காது. அதனால் பாடத்தைக் கவனிக்கவில்லை. நதியின் பெயர் கொண்ட சிறுமியின் நீண்ட தலைமுடியைப் பார்த்துக்கொண்டிருந்தாள். 'நாளைக் காலையில் தூங்கி எழும்போது எனக்கும் இவ்வளவு நீளமான தலைமுடி இருந்தால் எவ்வளவு நன்றாக இருக்கும்! நான் அதை அழகாகச் சீவி சடைபோட்டு ரோஜாப்பூக்கள் வைத்து அலங்கரிப்பேன்!' என்றெல்லாம் கற்பனை செய்துகொண்டிருந்தாள். அவள் தலைமுடி கழுத்துவரை மட்டும் வளர்ந்திருந்தது. சற்று செம்பட்டை நிறத்துடன் அடர்ந்தியான சுருட்டை முடியாக இருந்தது. அதை அவள் அடிக்கடி தொட்டுப்பார்த்துக் கொள்ளவும் செய்தாள்.

ஆசிரியர் சிலேட்டில் போடச் சொன்ன கணக்குகள் அனைத்தையும் தவறாகச் செய்தாள். சிலர் இரக்கத்துடனும் சிலர் அலட்சியமாகவும் அவளைப் பார்த்தார்கள். அவளுக்குச் சற்று அவமான உணர்வும் வெட்கமும் ஏற்பட்டன. ஆயினும் அவளுக்கு,

கணக்கு படிப்பதில் கவனம் வைக்க வேண்டும் என்றோ, அடுத்த கணக்கையாவது சரியாகச் செய்ய வேண்டும் என்றோ தோன்றவில்லை.

அடுத்த மணி அடித்த பிறகு அதே ஆசிரியரே மீண்டும் வந்து மலையாளம் சொல்லிக் கொடுத்தார். சுற்றிலும் உள்ள குழந்தைகள் எங்கோ மறைந்துவிட்டார்கள். வெளிச்சமான அறையும் மர பெஞ்சுகளும் மறைந்துவிட்டன. தூரத்தில் எங்கோ கேட்பதுபோல ஆசிரியரின் குரல் மட்டும் வந்தது. அதில் மிதந்து சென்று பாப்பா, மகாபாரதத்தின் போர்க்களத்தைப் பார்த்தாள். அந்தக் கதைகளை எல்லாம் ஏற்கனவே அப்பா அவளுக்குச் சொல்லிக் கொடுத்திருந்தார். எனவே ஆசிரியர் சொல்லச் சொல்ல, அந்தக் கதைகள் எல்லாம் அவள் மனதில் காட்சிகளாக விரிந்தன.

தொடர் மணி ஒலித்தது. பாப்பாதன் கற்பனை உலகத்திலிருந்து மெல்ல மெல்ல திரும்ப வேண்டியிருந்தது.

மதியத்துக்குப் பிறகு பள்ளிக்கூடம் இல்லை என்றும் இனி நாளை வந்தால் போதும் என்றும் ஆசிரியர் சொன்னார். தன் கற்பனை உலகத்தில் உலவிக்கொண்டிருக்கும்போது பாப்பா அதைக் கேட்டாள்.

காட்டில் தனியாக மாட்டிக்கொண்ட பில் எனும் பையன்; தலையில் மயிலிறகுடன் நிற்கும் மகாபாரத கிருஷ்ணன்; நதியின் பெயரும் நீண்ட முடியும் சிரிக்கும் முகமுள்ள சிறுமி; வெண்ணிறத்தில் குண்டாக – சற்றுப் பெரிய வயிறுடன் இருக்கும் ஆசிரியர்; கம்பிகள் இல்லாத பெரிய பெரிய சன்னல்கள் நிறைந்த வெளிச்சமான பெரிய கட்டடங்கள் – பாப்பா நீண்ட நேரம் கனவு காண்பதற்கும் கற்பனை உலகில் மிதப்பதற்கும் நிறைய விஷயங்கள் கிடைத்தன.

ஆனால், திரும்பத் திரும்ப இப்படிப்பட்ட நாட்கள்தான் வரும் என்று நினைத்து பாப்பா பயந்தாள்.

இரவு சாப்பிட்டுவிட்டுப் படுக்கும்போது பாப்பா சொன்னாள்: ‘‘எனக்கு சலிப்பாக இருக்கிறது!

யாரும் கவனிக்கவில்லை.

அந்தப் பாப்பா நான்தான்.

●

காணாமல்போன ஓநாய்

நான்தான் சின்னஞ்சிறுமி லதா. இந்த வீட்டின் கடைக்குட்டி. நான் சொல்லும் கதையைக் கேட்கிறீர்களா?

மதியச் சாப்பாடு முடிந்தது. அம்மா சமையலறையைச் சுத்தம் செய்கிறார்கள். அதற்குப் பிறகு அம்மா உட்கார்ந்து சித்திரத் தையல் வேலை செய்ய ஆரம்பித்துவிடுவார்கள் என்று எனக்குத் தெரியும். அப்போது பாட்டி, பக்கத்தில் படுத்து தூங்கிக் கொண்டிருப்பார்கள். ஒரு சிறிய ஓசை கேட்டாலும் திடுக்கிட்டு எழுந்து சுற்றிலும் பார்ப்பார்கள். தான் வேலை செய்துகொண்டிருக்கும்போது பக்கத்தில் யாராவது பேசினால் அம்மாவுக்குக் கோபம் வரும்.

ஸ்ரீதேவி அக்காவும் பெரியண்ணியும் மிகவும் நெருங்கிய தோழிகள். அவர்கள் எப்போதும் ஏதாவது பேசிக்கொண்டு கிளுகிளுவென்று சிரித்துக்கொண்டிருப்பார்கள். மதியச் சாப்பாட்டுக்குப் பிறகு அவர்கள் மாடிக்குச் சென்றால், பிறகு மாலையில் காப்பி தயாராகும்வரை நிறுத்தாமல் பேசிக்கொண்டிருப்பார்கள். பெரியண்ணன், பெரியண்ணியை கல்யாணம் செய்து அழைத்து வருவதற்கு முன்பு ஸ்ரீதேவி அக்கா எப்போதாவது என்னிடம் வந்து பேசிக்கொண்டிருப்பாள், விளையாடுவாள், கதைகள் சொல்வாள். பெரியண்ணி வந்த பிறகு என்னைக் கண்டுகொள்வதில்லை. இதை நினைத்தால் எனக்கு

வருத்தமாக இருக்கும். இருக்கட்டும், இந்த ஸ்ரீதேவி அக்காவுக்கு ஒரு பாடம் புகட்டுகிறேன்! விடுமுறை முடிந்த பிறகு பெரியண்ணன் பெரியண்ணியை அழைத்துக்கொண்டு ஊருக்குப் போய்விடுவார் அல்லவா? அதன் பிறகு ஸ்ரீதேவி அக்கா தனியாக இருக்க வேண்டியிருக்கும். அப்போது என்னிடம் பழகுவதற்கு வருவாள். அப்போது நான் யாரென்று காட்டுகிறேன்; அவள் வந்தால் முகத்தைத் திருப்பிக்கொள்வேன். அவளைப் பார்க்கவே மாட்டேன்!

அப்புறம், சின்னண்ணி சாவித்திரி இருக்கிறார்கள். சின்னண்ணியிடம் எனக்கு ஆரம்பத்திலிருந்தே நெருக்கம் இல்லை. சின்னண்ணி யாரிடமும் பேசாமல் எப்போதும் புத்தகம் படித்துக்கொண்டே இருப்பார்கள். அவர்கள் சரியான புத்தப் பைத்தியம். சின்னண்ணன் அடிக்கடி நூலகத்துக்குச் சென்று புத்தகங்கள் எடுத்து வந்து கொடுப்பார். அப்பாவும் பெரியண்ணனும் எங்கே சென்று வந்தாலும் சின்னண்ணிக்குப் புத்தகங்கள் வாங்கிக்கொண்டு வருவார்கள். என்னிடம் வாய் திறந்து ஒரு வார்த்தை பேசுவதற்குக்கூட சின்னண்ணிக்கு நேரமில்லை.

அப்புறம் அப்பா இருக்கிறார். அப்பா மதியத்தில் செய்தித்தாள் வாசித்தபடியே சற்றுத் தூங்குவார். அப்போது நான் அவர் பக்கத்தில் சென்று அமர்ந்தால், "லதா, இங்கே உட்கார்ந்து சத்தம் போட்டுக்கொண்டிருக்காதே! போய் விளையாடு!" என்று சொல்வார். எப்போதும் இப்படித் தனியாக அமர்ந்து என்ன விளையாட்டு விளையாடுவது? என்னை சீக்கிரம் பள்ளிக்கூடத்தில் சேர்த்தால் மிகவும் நன்றாயிருக்குமே! அப்புறம் நான் பொழுது போகாமல் இப்படிக் கஷ்டப்பட வேண்டியிருக்காது அல்லவா? ஜூன் மாதம் பெரியண்ணனின் பிறந்த நாள் முடிந்த பிறகு என்னைப் பள்ளிக்கூடத்தில் சேர்ப்பதாக அப்பா சொல்லியிருந்தார். ஜூன் மாதம் வருவதற்கு நீண்ட காலம் இருக்கிறது என்று வேலைக்காரி மீனாட்சி சொல்கிறாள். "செல்லமே, நீ பள்ளிக்கூடம் போய்விட்டால் பிறகு இந்த வீட்டில் நான் என்ன செய்வேன். எனக்குப் பொழுது போக வேண்டாமா?" என்று சொல்வாள் மீனாட்சி. அவள் சும்மா அப்படிப் பொய் சொல்கிறாள். அவளுக்கு அப்படி நேரம் போகவில்லை என்றால் மதிய நேரத்தில் என்னிடம் அமர்ந்து

பேசிக்கொண்டிருக்கக் கூடாதா? அதைச் செய்ய மாட்டாள். சமையலறையைச் சுத்தம் செய்தால் பிறகு சாப்பாடு எடுத்துக்கொண்டு வீட்டுக்குப் போய்விடுவாள். அப்புறம் மாலையில்தான் வருவாள்.

எல்லோரைவிடவும் நல்லவர் பெரியண்ணன்தான். நான் பக்கத்தில் சென்றால் அவர் கோபப்பட மாட்டார். அது மட்டுமல்ல, அலமாரியிலிருந்து பெரிய பெரிய ஆங்கிலப் புத்தகங்களை எடுத்து படம் காட்டுவார். எப்போதாவது நல்ல மனநிலையில் இருந்தால் அந்தப் புத்தகங்களில் உள்ள கதைகளையும் சொல்வார்.

நான் ஓசையெழுப்பாமல் மாடிப்படி ஏறி, பெரியண்ணனின் அறைக்குச் சென்று பார்த்தேன். அப்போது பெரியண்ணன் ஒரு

புத்தகம் படித்துக்கொண்டிருந்தார். ஐயோ! அந்தப் புத்தகத்தின் அட்டையைப் பார்த்தீர்களா? ஸ்ரீதேவி அக்காவைப்போன்ற ஒரு பெண், நான் அணிவதுபோன்ற ஒரு உடை அணிந்து இளித்துக்கொண்டு நிற்கிறாள்! வெட்கமில்லாத பெண்! ஏன் இவள் இளித்துக்கொண்டிருக்கிறாள். இதற்கான காரணம் ஒருக்கால் பெரியண்ணனுக்குத் தெரிந்திருக்கலாம். இந்தப் புத்தகத்தில் உள்ள கதையை சொல்லச் சொன்னால் என்ன?

“பெரியண்ணா, இந்தப் புத்தகத்தில் உடையணிந்துகொண்டு நிற்கிறாளே, இந்தப் பெண்ணின் கதையைச் சொல்கிறீர்களா?” நான் ஓடிச்சென்று பெரியண்ணனுக்குப் பக்கத்தில் கட்டிலில் அமர்ந்தேன். அப்போதுதான் பெரியண்ணன் என்னைப் பார்த்தார்.

“இந்தப் புத்தகத்தில் உள்ள பெண்ணின் கதையைத்தான் சொல்ல வேண்டுமா?” பெரியண்ணன் கேலி செய்கிறார்.

“ஆமாம். இந்தப் பெண் ஏன் இப்படி சிரித்துக்கொண்டிருக்கிறாள்? அதைச் சொல்லுங்கள்!”

“இந்தப் பெண் எதற்காக சிரிக்கிறாள் என்பதுதான் உனக்குத் தெரிய வேண்டுமா? இவள் பெயர் என்னவென்று தெரிந்துகொள்ள வேண்டாமா?”

“அதையும் சொல்லுங்கள்!”

“இவள் பெயர் தங்கமுடிக்காரி. ஏன் இவளுக்கு இந்தப் பெயர் வந்தது என்று உனக்குத் தெரியுமா?”

“தெரியாது.”

பெயர் வருவதற்கு என்ன காரணம் என்று கேட்டால் என்ன பதில் சொல்வது? பெயர் வருவதற்கெல்லாம் ஒரு காரணம் இருக்குமா? இந்தப் பெரியண்ணன் தன்னை ரொம்பப் படித்தவர்போன்று காட்டிக்கொள்கிறார். ஆனால் ஒன்றும் தெரியவில்லை!

“இவள் தலைமுடியின் நிறத்தைப் பார்த்தாயா? உன் முடிபோல இவள் முடி கறுப்பாக இல்லை அல்லவா? இவள் முடி தங்க

நிறத்தில் இருக்கிறது. உன் வளையலின் நிறம், அம்மாவின் சங்கிலியின் நிறம். புரிந்ததா?"

"சரி. அப்புறம் என்ன?"

"அப்புறம்... அப்புறம்... இந்த தங்கமுடிக்காரி மிகவும் கெட்டிக்காரியாக இருந்தாள். அம்மா அப்பா சொல்வதையெல்லாம் கேட்பாள். பிடிவாதம் பிடிக்க மாட்டாள். புரிந்ததா?"

"ம். புரிந்தது."

"என்ன புரிந்தது, சொல்."

"தங்கமுடிக்காரி பிடிவாதம் பிடிக்க மாட்டாள் என்று புரிந்தது."

"ஆமாம். அதுதான். அப்படி, இந்த தங்கமுடிக்காரியும் இவள் அப்பாவும் அம்மாவும் மகிழ்ச்சியாக வாழ்ந்துவந்தார்கள். அப்போது அவர்கள் கொஞ்சம் சர்க்கரைப் பாயசம் செய்ய வேண்டும் என்று முடிவு செய்தார்கள். சர்க்கரைப் பாயசம் எப்படிச் செய்ய வேண்டும் என்று உனக்குத் தெரியுமா?"

"தெரியாது, தெரியாது."

"அப்படியென்றால் நான் சொல்கிறேன். கொஞ்சம் சர்க்கரை எடுத்துக்கொள்ள வேண்டும். கொஞ்சம் பாலும் கொஞ்சம் சோறும் எடுத்துக்கொள்ள வேண்டும். அவற்றையெல்லாம் ஒன்றாகச் சேர்த்து கலக்க வேண்டும். அப்புறம்..."

"சர்க்கரைப் பாயசம் இப்படிச் செய்ய மாட்டார்கள். ஐய்யய்யே! உங்களுக்கு இதுகூடத் தெரியவில்லையே, கஷ்டம்!"

"அப்படியென்றால் நீ சொல். சர்க்கரைப் பாயசம் எப்படிச் செய்வார்கள்?"

"எனக்குத் தெரியாது. அம்மாவுக்கும் பாட்டிக்கும் ஸ்ரீதேவி அக்காவுக்கும் தெரியும்."

"அப்படியென்றால் நீ சென்று, சர்க்கரைப் பாயசம் எப்படிச் செய்வது என்று அம்மாவிடம் கேட்டு வா."

"நான் இப்போது போய்க் கேட்க மாட்டேன். முதலில் நீங்கள் முழுக் கதையையும் சொல்லுங்கள். அப்புறம் நான் போய் கேட்டு வருகிறேன்."

"ஓ, சரி. அவர்கள் சர்க்கரைப் பாயசம் செய்தார்கள். வயிறு நிறையும்வரை குடித்தார்கள். அதன் பிறகும் சர்க்கரைப் பாயசம் மிச்சமிருந்தது. அப்போது அவர்கள் என்ன முடிவு செய்தார்கள் தெரியுமா? தங்கமுடிக்காரிக்கு ஒரு பாட்டி இருக்கிறார்கள். ஒரு காட்டின் நடுவில் வீடு கட்டி அதில் வசித்தார்கள். பாயசத்தை அந்த பாட்டியிடம் கொண்டு போய்க் கொடுக்கலாம் என்று முடிவு செய்தார்கள்."

"சரி. அப்புறம் என்ன?"

"அப்புறம் என்ன? தங்கமுடிக்காரி ஒரு எவர்சில்வர் வாளியில் சர்க்கரைப் பாயசத்தை எடுத்துச் சென்று பாட்டியிடம் கொடுத்தாள். பாட்டியும் போதுமான அளவு குடித்தார்கள்."

"அப்புறம் என்ன?"

"அப்புறம் அந்தப் பாத்திரத்தைக் கழுவினார்கள்."

"என்ன, பெரியண்ணா? அப்படியென்றால் ஓநாய் எப்போது வந்தது?"

"ஓநாயா? எந்த ஓநாய்?"

"இந்தக் கதையில் ஒரு ஓநாய் வருமே. ஸ்ரீதேவி அக்கா எனக்கு சொல்லிக் கொடுத்திருக்கிறார்களே!"

"ஸ்ரீதேவி அக்கா சொன்ன கதையில் ஓநாய் இருக்கலாம். இந்தக் கதையில் ஓநாய் ஒன்றும் இல்லை. இந்தப் புத்தகத்தில் உள்ள கதையைச் சொல்ல வேண்டும் என்றுதானே நீ கேட்டாய்?"

"எனக்கு, ஓநாய் வரும் கதை சொல்லுங்கள்."

"அது எனக்குத் தெரியாதே. ஸ்ரீதேவி அக்காவுக்குத்தான் தெரியும்."

"இல்லை, இல்லை. நீங்கள்தான் சொல்ல வேண்டும். இல்லாவிட்டால் நான் விடமாட்டேன்."

பெரியண்ணன் புத்தகத்தைக் கையில் எடுத்தார்: "பார்க்கிறேன். இதில் ஓநாய் இல்லை என்றுதான் நினைக்கிறேன். எங்காவது

ஒளிந்திருக்கிறதா என்று தேடிப் பார்க்கிறேன். இருந்தால் சொல்கிறேன், என்ன? நீ ஏதும் பேசக் கூடாது. பேச்சுக்குரல் கேட்டு ஓநாய் பயந்து ஓடிவிட்டால் அப்புறம் என்ன செய்வது?"

பெரியண்ணன் புத்தகத்தை விரித்து வைத்து ஒவ்வொரு வரியிலும் ஓநாயைத் தேடுகிறார். பக்கங்கள் புரண்டு புரண்டு போகின்றன. ஓநாயை மட்டும் எங்கும் காணவில்லை!

"ஓ, லதா, நீ இங்கே இருக்கிறாயா? எவ்வளவு நேரமாக கீழே உன்னைத் தேடிக்கொண்டிருக்கிறார்கள்! காப்பி குடிக்க அம்மா கூப்பிடுகிறார்கள், போ." பெரியண்ணி, பெரியண்ணனுக்கு காப்பி கொண்டு வந்துவிட்டார்கள். ஐய்யய்யோ! இவ்வளவு நேரமாகிவிட்டதா? இனி எப்போது பெரியண்ணன் ஓநாயைக் கண்டுபிடிக்கப் போகிறார்?

"பெரியண்ணா, ஓநாயைப் பார்த்தீர்களா?"

"என்ன? ஓநாயா?... சரிதான். இல்லை. லதா, நாம் நாளையும் தேடிப்பார்ப்போம். நீ இப்போது சென்று காப்பி குடி."

அந்த வீணாய்ப்போன ஓநாய் எங்கே போய் ஒளிந்திருக்கிறது என்று தெரியவில்லையே!

●

ஆசையின் தேவதை

வீட்டின் திண்ணையில் உள்ள மூங்கில் தூணில் சாய்ந்து யோசித்துக்கொண்டிருந்தாள் சுதா. மேற்கு வீட்டு அம்பிகாவும் தெற்கு வீட்டு பாரதியும் வாசல் சாம்ப மரத்தின் கீழிலிருந்து முணுமுணுவென்று பேசிக்கொண்டிருக்கிறார்கள். இடையிடையே அவர்கள் கலகலவென்று சிரிக்கிறார்கள். அவர்கள் என்ன

பேசிக்கொண்டிருக்கிறார்கள் என்று சுதாவுக்குத் தெரியும். கண்காட்சி அரங்கில் நேற்று நடந்த நாடகத்துக்கு அவர்கள் இருவரும் சென்றிருந்தார்கள். அதில் வரும் சுவையான காட்சிகளைப் பற்றித்தான் பேசி சிரிக்கிறார்கள். அதிர்ஷ்டமற்ற சுதாவுக்கு மட்டும் நாடகத்துக்குப் போக முடியவில்லை. போக வேண்டும் என்று சொன்னபோது அப்பா சொன்னார்: "ஐயோ! என் மகளே! நாடகத்துக்கான மிகக் குறைந்தபட்ச கட்டணம் ஐநூறு ரூபாய். ஐநூறு ரூபாய் என்பது என் இரண்டு நாள் சம்பளம் மகளே." இப்படிச் சொல்லிவிட்டு அப்பா இடி இடிப்பதுபோன்று உரத்துச் சிரித்தார். இவ்வளவு சிரிப்பதற்கு இதில் என்ன இருக்கிறது என்று தெரியவில்லை. இந்த அப்பா அப்படித்தான். அழ வேண்டிய விஷயத்துக்குக்கூட சிரிப்பார். அவர் சொல்வதற்கெல்லாம் அம்மா தலையாட்டுவார்!

நாடகம் பார்க்கவில்லை என்றால் போகட்டும். கண்காட்சி கடைகளில் நல்ல நல்ல மணிமாலைகளும் வளையல்களும் ரிப்பன்களும் எவ்வளவு இருந்தன! ஒன்றாவது வாங்கித் தந்தாரா? "மணிமாலையும் வளையல்களும் வாங்கினோம் என்று வைத்துக்கொள், இந்த வாரம் ரேஷன் வாங்க முடியாது. பட்டினி கிடக்க வயிறு சம்மதிக்குமா? மணிமாலை அணிந்து கொள்ளவில்லை கழுத்து சுளுக்கிக் கொள்ளாது!" இப்படியெல்லாம் பேசுவதைக் கேட்டால் கோபம் வரும். "கல்லுடைக்கும் தொழிலாளி முருகனின் மகள் லட்சுமிகூட மணிமாலை வாங்கியிருக்கிறாள், அப்பா. முருகன் தெற்கு வீட்டு முதலாளியிடமிருந்து மணிமாலைக்கான பணம் கடன் வாங்கினார். அதைக் கொஞ்சம் கொஞ்சமாக தினமும் திருப்பிக் கொடுக்கிறார்" என்று சொன்னாள் சுதா. அப்பா மீண்டும் சிரித்தார். என்ன சொன்னாலும் அப்பா சற்றும் கனிவு காட்டவில்லை.

கண்காட்சி பார்த்துவிட்டு வீட்டுக்கு வந்தவுடன், சாப்பாட்டின் சுவை தெரியவில்லை. சுதா, சோற்றை முன்னால் வைத்துக்கொண்டு சும்மா அமர்ந்திருந்தாள். அதைப் பார்த்துவிட்டு அம்மா சொன்னார்: "மகளே, சின்ட்ரெல்லாவின் கதையில் வரும் தேவதையை வேண்டிக்கொள். அப்படிச் செய்தால் உனக்கு மணிமாலைகளும் வளையல்களும் பட்டுப் பாவாடைகளும் நிறையக் கிடைக்கும் அல்லவா!" அப்போதும் அப்பா சிரித்தார்.

□

அம்மா, திண்ணைக்கு வந்து வாசலைப் பார்த்தார். அலுவலகத்திலிருந்து அப்பா வரும் நேரம். அப்பா வருகிறாரா என்றுதான் அம்மா பார்க்கிறார். புடவையைப் பிடித்துக்கொண்டு தொங்கும் சின்ன மகளைத் தூக்கி முத்தமிட்டு, ஒரு பாட்டுப் பாடிவாறு அம்மா உள்ளே சென்றார். போகும்போது சுதாவிடம் சொன்னார்கள்: "வா, மகளே, வடக்கு வீட்டு ரேடியோவிலிருந்து புதிய பாட்டு கேட்கிறது. நாம் அதைத் தெரிந்துகொள்வோம்."

அம்மாவின் பாட்டு மிகவும் இனிமையாக இருக்கும். எந்தப் பாட்டாக இருந்தாலும் ஒருமுறை கேட்டால் போதும், அவர் மனதில் அப்படியே பதிந்துவிடும். அப்போதே சுதாவுக்கும் கற்றுக்கொடுப்பார். அம்மாவும் மகளும் சேர்ந்து பாடுவதை அப்பா, சாக்குத் துணி கட்டிய சாய்வு நாற்காலியில் படுத்துக் கண்கள் மூடிக் கேட்பார். சுதா தன் அப்பாவிடம் ஒரு சமயம் சொன்னாள்: "பாரதியின் நடனத்தைப் பார்க்கும்போதெல்லாம் அவள் அப்பா அவளுக்கு பட்டாடைகளோ, தங்க ஆபரணங்களோ பரிசளிப்பார்." அப்போது அப்பா அவளைத் தன் மடியில் அமர வைத்துக்கொண்டு சொன்னார்: "சுதா, உனக்கு நான் என்னையே பரிசாகத் தருகிறேன். அப்பாவைவிட உனக்குப் பெரிய பரிசு என்ன இருக்கிறது?" இப்படிச் சொல்லி பதில் பேசவிடாமல் செய்வதுதான் அப்பாவின் வழக்கம்.

அப்பா பதில் பேசாமல் மௌனமாக இருந்ததை ஒரு முறை மட்டுமே சுதா பார்த்திருக்கிறாள். "நீ வளர்ந்த பிறகு யாராக ஆக விரும்புகிறாய், சுதா?" என்று அப்பா கேட்டார். அப்போது சுதா தன்னையறியாமல் பட்டென்று இப்படிச் சொல்லிவிட்டாள்: "விரும்பிய பொருட்களையெல்லாம் பார்த்தவுடன் வாங்க முடிகிற பெரிய பணக்காரியாக வேண்டும்!" அப்பா பதில் சொல்லவும் இல்லை. வழக்கம்போல சிரிக்கவும் இல்லை. சற்று நேரம் கழித்து அப்பா, அம்மாவிடம் திரும்பிச் சொன்னார்: "வெறும் பத்து வயதான ஒரு பெண்ணின் வாழ்க்கை லட்சியத்தைப் பார்த்தாயா? புதிய தலைமுறையின் மனநிலை ஏன் இவ்வளவு மோசமாகிவிட்டது?"

'அப்பா என்ன வேண்டுமானாலும் சொல்லிக்கொள்ளட்டும், அப்படியொரு பணக்காரியாக இருப்பதுதான் நல்லது. பணம்

இருந்தால் பிறகு எந்தத் துயரமும் இல்லை. இஷ்டம்போல மணிமாலைகளும் வளையல்களும் பட்டுப் பாவாடைகளும் விளையாட்டுப் பொருட்களும் வாங்கலாம். விரும்பிய திரைப்படங்களுக்கும் நாடகங்களுக்கும் சென்று முன் இருக்கையில் அமரலாம். பெரிய வீடும் காரும் வாங்கலாம். நிறைய பணியாளர்களை வேலைக்கு வைத்துக்கொள்ளலாம். புதிய புதிய பாட்டுகள் கேட்க ரேடியோ வாங்கலாம். இவ்வளவு ஏன், பணம் கொடுத்தால் கிடைக்காதது என்ன இருக்கிறது?' என்று நினைத்தாள் சுதா.

□

யாரோ வந்து தன் தோளைப் பற்றி குலுக்கியபோதுதான் சுதா திடுக்கிட்டு விழித்தாள். 'அப்படியென்றால் நான் தூங்கிவிட்டேனா? தூணில் சாய்ந்து ஏதேதோ யோசித்து அப்படியே தூங்கிவிட்டேன்.'

அவள் தோளைத் தொட்டு அசைத்து எழுப்பியது யார் தெரியுமா? அதி அழகான ஒரு பெண்! சுதா வியப்படைந்தாள். அந்த அழகி, தங்க நிற பட்டுப் புடவையும் வைரங்கள் பதித்த ஆபரணங்களும் அணிந்திருந்தாள். அவள் புன்னகைத்தாள். சுதா மரியாதையுடன் எழுந்து நின்று கேட்டாள்: "நீங்கள் யார் என்று தெரிந்துகொள்ளலாமா?"

"மக்கள் விரும்புவதையெல்லாம் நிறைவேற்றும் ஆசை தேவதை நான். உனக்குப் பணத்தின் மீது பெரிய ஆசை இருக்கிறது என்று கேள்விப்பட்டேன். அந்த ஆசையை நிறைவேற்றத்தான் நான் வந்தேன். சொல், உனக்கு எவ்வளவு பணம் வேண்டும்?"

சுதா அப்படியே ஸ்தம்பித்து நின்றுவிட்டாள்.

"சீக்கிரம் சொல். நான் இன்னும் பல இடங்களுக்குப் போக வேண்டியிருக்கிறது."

பட்டென்று சுதா, திண்ணை பெஞ்சின் கீழே கிடந்த ஒரு பழைய கள்ளிப் பெட்டியை எடுத்துக் காட்டினாள்: "தேவதையே, இதில் எப்போதும் ஆயிரம் ரூபாய் நோட்டுகள் நிறைந்திருக்க வேண்டும். இந்தப் பெட்டி ஒருபோதும் காலியாகக் கூடாது."

“இந்தப் பெட்டியில் எப்போதும் ஆயிரம் ரூபாய் நோட்டுகள் நிறைந்திருக்கட்டும்!” என்று ஆசீர்வதித்தாள் தேவதை. போவதற்கு முன்பு அவள் சொன்னாள்: “ஆனால், ஒரு விஷயம் இருக்கிறது, சுதா. எந்த வரத்துக்கும் ஒரு சாபம் இல்லாமல் இருக்காது. பகலென்றால் இரவும் இருக்கத்தானே செய்யும். உங்களுக்கு இதுவரை இல்லாத பொருள் இப்போது வந்திருப்பதால் – இப்போது உங்களுக்கு நிறைவாக இருக்கும் ஒன்று இனிமேல் இருக்காது.”

பெட்டியில் நிறைந்திருக்கும் ரூபாய் நோட்டுகளைப் பார்த்து மகிழ்ந்திருந்த சுதா, தேவதையின் வார்த்தைகளைக் கவனிக்கவில்லை.

□

சுதாவின் பழைய வீட்டைப் பார்த்தால் இப்போது அடையாளமே தெரியாது. வெப்ப காலத்தில் குளிரும் குளிர் காலத்தில் வெப்பமும் தரக்கூடிய கருவிகள் பொருத்தப்பட்டு அரண்மனைபோன்றிருந்தது அந்தப் பெரிய வீடு. வீட்டு வாசலில் பெரியதொரு பூந்தோட்டம் இருந்தது. வாசலில் கார் நிறுத்தும் இடத்தில் நான்கைந்து கார்கள் நின்றிருந்தன. ஒரு செயற்கை முத்துமாலைக்கு ஆசைப்பட்ட சுதாவிடம் இப்போது லட்சக்கணக்கான ரூபாய் விலை மதிப்புடைய வைர நகைகள் இருந்தன.

பளிங்குக் கல் பதித்த விசாலமான திண்ணையில் தூணில் சாய்ந்து யோசித்துக்கொண்டிருந்தாள் சுதா. அவளுக்குத் தோழிகள் யாருமில்லை. அம்பிகாவும் பாரதியும் இங்கே வருவதே இல்லை. இளவரசியைப்போல இருக்கும் சுதாவுடன் பழகக்கூடிய தகுதி அவர்களுக்கு இல்லை அல்லவா. நிறைய வேலைக்காரர்கள்தான் எப்போதும் அங்கே இருப்பார்களே தவிர, பெரும்பாலான நேரம் அந்த வீட்டில் வேறு யாரும் இருப்பதில்லை. அப்பா, இரவும் பகலும் வெளியே சென்றிருப்பார். அவர் வீட்டுக்கு வரும் நாட்களே மிகவும் குறைவு. அப்படி வந்தாலும், சாராயம் குடித்து தள்ளாடிப் புலம்பிக்கொண்டுதான் வருவார்! எப்போதும் உரக்கச் சிரித்துக்கொண்டிருந்த அப்பா இப்போது மிகவும் மாறிவிட்டார்.

அப்பா சிரிப்பதை சமீப காலத்தில் பார்த்ததே இல்லை. கோபம், போட்டி உணர்வு, பொறாமை, அவதூறு பேசுவது ஆகியவை இப்போது அவருடைய முக்கிய குணங்களாகிவிட்டன. அப்பாவுக்கு இப்போது அம்மாவின் மீதோ, தம்பியின் மீதோ, சுதாவின் மீதோ சற்றும் பிரியமில்லை. முன்புபோல அப்பாவை நெஞ்சோடு அணைத்துக்கொள்ள சுதாவுக்கு ஆசையாக இருக்கும்.

அம்மாவுக்கும் நிறைய மாற்றங்கள் வந்திருக்கின்றன. பாட்டு பாடுவதில்லை. தமாஷ் பேசுவதில்லை. முன்பெல்லாம் அம்மா, அப்பா அலுவலகத்திலிருந்து வருவதை எதிர்பார்த்து வாசலையே உற்றுப் பார்த்துக்கொண்டிருப்பார். இப்போது அம்மாவுக்கு அப்பாவைப் பார்ப்பதே வெறுப்பாக இருக்கிறது. அம்மாவுக்கு குழந்தைகள் மீதும் கவனம் இல்லை. காரை எடுத்துக்கொண்டு எப்போதும் எங்காவது போவார். எப்போதாவது திரும்பி வருவார்.

ஆசையின் தேவதை சொன்ன வார்த்தைகளை சுதா நினைத்துப் பார்த்தாள்: "ஆனால், ஒரு விஷயம் இருக்கிறது, சுதா. எந்த வரத்துக்கும் ஒரு சாபம் இல்லாமல் இருக்காது. பகலென்றால் இரவும் இருக்கத்தானே செய்யும். உங்களுக்கு இதுவரை இல்லாத பொருள் இப்போது வந்திருப்பதால் – இப்போது உங்களுக்கு நிறைவாக இருக்கும் ஒன்று இனிமேல் இருக்காது."

அன்று இந்த வார்த்தைகளைப் பற்றி சுதா யோசிக்கவில்லை. அன்று நிறைவாக இருந்த ஒன்று என்னவென்று இவ்வளவு காலம் புரியவும் இல்லை. இப்போது புரிந்துகொள்ள முடிகிறது. அது வேறொன்றும் அல்ல; அன்பு!

அன்பு இருந்தால் எந்தத் துயரத்தையும் சகித்துக்கொள்ள முடியும். ஆபரணங்களும் பணமும் காரும் பெரிய வீடும் வேலைக்காரர்களெல்லாம் இருந்தாலும், அன்பு இல்லையென்றால் வாழ முடியாது. இந்த உலகில் அன்பை விடப் பெரிய மகிழ்ச்சி என்ன இருக்கிறது?

□

தன் தோளைப் பற்றிக் குலுக்கியது அம்மாதான் என்று அறிந்தபோது, சுதா அமைதியடைந்தாள். அன்பை விலையாகக் கொடுத்து தான் பணம் வாங்கியது வெறும் கனவுதான்!

"வா, சுதா. அப்பா உனக்கு விருப்பமான வளையல்களும் மணிமாலைகளும் வாங்கித் தருகிறேன் என்று சொல்கிறார். நீ இப்படிக் கவலைப்படுவதைப் பார்க்கும்போது எங்களுக்கு மிகவும் வருத்தமாக இருக்கிறது, மகளே." அம்மா அவள் முடியைத் தடவினார்.

"வேண்டாம், அம்மா. எனக்கு மணிமாலையும் வேண்டாம், வளையலும் வேண்டாம், பணமும் வேண்டாம். நம் வீட்டில் என்றென்றும் அன்பு நிறைந்திருக்க வேண்டும் என்றுதான் நான் விரும்புகிறேன்." சுதா அம்மாவை கட்டிப்பிடித்துக்கொண்டாள்.

தன் மகள் பெரிய ஞானியைப்போலப் பேசுவதை அம்மா வியப்புடன் பார்த்துக் கொண்டிருந்தார். அவளது மனமாற்றத்தின் காரணம் அவருக்குப் புரியவில்லை.

அவருக்கு எப்படிப் புரியும்? சுதா கண்ட கனவு என்னவென்று அவளுக்கும் நமக்கும் மட்டும்தானே தெரியும்?

பொம்மை வீடு

தச்சர் வேலு வாசலுக்கு வந்து நின்றார்.

ஆறு வயதான சாவித்திரி, தன் அப்பாவின் கையைப் பிடித்து திண்ணைக்கு இழுத்து வந்தாள்: "சொல்லுங்கள், அப்பா, உம். சொல்லுங்கள். வேலு மாமாவிடம் சொல்லுங்கள்!"

அப்பா திண்ணையிலிருந்த சாய்வு நாற்காலியில் அமர்ந்தார். வெற்றிலைப் பெட்டியை எடுத்து மடியில் வைத்துக்கொண்டார். சாவித்திரி பொறுமையற்றுக் காத்திருந்தாள்.

"வேலு," அப்பா ஆரம்பித்தார்: "இதோ, இந்தப் பெண்ணுக்கு, ஒரு பிடிவாதம்! மரத்தால் ஒரு பொம்மை வீடு செய்ய வேண்டுமாம்!"

"பொம்மை வீடு மட்டும் போதாது; அதில் ஆட்களும் இருக்க வேண்டும்." சாவித்திரி சொன்னாள்.

"ஆண்களா, பெண்களா?" தச்சர் வேலுவுக்கு சந்தேகம்.

"பெண்கள். எல்லோரும் பெண்கள்தான். மூன்று பெண் குழந்தைகள் வேண்டும். பிறகு, அப்பாவும் அம்மாவும் வேண்டும்."

நான்கு ஆண் குழந்தைகளுக்குப் பிறகு ஒரே பெண் குழந்தையாகப் பிறந்து வளர்ந்த சாவித்திரிக்கு பெண் குழந்தைகளைத்தான் பிடிக்கும்.

"சரி." வேலு சம்மதித்தார்.

"என்றைக்கு வேலை முடியும் வேலு மாமா?" சீக்கிரம் வேலை முடிய வேண்டுமே என்ற கவலை சாவித்திரிக்கு.

"ஒரு வாரம். அதிகமாகப் போனால் பத்து நாட்கள்."

வேலு வானத்தைப் பார்த்துக்கொண்டு சொன்னார்: "பெரிய மழை வரப்போகிறது. இந்த மழைக்காலத்தில் வேறு வேலைகள் எதுவும் கிடைக்காது. இந்த பொம்மை வீடு செய்யும் வேலை கிடைத்தது மிகவும் நல்லதாயிற்று."

சாவித்திரி அன்று இரவு தூங்கவில்லை. கண் விழித்துப் படுத்தவாறே அவள் தன் பொம்மை வீட்டைக் கனவு கண்டுகொண்டிருந்தாள். அந்த வீட்டுக்கு வராந்தாவும் தளமும் இரண்டு படுக்கையறைகளும் உணவுக்கூடமும் சமையலறையும் சரக்கறையும் குளியலறையும் இருந்தன. மொத்தத்தில் அந்த வீடு மிகவும் அழகாக இருந்தது.

சாவித்திரி, துண்டை எடுத்து புடவையாகக் கட்டிக்கொண்டு, தான் அந்த பொம்மை வீட்டில் இருப்பதாக கற்பனை செய்தாள். பொம்மை வீட்டிலிருக்கும் தன் படுக்கையறையில் தெற்கு வடக்காகவும் கிழக்கு மேற்காகவும் உலவினாள். நிஜமான சுவரில் மங்கலாக எரிந்துகொண்டிருந்த சிம்னி விளக்கு, அவளது கற்பனை சமையல் வேலைகளுக்கிடையில் கைபட்டு கீழே விழுந்து உடைந்தது. அம்மா திடுக்கிட்டு விழித்துப் பார்த்து அவளைத் திட்டினார். பிறகு அவளுக்கு, அம்மாவின் பக்கத்தில் வந்து படுத்துக்கொள்ள வேண்டிய கட்டாயம் ஏற்பட்டது.

□

சாவித்திரி, தச்சர் வேலுவுக்காக காத்திருந்தாள்.

அவர் வரவில்லை. குறித்த நாளுக்குப் பிறகும் வரவில்லை.

சாவித்திரி, அப்பாவிடம் குறைபட்டுக்கொண்டாள். தென்னை மரங்களில் தேங்காய் பறிக்க வந்தவர்களிடம் பேசிக்கொண்டிருந்த அப்பா, அவள் சொன்னதைக் கவனிக்கவில்லை.

வேலைக்காரர் சேதுவிடம் சாவித்திரி கேட்டாள்: "வேலு மாமாவின் வீடு எங்கே இருக்கிறது? அவரை எங்கே பார்க்கலாம்?"

"எனக்குத் தெரியாதே, பாப்பா..." என்று கைவிரித்தார் சேது.

பத்து நாட்களுக்குள் பொம்மை வீட்டை செய்து தருகிறேன் என்றார் வேலு. ஆனால், பத்து நாட்களைத் தாண்டி மேலும் பத்து நாட்கள் ஆன பிறகுதான் அவர் வந்தார். அவர் பெரிய தள்ளுவண்டியுடன்தான் வந்தார்.

தள்ளுவண்டியிலிருந்து நிறைய தட்டுமுட்டுச் சாமான்களை இறக்கினார். காலியாகக் கிடந்த மேற்குப் பக்க அறையில் வைத்து அந்தப் பொருட்களையெல்லாம் ஒன்றோடொன்று இணைத்தார்.

சாவித்திரி வியந்துபோய் நின்றாள். அங்கே ஒரு அழகான பொம்மை வீடு உருவாகிவிட்டது!

ஆனால் இந்த வீடு, அவள் கனவு கண்ட வீடுபோன்று இல்லை. அதுதான் ஒரு வித்தியாசம்.

ஏறத்தாழ மூன்றடி உயரமுள்ள ஒற்றைத் தள வீடு. சாவித்திரி சொல்லியிருந்ததுபோல வராந்தாவும் தளமும் படுக்கையறைகளும் உணவுக்கூடமும் சமையலறையும் சரக்கறையும் உண்டு.

மரத்தாலான மேற்கூரையின் மீது பூசப்பட்டிருந்த சிவப்பு நிறம், ஓடு வேய்ந்ததுபோன்று தோற்றமளித்தது. மரச் சுவர்களில் வெள்ளை நிறம் பூசப்பட்டிருந்தது. மரத்தாலான தரைக்கு கருப்பு நிறம். கதவுகளும் சன்னல்களும் வீட்டுக்கு உள்ளே இருக்கும் கட்டில்களும் மேசைகளும் நாற்காலிகளும் நீல நிறம்.

சிறியதொரு வளாகத்தில் இருப்பதுபோன்றுதான் அந்த வீடு அமைக்கப்பட்டிருந்தது. சுற்றிலும் மரச் சுவர். பார்த்தால், கருங்கற்களால் கட்டப்பட்ட சுவர் என்றுதான் தோன்றும். நீல நிற வளாகக்கதவு. வளாகக் கதவின் மீது 'மகிழ்ச்சி' என்று எழுதப்பட்ட ஒரு பெயர்ப் பலகை தொங்குகிறது. அது வீட்டின் பெயராக இருக்கலாம்.

வளாகக் கதவின் உள்ளே, தங்க நிறப் பூக்கள் மலர்ந்திருக்கும் ஒரு செண்பக மரம். மாங்காய்கள் தொங்கிக்கொண்டிருக்கும் மாமரங்களும், பலாப்பழங்கள் நிறைந்த பலாமரங்களும் தேங்காய்கள் காய்த்திருக்கும் தென்னை மரங்களும் அங்கே இருந்தன.

வீட்டுக்குள், ஏதோ எழுதிக்கொண்டிருக்கும் ஒரு அப்பா; சமையலறையில் வேலை செய்துகொண்டிருக்கும் அம்மா; தைத்துக்கொண்டிருக்கும் ஒரு மகள்; கட்டிலில் படுத்து படித்துக்கொண்டிருக்கும் இன்னொரு மகள்; வீணை வாசித்தவாறு பாடிக்கொண்டிருக்கும் மூன்றாவது மகள். எல்லாம் மரத்தால் செய்யப்பட்டு அழகாக நிறம் பூசப்பட்டிருந்தன.

குடும்ப உறுப்பினர்களின் ஆடைகள் மெல்லிய மரப் படலங்களால் அமைக்கப்பட்டிருந்தன. அம்மா, நீலக் கரையிட்ட மஞ்சள் புடவையும் ரவிக்கையும் அணிந்திருந்தார். தைத்துக்கொண்டிருக்கும் மகள், சிவப்புப் புடவை உடுத்தி வெண்ணிற ரவிக்கை அணிந்திருந்தாள்; படித்துக்கொண்டிருக்கும் மகள் மஞ்சள் புடவையும் சிவப்பு ரவிக்கையும் அணிந்திருந்தாள்; வீணை வாசித்துக்கொண்டிருப்பவள் பச்சைப் புடவை உடுத்தி மஞ்சள் ரவிக்கை அணிந்திருந்தாள்.

தச்சர் வேலுவின் திறமையைப் பார்த்து சாவித்திரி வியந்துபோய் நின்றாள். அந்த வீட்டின் உள்ளே செல்ல தன்னால் முடியாது என்ற விஷயத்தை அவள் மறந்துபோனாள்.

தச்சர் வேலு தன் மனதில் வெகு காலமாக ஒரு அழகிய வீட்டையும் மகிழ்ச்சியானதொரு குடும்பத்தையும் கற்பனை செய்து வைத்திருந்தார். அந்த வீட்டையும் குடும்பத்தையும் கைவிரல்கள்கொண்டும் உளிகொண்டும் உருவாக்கி, இழைத்துப் பளபளப்பாக்கியதில் அவருக்கு மிகவும் மன நிறைவு. ஏனென்றால், அவருக்கு வீடோ, குடும்பமோ இல்லை.

"குழந்தை ஆசைப்பட்ட பொம்மை வீடு இது அல்ல, வேலு." சாவித்திரியின் அப்பா சொன்னார்.

"நீ என்ன வேலை செய்திருக்கிறாய், வேலு? பொம்மை வீடு என்று சொன்னால் என்ன? குழந்தைகள் உள்ளே சென்று சோறும் குழம்பும் சமைத்து விளையாடும் இடம் அல்லவா? இந்த வீட்டால் என்ன பயன்? நிறைய பணத்தை வீணாக்கிவிட்டாய்!" சாவித்திரியின் அம்மா திட்டினார்.

தச்சர் வேலு தலை குனிந்து நின்றார்.

"இது வேண்டாம். இதை எடுத்துக்கொண்டு போய்விடு. சரியான ஒரு பொம்மை வீடு செய்துகொடு." இப்படிச் சொல்லிவிட்டு அம்மா, அந்த பொம்மை வீட்டை இன்னொரு முறை பார்க்காமலேயே உள்ளே சென்றுவிட்டார்.

சாவித்திரி பொம்மை வீட்டின் பக்கத்தில் சென்று நின்றாள்.

அவளால் எதுவும் பேச முடியவில்லை. அவள் கற்பனையில் இருந்த பொம்மை வீடு, அம்மா சொன்னதுபோன்று, உள்ளே சென்று சோறு சமைத்து விளையாடுவதற்கான இடம்தான்.

ஆனால், இந்த பொம்மை வீடு, தன் கற்பனைகளிலும் கனவுகளிலும் இருந்த வீட்டைவிடவும் அழகான வீடாக அவளுக்குத் தோன்றியது. இப்படிப்பட்ட ஒரு பொம்மை வீடு யாரிடமும் இருக்காது என்றுதான் அவள் நினைத்தாள். அவள் அவசரமாகச் சொன்னாள்:

"அப்பா, அப்பா, இது நல்ல பொம்மை வீடுதான் அப்பா. எனக்கு இது போதும் அப்பா. இதைக் கொண்டு போகச் சொல்லாதீர்கள். எனக்கு இதுதான் வேண்டும்!" சாவித்திரிக்கு மூச்சுத் திணறியது.

தச்சர் வேலுவின் முகம் மலர்ந்தது.

"வேலு, உள்ளே வா. மரத்தின் விலையும் சாயத்தின் விலையும் வேலைக் கூலியும் தருகிறேன். நீ மிகவும் அதிகமாகக் கேட்காதே. சொன்னதுபோலச் செய்யாமல் உன் இஷ்டத்துக்குச் செய்துவிட்டு பெரிய விலை கேட்டால்..." அப்பா முணுமுணுத்தவாறே உள்ளே சென்றார்.

"சாவித்திரிப் பாப்பா, இதோ இவர் பெயர் ராமகிருஷ்ணன்." பொம்மை வீட்டுக்குள் எழுதிக்கொண்டிருக்கும் குடும்பத் தலைவரை தொட்டுக் காட்டி வேலு சொன்னார்: "அவர் மனைவியின் பெயர் தேவகியம்மா. துணி தைக்கும் மகள் பெயர் பார்வதி படித்துக்கொண்டிருக்கும் மகள் பெயர் லட்சுமி. வீணை வாசிக்கும் மகள் பெயர் சரஸ்வதி."

தச்சர் வேலுவும் சாவித்திரியும் அந்த குடும்பத்தைப் பற்றி நீண்ட நேரம் பேசிக்கொண்டிருந்தார்கள்.

பிறகு வேலு புறப்பட்டுச் சென்றுவிட்டார். அந்த பொம்மை வீடு செய்ததற்கான எந்தக் கூலியும் அவர் வாங்கவில்லை.

சாவித்திரியின் பெரியண்ணன் வாசுதேவன் அந்த உரையாடலை தற்செயலாகக் கேட்டான். அவன் இரவுச் சாப்பாட்டு நேரத்தில் சொன்னான்:

“தச்சர் வேலு ஒரு எழுத்தாளர் ஆகியிருக்க வேண்டியவர். பொம்மை வீட்டையும் அதில் உள்ள பொம்மைகளைப் பற்றியும் அவர் எவ்வளவு அருமையாகப் பேசினார்! அவர் உருவாக்கிய பொம்மைகளெல்லாம் அச்சு அசலாக மனிதர்கள்போன்றே தோன்றுகின்றனதான். உண்மையில் அவரது ஒவ்வொரு பொம்மைக்கும் தனிப்பட்ட குணமும் உயிரும் உண்டு.”

அந்த பொம்மைகளுக்கு உயிர் உண்டு என்று வாசுதேவன் மிகையாகத்தான் சொன்னான். அது உண்மையில் அப்படியே நடக்கும் என்று, அன்று அவனுக்குத் தெரியவில்லை.

பொம்மை வீடு வந்த பிறகு சாவித்திரி நேரம் கிடைக்கும்போதெல்லாம், அந்த வீடு இருக்கும் மேற்குப் பக்க அறையிலேயே இருந்தாள். அவளைவிட மூன்று வயது அதிகமான அவள் சின்னண்ணன் நீலகண்டனையும் அந்த பொம்மை வீடு மிகவும் கவர்ந்தது. பள்ளிக்குப் போகாத நேரங்களில் அவர்கள் இருவரும் பொம்மை வீட்டின் பக்கத்திலேயே அமர்ந்திருந்தார்கள். ராமகிருஷ்ணன், தேவகியம்மா, பார்வதி, லட்சுமி, சரஸ்வதி ஆகியோரின் குணங்களையும் பழக்கவழக்கங்களையும் பற்றித்தான் அவர்கள் எந்த நேரமும் பேசிக்கொண்டார்கள்.

மெல்ல மெல்ல, சாவித்திரியின் அப்பாவையும் அம்மாவையும் அண்ணன்களையும் வேலைக்காரர்களையும்போல, ராமகிருஷ்ணன் குடும்பமும் அந்த வீட்டு வாழ்க்கையின் அம்சமாக மாறியது.

ஆரம்ப கால ஈர்ப்பு சற்று விலகிய பிறகு சாவித்திரி பொம்மை வீட்டைப் பற்றியும் அதன் உறுப்பினர்களைப் பற்றியும் முக்கியமாக எதுவும் சிந்திப்பதில்லை. ஆயினும் நாளின் ஒரு முறையேனும், பொம்மை வீடு இருக்கும் மேற்குப் பக்க வராந்தாவுக்கு அவள் செல்வாள். தூசு தட்டி ஒட்டடை துடைப்பாள். குடும்ப உறுப்பினர்களை நலம் விசாரிப்பாள்.

மெல்ல மெல்ல அதுவும் குறைந்துவிட்டது. சாவித்திரி வளர்ந்துகொண்டிருந்தாள். எப்போதாவது யாராவது விருந்தினர்கள்

வந்தால் மட்டுமே, அபூர்வமும் விசித்திரமுமான பொம்மை வீட்டைப் பற்றி பேசுவார்கள்.

அந்த நிலை வந்தபோது வியப்பான சில விஷயங்கள் நடக்கத் தொடங்கின.

ஆரம்பத்தில் நடந்த சம்பவங்களுக்கு யாரும் பெரிய முக்கியத்துவம் கொடுக்கவில்லை.

எப்போதும் பூட்டியிருக்கும் மேற்கு அறைக் கதவு, பொழுது விடிந்து பார்க்கும்போது திறந்திருக்கும். "சாவித்திரி நேற்று அந்த அறையைத் திறந்திருப்பாள். வரும்போது பூட்ட மறந்திருப்பாள்" என்று வீட்டுக்காரர்கள் அமைதியடைந்தார்கள்.

"நாளை இந்தப் புடவையின் ஓரத்தைத் தைப்பதற்கு தையல்காரரிடம் கொடுக்க வேண்டும்" என்று அம்மா ஒரு புது புடவையை கொடியில் போட்டிருந்தார். மறுநாள் தையல்காரர் வந்திருந்தார். புடவையை எடுத்துக் கொடுக்க முற்பட்டபோது, யாரோ புடவையின் ஓரத்தை அழகாகத் தைத்து வைத்திருப்பது தெரிந்தது!

விசாரித்தபோது, யார் இப்படி தைத்தது என்று வீட்டில் உள்ள யாருக்கும் தெரியவில்லை!

அந்த சம்பவத்தையும் யாரும் பெரிய அளவு பொருட்படுத்தவில்லை.

இரவு நேரங்களில் மேற்கு அறையிலிருந்து யாரோ வீணை வாசித்தபடி இனிமையான குரலில் பாடுவதை வீட்டுக்காரர்கள் பலமுறை கேட்டார்கள். "அது ஒன்றுமில்லை, நமக்குத்தான் சும்மா அப்படித் தோன்றுகிறது" என்று அவர்கள் ஒருவரை ஒருவர் சமாதானப்படுத்திக்கொண்டார்கள்.

சாவித்திரிக்கு நினைவு தெரிந்தது முதல் அலமேலுதான் சமையல் வேலைகள் எல்லாம் செய்வாள். ஒரு நாள் அலமேலு காலையில் எழுந்து சமையலறைக்குச் சென்று பார்த்தபோது, செய்வதற்கு அங்கே எந்த வேலையும் மிச்சமிருக்கவில்லை. யாரோ சோறும் குழம்பும் பொரியலும் சமைத்து வைத்துவிட்டு, சமையலறையை சுத்தம் செய்துவிட்டும் சென்றிருந்தார்கள்!

அலமேலு அன்றே வேலையை விட்டுச் சென்றுவிட்டாள். அந்த வீட்டில் பேய் இருக்கிறது என்று அவள் வதந்தி பரப்பியதால், சமையல் வேலைக்கு ஆள் கிடைப்பதே கஷ்டமானது.

நாளாக ஆக, அப்பாவுக்கு தன் வரவு செலவுக் கணக்குகளை பேரேட்டில் எழுத வேண்டிய வேலை இல்லாமல் போய்விட்டது. இரவில் யாரோ தன் அழகான கையெழுத்தில் அவற்றை எழுதி வைத்தார்கள்!

அண்ணன்கள் கொண்டு வரும் வார இதழ்களும் புத்தகங்களும் பலமுறை காணாமல்போய்விடும். இரண்டு நாட்களுக்குப் பிறகு அவை முன்பு இருந்த இடத்தில் இருக்கும்.

சாவித்திரியின் கட்டிலின் தலைமாட்டில் ஒரு நாள் காலையில் தங்க நிற செண்பகப் பூக்கள் நிறைய வைக்கப்பட்டிருந்தன. அது

செண்பகம் பூக்கும் பருவம் அல்ல. ஆயினும், நறுமணமுள்ள அருமையான செண்பகப் பூக்களை யாரோ கொண்டு வந்து வைத்திருக்கிறார்கள்!

ஒரு இரவில் சாவித்திரி காரணமின்றி திடுக்கிட்டு எழுந்தாள். அவள் உடல் மிகவும் வியர்த்துக் கொட்டியது.

அப்போது யாரோ மெதுவாக நடந்து வரும் காலடி ஓசை அவளுக்குத் தெளிவாகக் கேட்டது. யாரோ கட்டிலின் பக்கத்தில் வந்து நிற்கிறார்கள் என்பதை அவள் உணர்ந்தாள். விசிறியின் மெதுவான அசைவு தெரிந்தது. இளம் காற்று வந்தது. யாரோ அவளுக்கு விசிறுகிறார்கள்.

எதனாலோ அவளுக்கு எந்தப் பயமும் ஏற்படவில்லை. அவள் புரண்டு படுத்து மீண்டும் தூங்கினாள்.

அதிகாலையில் அவள் மற்றொரு முறை விழித்தாள்.

விசிறியைத் தரையில் வைத்துவிட்டு யாரோ கதவைத் திறந்து மறைகிறார்கள். சாவித்திரி உடனே எழுந்து அந்த உருவத்தின் பின்னால் சென்றாள். பின்னலிட்ட நீண்ட முடி அசைவதையும் மஞ்சள் புடவையின் விளிம்பு படியில் உரசிச் செல்வதையும் அவள் தெளிவாகப் பார்த்தாள்.

“லட்சுமி! லட்சுமி!” அவள் அழைத்தாள்.

பதில் வரவில்லை. மேற்கு அறைக் கதவு திறந்து மூடியது.

அப்படி மீண்டும் பொம்மை வீட்டைப் பற்றி எல்லோரும் பேசத் தொடங்கினார்கள். இந்த அற்புத சம்பவங்களைப் பற்றி அப்பாவும் அம்மாவும் அண்ணன்களும் சாவித்திரியும் சில சமயம் நம்பிக்கையுடன் பேசினார்கள். மற்ற சில நேரங்களில் அவநம்பிக்கையுடன் பேசினார்கள்.

சாவித்திரி மீண்டும் வளர்ந்தாள். அவளுக்குப் பன்னிரண்டு வயதானபோது அப்பா திடீரென்று இறந்தார்.

அந்த சம்பவம் குடும்பத்தின் வாழ்க்கைப் போக்கையே தலைகீழாக்கிவிட்டது. நகரத்தில் குடும்பத்துடன் வாழ்ந்து வரும் பெரியண்ணனுடன் சாவித்திரியும் அவள் அம்மாவும் வசித்தார்கள்.

அவர்களின் அந்தப் பெரிய, பழைய குடும்ப வீட்டை யாரோ ஒரு புதுப் பணக்காரர் விலைக்கு வாங்கினார்.

மேற்கு அறையில் இருக்கும் அந்த பொம்மை வீட்டைப் பற்றி சாவித்திரி தன்பெரியண்ணனிடம் நினைவுபடுத்தினாள்.

“சாவித்திரி, அந்த பொம்மை வீடு இந்தப் பிளாட் அளவு இருக்குமே! அதை இங்கே கொண்டு வந்தால் எங்கே வைப்பது? மேற்கு அறையுடன் அதுவும் போகட்டும். எனக்கும் வருத்தமாகத்தான் இருக்கிறது, தெரியுமா. ஆனால், வேறு வழி இல்லையே” என்றான் பெரியண்ணன்.

அது சரிதான் என்று சாவித்திரிக்கும் தெரியும்.

ஆனால், அவளுக்குத் துயரமாக இருந்தது. மிகப் பெரிய துயரமாக இருந்தது. ‘அப்பாவின் வியாபாரக் கணக்குகளை யெல்லாம் ராமகிருஷ்ணன் அழகாக எழுதி வைப்பார். தேவகியம்மா சமையலறை வேலைகள் பலவற்றைச் செய்து உதவியிருக்கிறார். பல இரவுகளில் விசிறி வீசி என்னைத் தூங்கவைத்திருக்கிறாள் லட்சுமி. அம்மாவின் நிறைய புடவைகளுக்கு பார்வதிதான் ஓரம் தைத்து வைப்பாள். இரவின் அமைதியில் வீணை வாசித்துப் பாட்டுப் பாடுவாள் சரஸ்வதி... இவர்களையெல்லாம் ஒருபோதும் என்னால் மறக்க முடியாது’ என்று நினைத்தாள் சாவித்திரி.

ஆயினும், காலம் செல்லச் செல்ல, அவள் அவர்களையெல்லாம் முற்றிலும் மறந்துவிட்டாள். பிறகு அவள் ஒருமுறைகூட அவர்களையெல்லாம் நினைத்துப்பார்க்கவில்லை.

□

இருபத்து ஐந்து வருடங்கள் கடந்தன.

சாவித்திரிக்குத் திருமணமாகிவிட்டது. அவள், கணவனுடனும் இரண்டு பிள்ளைகளுடனும் எளிமையான வாழ்க்கை வாழ்ந்துவந்தாள்.

அவள் அம்மா, பெரியண்ணனின் வீட்டில் உடல் நலமில்லாமல் இருந்தார்.

அம்மாவைப் பார்ப்பதற்கு அன்று அவள் தனியாகப் பேருந்தில் புறப்பட்டாள்.

வழியில் ஒரு இடத்தில் ஏதோ கோளாறு ஏற்பட்டு பேருந்து நின்றுவிட்டது.

"பெரிய பிரச்சினை ஒன்றுமில்லை. பத்து நிமிடத்தில் சரியாகிவிடும். எல்லோரும் சற்று இறங்கி நின்றால் போதும்" என்று ஓட்டுநர் கேட்டுக்கொண்டார்.

மற்ற பயணிகளுடன் சேர்ந்து சாவித்திரியும் சாலையில் இறங்கி நின்றாள்.

மதியப் பொழுது கடந்துவிட்டிருந்தது. ஆகாயத்தில் கருமேகங்கள் சூழ்ந்திருந்தன. பலத்த மழை பெய்யக்கூடும்.

சாவித்திரி ஓட்டுநரிடம் கேட்டாள்: "இது என்ன இடம்?"

ஓட்டுநர் அந்த இடத்தின் பெயரைச் சொன்னபோது அவள் வியப்படைந்தாள். அவள் பிறந்து பன்னிரண்டு வயதுவரை வளர்ந்த சிறு கிராமம்! இங்கே எத்தனை எத்தனை மாற்றங்கள் ஏற்பட்டிருக்கின்றன! பார்த்தால் சற்றும் அடையாளம் தெரியவில்லை. அடையாளம் கண்டுகொள்ள முடிகிற ஏதாவது இடம் தெரிகிறதா?

சுற்றிலும் பார்த்தபோது அவள் பழைய காளிகோயிலையும் குளத்தையும் ஆலமரத்தையும் பார்த்தாள். அதற்குப் பக்கத்தில் உள்ள சந்துப் பாதையையும் பார்த்தாள்.

அந்த வழி, தன் குடும்ப வீட்டின் வளாக முகப்பில்தான் சென்று முடியும் என்று அவளுக்கு நினைவு வந்தது.

அவள் மெதுவாக அந்த வழியில் நடந்து சென்றாள். அது நீண்ட வழியாக இருந்தது. 'அந்தக் காலத்தில் இந்த வழி இவ்வளவு நீளமாக இருந்ததில்லையே! எவ்வளவு நடந்தாலும் முடிவு தெரியவில்லையே' என்று நினைத்தாள் சாவித்திரி.

அந்த வழி, நீல வளாகக் கதவும் கற்சுவரும் கொண்ட வீட்டின் முன்னால் சென்று சட்டென்று முடிவடைந்தது. வளாகக் கதவின் மீது 'மகிழ்ச்சி' என்று வீட்டின் பெயர் எழுதிய ஒரு பலகை தொங்கிக்கொண்டிருந்தது.

சாவித்திரியின் ஆழ் மனதில் மங்கிக் கிடந்த சில நினைவுகள் மேலே எழுந்தன. அவள் அந்த நினைவுகளைத் தெளிவுபடுத்திக்கொள்ள முயன்றாள்.

வளாகக் கதவு பழசாகி துருப்பிடித்திருந்தது. பெரும்பாலும் நிறம் உதிர்ந்துவிட்டது. கற்சுவரில் பாசியும் காளானும் படர்ந்திருந்தன.

வளாகக் கதவுக்கு உள்ளே, வயதான ஒரு செண்பக மரம் பாதி ஒடிந்து சுவரின் மீது சாய்ந்து கிடந்தது. அதில் ஒரே ஒரு பூகூட இல்லை.

'இந்தப் படிக்கட்டையும் செண்பக மரத்தையும் நான் எங்கோ பார்த்திருக்கிறேனே! எங்கே பார்த்தேன்?' சாவித்திரி யோசித்தாள்.

திடீரென்று மழை பொழிய ஆரம்பித்தது. சாவித்திரி வேறு ஒன்றும் யோசிக்கவில்லை. வளாகக் கதவைத் திறந்து வாசலைக் கடந்து வீட்டின் வராந்தாவில் ஏறி நின்றாள். வாயிற் கதவு சாத்திக் கிடந்தது.

அவள் வராந்தாவிலிருந்து சன்னல் வழியாக உள்ளே பார்த்தாள்.

உள்ளே, வெள்ளை ரவிக்கையும் சிவப்புப் புடவையும் அணிந்த ஒரு பெண்மணி நாற்காலியில் அமர்ந்து குனிந்து தைத்துக்கொண்டிருக்கிறாள். பக்கத்திலேயே தரையில், மஞ்சள் ரவிக்கையும் பச்சைப் புடவையும் உடுத்திய ஒரு பெண்மணி அமர்ந்து வீணை வாசித்தவாறு பாடிக்கொண்டிருக்கிறாள்.

வீணைத் தந்திகளின் மென்மையான அதிர்வுகள் சாவித்திரியின் இதயத்தில் இனிமையான ஒரு எதிரொலியை ஏற்படுத்தின. அந்த விரல்கள் அவள் நினைவு மண்டலத்தின் சில கம்பிகளிலும் சென்று தொட்டன.

அவள் தன்னையறியாமல் அழைத்துவிட்டாள்: "சரஸ்வதி!"

உடனே வீணை நாதம் நின்றது. அந்தப் பெண்மணி வீணையைத் தரையில் வைத்து எழுந்து வந்து கதவைத் திறந்தாள்.

"வாருங்கள். இந்த மழையில் வராந்தாவில் நிற்க வேண்டாம். உள்ளே வந்து உட்காருங்கள்." சரஸ்வதி அழைத்தாள்.

சாவித்திரி உள்ளே வந்தாள்.

பார்வதி தையல் பொருட்களை அகற்றி வைத்துவிட்டு எழுந்து நின்றாள்.

அவர்கள் இருவரின் இளமையும் கடந்துவிட்டது. அது மட்டுமல்ல, அவர்களின் மெல்லிய பளபளப்பான உடைகள் நிறம் மங்கி ஆங்காங்கே கிழிந்திருந்தன.

ஒரு புத்தகத்தைக் கையில் பிடித்தவாறு லட்சுமியும் பேனாவும் கையுமாக ராமகிருஷ்ணனும் இரு புறங்களிலும் உள்ள அறைகளிலிருந்து வந்தார்கள்.

ராமகிருஷ்ணனைப் பார்த்து சாவித்திரி அதிர்ச்சியடைந்துவிட்டாள். அவர்தலை முற்றிலும் நரைத்திருந்தது. முகமெல்லாம் சுருக்கம் விழுந்திருந்தது. முதுகு கூனி கால்கள் வளைந்திருந்தன.

அவர், கண்களுக்கு மேலே கை வைத்து கவனித்துப் பார்த்தார். நடுங்கும் குரலில் பேசினார்: "எங்கள் வேலுவைத் தவிர இங்கே

யாரும் வருவதில்லை. மனிதர்களைப் பார்த்த காலமே மறந்துவிட்டது. நீங்கள் யாராக இருந்தாலும், இங்கே வந்தது குறித்து எங்களுக்கு சந்தோஷம்.”

லட்சுமி புன்னகைத்தபடி சமையலறைக்குச் சென்றாள்.

பிறகு தேவகியம்மா மெல்ல மெல்ல நடந்து வந்தார். அவர் கையில் ஒரு கண்ணாடிக் குவளையில் காப்பி இருந்தது. மறுகையிலிருந்த தட்டில் மாம்பழத் துண்டுகளும் பலாச்சுளைகளும் இருந்தன.

“சாப்பிடுங்கள். உங்களுக்குத் தருவதற்கு இங்கே வேறு எதுவும் இல்லை.” அந்த அம்மா காப்பிக் குவளையை நீட்டினார்.

ஏதோ கனவுபோல சாவித்திரி காப்பி குடித்தாள். மாம்பழம் தின்னத் தொடங்கினாள். ‘பலாப்பழமோ, மாம்பழமோ காய்க்கும் பருவம் இது இல்லையே’ என்று நினைத்தாள்.

“யாரையாவது பார்க்க முடிந்தால் எங்களுக்குப் பெரிய சந்தோஷமாக இருக்கும். எங்களால் எங்கும் போக முடியாது அல்லவா. எங்கள் வேலுவைத் தவிர எங்களைப் பார்ப்பதற்கு இங்கே யாரும் வருவதும் இல்லை. இப்போது எங்களுக்கு அப்படி ஒரு கெட்ட காலம்” என்று சொன்ன லட்சுமி, சாவித்திரியின் காலடியில் அமர்ந்தாள்.

பார்வதி மீண்டும் தையல் பொருட்களை கையில் எடுத்துக்கொண்டு சொன்னாள்: “எங்களுக்கும் ஒரு நல்ல காலம் இருந்தது. நாங்கள் பெரிய குடும்பமாக இருந்தோம். எங்கள் வீடு பெரிய வீடு. எல்லோரும் போய்விட்டார்கள். நாங்கள் தனியாகிவிட்டோம். நாங்களும் வேலுவும்.”

சில நொடிகளுக்குப் பிறகு சரஸ்வதி தொடர்ந்தாள்: “நாங்கள் எங்கும் போகவில்லை. இங்கேயே இருந்துவிட்டோம்.”

வெளியே பெய்துகொண்டிருக்கும் மழையைப் பார்த்தவாறே ராமகிருஷ்ணன் சொன்னார்: “அதையெல்லாம் இப்போது பேசி என்ன பயன்? இந்த வீடு எப்போது இடிந்து விழும் என்று தெரியவில்லை. ஒரு நாள் அது நடக்கும். அப்போது நாங்கள் எல்லாம் மண்ணின் அடியில் புதைந்துபோய்விடுவோம்.”

"அதற்கு முன்பே நம்மையெல்லாம் கொஞ்சம் கொஞ்சமாக கறையான் அரித்துத் தின்றுவிடுமோ, என்னமோ?" என்ற தேவகியம்மாவின் சுருக்கம் விழுந்த முகத்தில் அச்சம் தெரிந்தது.

"அந்தக் குழந்தை இப்போது எங்கே இருக்கிறாள் என்று தெரியவில்லையே. அவளுக்கு நாம் விவரங்கள் தெரிவித்தால் போதும். அவள் இங்கே வந்து நம்மைக் காப்பாற்றுவாள். நிச்சயம் காப்பாற்றுவாள்." லட்சுமி உறுதியாகச் சொன்னாள்.

"எந்தக் குழந்தை?" சாவித்திரி கேட்டாள். அவள் தொண்டை இடறியது.

"உனக்குத் தெரியாதா?" அவர்கள் எல்லோரும் ஒருவரை ஒருவர் பார்த்துக்கொண்டார்கள்.

லட்சுமி தொடர்ந்தாள்: "எங்கள் சாவித்திரியைத் தெரியாதா? நாங்களெல்லாம் சாவித்திரியின் சொத்துக்களாக இருந்தோம். சாவித்திரி எங்கள் சொத்தாக இருந்தாள்."

"அந்தக் குழந்தை எவ்வளவு அழகாக இருப்பாள் தெரியுமா?" ராமகிருஷ்ணன் சாவித்திரியின் முகத்தைப் பார்த்துக்கொண்டே பேசினார்: "செண்பகப்பூவின் தங்க நிறம் அவளுக்கு. கருந்துளசிபோன்ற முடி. நீல நிற சங்கு புஷ்பங்கள்போன்ற அழகான, விரிந்த இமை ரோமங்கள் உள்ள கண்கள். அந்தக் கண்களுக்கு அபூர்வமான ஒரு பளபளப்பு இருந்தது. அவள் கண்களைப் பார்த்தால் நமக்கு, நீல ஆகாயத்தில் கறுப்புச் சந்திரன் உதித்திருப்பதுபோலவே தோன்றும். அவளது அழகான மூக்கைப்போன்ற வேறு மூக்கை நான் பார்த்ததே இல்லை. எள்ளுப்பூபோன்ற மூக்கு என்று சொன்னால் போதாது. அவள் கன்னங்களும் உதடுகளும் ரோஜாப்பூக்கள்போன்றே இருக்கும். முல்லை மொட்டுகள்போன்ற சிறுசிறு அரிசிப் பற்கள். எங்கள் சாவித்திரி எங்களுக்கு எவ்வளவு செல்லமான குழந்தையாக இருந்தாள் தெரியுமா!"

"உனக்கு எங்கள் சாவித்திரியைப்போன்ற லேசான தோற்றம் இருக்கிறது." தேவகியம்மா சொன்னார்.

"ஆமாம், ஆமாம், ஆமாம்! அப்படித்தான் இருக்கிறது!" என்று எல்லோரும் உரக்கச் சொன்னார்கள். என்ன பேசுவது என்று தெரியாமல் சாவித்திரி திகைத்துப்போய் அமர்ந்திருந்தாள்.

"சொல்லுங்கள். உங்களுக்கு சாவித்திரியைத் தெரியுமா?" பார்வதி அவளின் கையைப் பிடித்துக்கொண்டாள்.

பார்வதியின் தீண்டல் சொரசொரப்பாக இருந்தது. ஒரு மரம் தொடுவதுபோல.

சாவித்திரி சற்று நடுங்கினாள்.

"உங்களுக்கு சாவித்திரியைத் தெரியும் என்றால், எங்களை இங்கிருந்து கொண்டு போகும்படி அவளிடம் சொல்லுங்கள். இந்த வீட்டின் உடைசல்களையெல்லாம் சரி செய்து கொடுக்கச் சொல்லுங்கள். நாங்கள் எங்கள் ஆரோக்கியத்தையும் இளமையையும் மீண்டும் பெறுவதற்கு ஒரு தச்சரை அழைத்து

வரும்படிச் சொல்லுங்கள். எங்களுக்குக் கொஞ்சம் புதிய உடைகள் வாங்கித் தரச் சொல்லுங்கள். வேலுவுக்கு இப்போது மிகவும் உடல் நிலை சரியில்லை. அவரால் எங்களுக்கு எதுவும் செய்ய முடியவில்லை. அதனால்தான் எங்களுக்கு இவ்வளவு கஷ்டம்.''

அந்த வார்த்தைகளெல்லாம் சாவித்திரியின் காதுகளில் அலையடித்தன. யார் என்ன சொன்னார்கள் என்று அவளுக்குப் புரியவில்லை.

மழை நின்றுவிட்டது என்று அப்போதுதான் அவள் அறிந்தாள்.

''மழை நின்றுவிட்டது. நான் போகிறேன். உங்கள் விஷயத்தில் என்ன செய்ய முடியும் என்று பார்க்கிறேன்.''

அவள் எழுந்து நடந்து கதவுக்கு வெளியே வந்தாள். வாசலில் கால் வைத்த உடனே ஓடத் தொடங்கினாள். வளாகக் கதவை இழுத்துத் திறந்து வெளியே வந்தாள்.

திடீரென்று பின்னிலிருந்து ஒலிக்கும் ஒரு குரலை அவள் தெளிவாகக் கேட்டாள்: ''சாவித்திரி, எங்கள் சாவித்திரி, நில், நில்... கொஞ்சம் நில்லேன்... எங்கள் உயிரே சாவித்திரி... போகாதே நில்!''

சாவித்திரி நிற்கவில்லை. அவர்கள் தன்னை அடையாளம் கண்டுவிட்டார்கள் என்று அவள் தெரிந்துகொண்டாள்! முன்பு ஒருபோதும் ஏற்பட்டிராத ஒரு வித பயத்துடன் அவள் ஓடினாள். கால்களை எடுத்து வைத்து ஓடுவது மிகக் கடினமாக இருந்தது.

மீண்டும் மழை கடுமையாகப் பெய்யத் தொடங்கியது.

ஒரு பேரோசை கேட்டு அவள் திரும்பிப் பார்த்தாள்.

'மகிழ்ச்சி' என்ற பெயருடைய அவளுடைய பொம்மை வீடு இடிந்து தகர்ந்து தரைமட்டமாகிறது. அதில் இருந்த எல்லா உயிர்களும் புதையுண்டு போகின்றன.

அதற்குள்ளிருந்து மரண ஓலங்கள் கேட்டனவோ? தெரியவில்லை.

ஆயினும் மிக உரக்க அலறிக்கொண்டு அவள் ஓடினாள். ஒரு கல்லில் கால் இடறி விழுந்துவிட்டாள்.

யாரோ ஒரு படுகிழவரின் சுருங்கி வறண்ட கரங்கள் அவளைப் பிடித்துத் தூக்கின. அவள் மழையில் நனைந்தவாறே மீண்டும் ஓடினாள்.

சந்துப் பாதையின் முடிவு வந்துவிட்டது. சாலையில் ஏறினாள். புறப்படத் தயாராகி பேருந்து நிற்கிறது.

சாவித்திரி பேருந்தில் ஏறி அமர்ந்தாள்.

"பேருந்தைப் பழுது பார்த்து சரி செய்வதற்கு நீண்ட நேரம் ஆகிவிட்டது. கடுமையான மழை! இப்படி நனைந்துவிட்டீர்களே!" ஓட்டுநர் இரக்கத்துடன் விசாரித்தார்.

தன்னைப் பிடித்துத் தூக்கிவிட்ட அந்தப் படுகிழவர் ஒரு வாய்க்கால் பாலத்தின் மீது வந்து அமர்ந்திருப்பதை சாவித்திரி பார்த்தாள். அந்தக் கிழவர் மிகவும் அறிமுகமானவர்போல அவளுக்குத் தோன்றியது.

"அவர் யார்?" நடந்து குளிர்பானம் விற்றுக்கொண்டிருக்கும் ஒரு பையனிடம் அவள் கேட்டாள்.

"அவரா? அவர்தான் தச்சர் வேலு. பைத்தியம். எப்போதும் லட்சுமி, பார்வதி, சரஸ்வதி என்று முணுமுணுத்துக்கொண்டு அலைவார். அவர் யாரையோ தேடிக்கொண்டிருக்கிறார் என்றுதான் ஆட்கள் சொல்கிறார்கள். இந்த சந்து சென்று முடியும் இடத்தில் ஒரு பெரிய வீடு இருந்தது. அது இடிந்து விழுந்துவிட்டது. அங்கே இப்போது ஒரு ரப்பர் தோட்டம் இருக்கிறது. மழை வெயில் பனியிலெல்லாம் வேலு அங்கேதான் கிடப்பார்."

பேருந்து முன்னே செல்லத் தொடங்கியது. சாவித்திரி திரும்பிப் பார்த்தாள். 'தச்சர் வேலு இனி எங்கே போய்ப் படுப்பார்? அவர் உருவாக்கிய பொம்மை வீடும் அதில் இருந்த குடும்பமும் புதையுண்டு போய்விட்டதே.'

சாவித்திரி முகத்தை மூடிக்கொண்டு குனிந்திருந்தாள். இறந்த உயிர்களுக்கான அஞ்சலியாக அவள் கண்களிலிருந்து கண்ணீர் பெருகி, கையில் நிறைவதை அவள் உணரவில்லை.

●●●

www.ingramcontent.com/pod-product-compliance
Lightning Source LLC
LaVergne TN
LVHW100426051026
849518LV00004B/1398

* 9 7 8 8 1 9 3 4 1 2 1 0 7 *